ஆதிரை

ஆதிரை

க.வை. பழனிசாமி (1951)

பிறந்த ஊர் சேலம் மாவட்டத்திலுள்ள ஆட்டையாம்பட்டி. பாரத ஸ்டேட் வங்கியில் பணியாற்றி ஓய்வு பெற்றவர். 'சேலம் வயல்' என்ற அமைப்பைத் தொடங்கிப் புத்தக விமர்சனம், கருத்தரங்கம், ஆய்வரங்கம், கவிதைப் பட்டறைகள் நடத்தியவர். இருபது ஆண்டுகள் சேலம் தமிழ்ச் சங்கத்தில் தற்காலத் தமிழ் இலக்கியத்தை முன்னிறுத்திப் பணியாற்றியுள்ளார்.

இவரது கவிதை நூல்கள்: பொற்கைப்பாண்டியன் இல்லை, கவி, காதல்வெளி, பிஞ்சுவிழிகளில், வெண்மை ஒரு நிறமல்ல, கவிதைகளிலிருந்து கவிதை, வேறு வேதம், உடலோடும் உயிர், காற்றில் கரையும் கணினி.

சிறுகதைத் தொகுப்பு: இடமாற்றம்.

நாவல்கள்: மீண்டும் ஆதியாகி, ஆதிரை.

குழந்தைகளுக்கான புத்தகம்: கண்மணிக்கு அப்பாவின் கதைகள், ஆதிரையின் கதசாமி.

கட்டுரைத் தொகுப்பு: கவிதையின் அந்தரங்கம், அந்த நேரத்து நதியில் (நாவல், சிறுகதை குறித்த கட்டுரைகள்). இந்நூலுக்கு 'மேலும்' அறக்கட்டளையின் 2018ஆம் ஆண்டுக்கான விமர்சன விருது வழங்கப்பட்டது.

ஆங்கிலத்தில் மொழிபெயர்க்கப்பட்ட இவரது கவிதைகள் இரண்டு தொகுதிகளாக வெளியாகியுள்ளன.

தற்போது கோவையில் வசித்துவருகிறார்.

மின்னஞ்சல்: kavai.palanisamy@gmail.com

க.வை. பழனிசாமி

ஆதிரை

காலச்சுவடு பதிப்பகம்

அன்பார்ந்த வாசகருக்கு,

வணக்கம்.

காலச்சுவடு நூலை வாங்கியமைக்கு நன்றி.

நூலின் உள்ளடக்கம், உருவாக்கம், அட்டைப்படம் இன்ன பிற அம்சங்கள் பற்றிய உங்கள் கருத்துகளையும் ஆலோசனைகளையும் காலச்சுவடு வரவேற்கிறது. தகவல், எழுத்து, வாக்கியப் பிழைகள் தென்பட்டால் கட்டாயம் தெரிவித்து உதவுங்கள். நூல் தயாரிப்பில் கடும் குறைபாடு இருப்பின் மாற்றுப் பிரதி உங்களுக்குக் கிடைக்கக் காலச்சுவடு ஏற்பாடு செய்யும்.

***மின்னஞ்சல்:* publisher@kalachuvadu. com**

காலச்சுவடு நாகர்கோவில் அலுவலகத்திற்குக் கடிதம் அனுப்பலாம்.

தங்கள்
எஸ். ஆர். சுந்தரம் (கண்ணன்)
பதிப்பாளர் – நிர்வாக இயக்குநர்

ஆதிரை • நாவல் • ஆசிரியர்: க.வை. பழனிசாமி • © க.வை. பழனிசாமி • முதல் பதிப்பு: ஆகஸ்ட் 2010, இரண்டாம் பதிப்பு: அக்டோபர் 2023 • வெளியீடு: காலச்சுவடு பப்ளிகேஷன்ஸ் (பி) லிட், 669 கே. பி. சாலை, நாகர்கோவில் 629 001

aatirai • Novel • Author: Ka.Vai. Palanisamy • © Ka.Vai. Palanisamy • First Edition: August 2010, Second Edition: October 2023 • Size: Demy 1 x 8 • Paper: 18.6 kg maplitho • Pages: 184

Published by Kalachuvadu Publications Pvt. Ltd., 669 K.P. Road, Nagercoil 629001, India • Phone: 91-4652-278525 • e-mail: publications @kalachuvadu.com • Printed at Clicto Print, Jaleel Towers, 42 KB Dasan Road, Teynampet Chennai 600018

ISBN: 978-93-80240-00-8

10/2023/S.No.346, kcp 4770, 18.6 (2) r1

அக்கா புஷ்பா கணபதிக்கு

சில வார்த்தைகள்

மரங்கள் வெட்டப்படுகின்றன. காடுகள் அழிக்கப் படுகின்றன. மலைமக்களும் ஆதிக்குடிகளும் தங்களுக்கு உரிமையுள்ள வாழ்விடங்களிலிருந்து விரட்டப்படுகிறார்கள். நீர், காற்று, மண், வெளி மாசுபடுத்தப்படுகின்றன. குழந்தைகள், பெண்கள், அப்பாவிகள் சொந்த மண்ணிலேயே கொல்லப்படுகிறார்கள்; அகதிகளாக விரட்டப்படுகிறார்கள். இந்த அவலங்களையும் இனப்படுகொலைகளையும் அரசியலாக்கி ஆதாயம் தேடுபவர்கள் இருக்கிறார்கள். ஊடகங்கள் வெட்கமில்லாமல் அதில் பணம் சம்பாதிக்கின்றன. மனிதர் நோக மனிதர் பார்த்திருக்கிறார்கள். தகுதியில்லாதவர்கள் கொண்டாடப்படுகிறார்கள். இயற்கையை நேசிக்கிற, உயிர்களைப் பொதுவில் மதிக்கிற மனிதர்கள் ஒதுக்கப்படுகிறார்கள். இந்தக் கீழ்மையை நினைத்து யாரும் வெட்கப்படுவதில்லை. பணம், புகழ், அதிகாரம் இவற்றுக்குப் பின்னால் பலரும் ஓடிக்கொண்டிருக்கிறார்கள். விலங்குகள், பறவைகள், பூச்சிகள் போன்றவற்றின் வாழ்விடங்களைப் பற்றிய அக்கறை சிறிதும் இல்லாமல் நம்மால் வயிறுமுட்ட உண்ண முடிகிறது. சுயவாழ்தல் வெறி உச்சத்தில் நின்று கூத்தாடுகிறது. சொற்கள் பொருள் இழந்து மடிகின்றன.

இந்தச் சமூக வாழ்வை நினைத்தால் மூச்சுத் திணறுகிறது. இருந்தும் விரும்பும் வாழ்க்கையை வாழ முயல்கிறோம். ஆனால் அதில் சதா தோற்றுக்கொண்டிருக்கிறோம். வாழச் சாத்தியம் இல்லாத சூழலில் மாற்றான வேறு உலகம் நம்மையறியாமல் நமக்குள் தோற்றம் கொண்டுவிடுகிறது. நம்முள் உருவாகும் அந்த உலகத்தைச் சுமந்து இந்த மண்ணில் நடமாடுகிறோம்.

வெளியில் காணும் ஒவ்வொன்றுக்கும் அதில் மாற்று இருப்பதாக நம்புகிறோம். மிகுந்த அக்கறையோடு அதைப் புதுப்பித்துக்கொண்டே இருக்கிறோம். புதுப்புது வண்ணங்கள் சேர்த்து மகிழ்கிறோம். அந்த வசீகர உலகின் இருப்பால் புறவாழ்வின் அவலங்களைச் சகித்துக்கொள்கிறோம். அந்தக் கனவு உலகில் வாழ வேட்கைகொள்கிறோம். ஆனால் அதுவே சுமையாகிவிடுகிறது.

நமக்குள் தோற்றம்கொண்டு வண்ணமேறிச் சுடரும் அந்த உலகம் குழந்தையை ஈர்க்கும் கைக்குவராத பொம்மையாகப் பாடாய்ப்படுத்தும். அந்த அவஸ்தையே வாழ்க்கையாக மாறி விடும். ஏதோ ஒரு தருணத்தில் எதிர்பாராதவிதமாக அதற்குள் நுழையும் வாய்ப்பும் சித்திக்கும். அப்படி வாய்த்த அனுபவத் தால் நான் அடைந்த பரவசத்துக்கு அளவேயில்லை. என் அனுபவத்தைப் பகிர்ந்துகொள்ள விழையும் மனத்தை அடக்க முடியவில்லை. எனக்குள் கண்ட அந்த உலகத்திற்குள் எல்லோரையும் கைப்பிடித்து அழைத்துப்போவதும் சாத்தியமல்ல. என் உதவி இல்லாமலேயே வாசகன் தன் அளவில் அந்த உலகத்தில் பயணிப்பதை ஏதுவாக்கும் முயற்சியே இந்த நாவல்.

கடந்த ஆண்டுகளில் மிகவும் நெருங்கிவந்த இலக்கிய நண்பர்களை இந்த நேரத்தில் நினைவுகூர்கிறேன். ஆனந்த், பிரம்மராஜன், தேவதச்சன், பெருமாள்முருகன், மோகனரங்கன், ஷாஅ, குவளைக்கண்ணன் எல்லோரும் இணைந்து அடிக்கடி விவாதித்தது நட்பையும் இலக்கியத்தையும் வளர்த்ததாக உணர்கிறேன். கண்ணன் அவர்களோடு இணைந்து நடத்திய பல்வேறு இலக்கியச் சந்திப்புகளால் இது சாத்தியமாயிற்று. இந்நாவலை ஆரம்பத்தில் வாசித்துக் கருத்துகள் கூறி உதவிய மோகனரங்கன் அவர்களுக்கு நன்றி.

சற்றும் எதிர்பாராத ஒரு தருணத்தில் இந்த நாவல் நஞ்சுண்டனிடம் செம்மையாக்கத்துக்காகச் சென்றது. எடிட்டர் என்னும் நிலையில் நின்று அவர் நிறையக் கேள்விகளை எழுப்பினார். அவை என்னிடம் அதிகமான உழைப்பைக் கோரின. சில மாற்றங்களைச் செய்ய— குறிப்பாக நான் எடுத்தாண்டிருந்த சில சொற்றொடர் களையும் வாக்கிய அமைப்புகளையும் மாற்றியமைக்க— முதலில் மனம் ஒப்பவில்லை. அவருடன் தொடர்ந்து விவாதித்ததில் அவற்றின் அவசியம் புரிந்தது. வாசகர்கள் வார்த்தைகளின் மூலம்தான் நாவலுக்குள் நுழைகிறார்கள். எனவே படைப்பாளனுக்கு மொழியின் நுட்பங்கள் மீதான கவனம் அவசியம் என நஞ்சுண்டன் வலியுறுத்துவது சரிதான். படைப்பின் மேன்மை ஒன்றையே குறிக்கோளாகக் கொண்டு

அவர் முன்வைத்த யோசனைகள் அலாதியானவை. அவற்றின் விளைவாக நாவலின் வாசிப்புத்தன்மை வெகுவாகக் கூடியிருப்பதை என்னால் உணர முடிகிறது. நஞ்சுண்டன் மிகுந்த ஈடுபாட்டோடு இதைச் செம்மைப்படுத்தியிருக்கிறார் என்பதை நன்றியுடன் பதிவுசெய்கிறேன்.

செம்மையாக்கத்தில் துணைநின்ற காலச்சுவடு உதவி ஆசிரியர் பெ. பாலசுப்ரமணியனுக்கும் நன்றி.

நாவலை வெளியிடும் காலச்சுவடுப் பதிப்பகத்துக்கு என் சிறப்பான நன்றி.

ப்ளாக் 3 ஏ1 க. வை. பழனிசாமி
லஷ்மி கிருபா குடியிருப்பு 07 மே 2010
9, இராஜாஜி சாலை
சேலம் 636 007.
செல்: 9443535366.
kavai.palanisamy@gmail.com

1

மலைப்பாதையில் வண்டியைக் கவனமாக நிறுத்திவிட்டுக் கீழே இறங்கினேன். பிரியமான காரைச் சற்றே எட்ட நின்று பார்த்தேன். மிகவும் நேசித்த ஆதியை ஒரு மழைநாளில் பிரிந்தபோது எனக்குத் துணை, நம்பிக்கை, பலம் எல்லாம் இந்த வண்டிதான். அவனை மறந்தே ஆக வேண்டிய கட்டாயத்தில் அப்போது இருந் தேன். காரின் கதவு திறந்து உட்காருவேன். விரும்பும் ஆணின் மடியில் இருப்பதாகத் தோன்றும். முன்னர் நடந்தவை எல்லாம் மறந்து அந்தக் கணத்தில் மன மொன்றும். நீண்ட பயணத்திற்குத் தேவையான அனைத்தும் காரிலிருக்கும். ஒரு வாரம் என்றாலும் கவலையில்லை. திட்டமிட்ட பயணம் எனக் கிடையாது. நினைத்த ஐந்தாம் நிமிடம் பாதையில் போய்க்கொண்டிருப் பேன். அப்பாவிடமிருந்து ஒட்டிக்கொண்ட பழக்கம்.

தனிமை... வலியாக இறங்கிய அந்த நாட்களில் கார்தான் மருந்து. இதன் மடியில்தான் உயிர்போக வேண்டுமென ஏனோ நினைப்பேன். காரோடு அதிகம் பேசுகிறேன். கோபத்தை, பிரியத்தை அதனிடம்தான் காட்டுகிறேன். கதவைத் திறந்து மூடும் ஓசையிலிருந்தே அது என்னை அறிந்துகொள்கிறது. உயிருள்ள ஜீவனாக ஒட்டிக்கொண்ட அதிசயம் இந்தக் கார்.

பார்க்கத் தகுந்த இடமொன்றில் வண்டி தானாக நிற்கும். அற்புத இடங்களை அறிந்த யாரோ ஒருவரின் உயிர்தான் காரில் ஓடுவதாக உணர்வேன். அந்த நேரம் நான் காணும் வெளி உயிர் கண்ட உடலாக நெருங்கும். புதிய இடங்களைப் பார்ப்பது என்னை மிகவும் உற்சாகப் படுத்தும். மீண்டும் மீண்டும் பிறப்பதுபோல உணர்வேன்.

க.வை. பழனிசாமி

வண்டியை நிறுத்திய இடத்திலிருந்து தொலைதூரம் நீண்டது பார்வை. மலை விரித்த வெளி வெண்பனியில். அப்பொழுது பிறந்த ராகத்தைக் கண்களால் கேட்டேன். அனைத்தும் இசை கொண்டு அதிர்ந்தன. காணும் ஒவ்வொரு பொருளிலும் ஒரு ராகம். எல்லாமும் கேட்டிராத இசை.

மலை வாசனை முகத்தில் படிந்து நாசியில் இறங்கியது. ஈரப்பசுமையில் பதிந்திருந்தது பாதம். பசும்புல் மீதிருந்த விரல்களில் பனித்துளிகள். காலை நேரம் கடந்தும் பனிமூட்டம் கலையவில்லை. அப்பொழுதுதான் தீட்டத் தொடங்கிய ஓவியமாக வெளி. சூரிய விரல்களில் கொஞ்சம் கொஞ்சமாக வண்ணம் வழிந்துகொண்டிருந்தது. கேன்வாஸில் அங்கொன்றும் இங்கொன்றுமாக நிறங்கள். எனக்கான உலகம் பிறந்ததை ஆசையாகப் பார்த்துக்கொண்டிருந்தேன்.

அப்படியே நடந்து புற்கள் இல்லாத மண்ணில் கால் பதித்தேன். தரையில் படிந்தபோது பாதங்களை உணர்ந்தேன். மண்ணோடு உறவுகொள்ளும் பாதங்களில் உணரும் குறுகுறுப்பு மிகவும் பிடிக்கும். மண்ணில் கால் படியாமல் இடத்தோடு எப்படி உறவுகொள்ள முடியும்? ரகசியமாய் ஏதோ நினைத்துச் சிரித்தேன்.

ஷூ அணிந்து சற்றே நின்று ஸ்வெட்டரில் இரண்டு பொத்தான்களைப் போட்டு நிமிர்ந்தேன். சட்டென்று பள்ளத்தாக்கிலிருந்து பெரும் பனிப்புகை மேலேறிப் பார்த்துக்கொண்டிருந்த வெளியை மறைத்தது. வானம் பூமி என்ற பிரிவினையில்லா இடத்தில் வேறு யாரும் எதுவுமற்று நான் மட்டும். வெண்மையில் அனைத்தும் கரைய உலகில் ஒற்றை உயிராய் நான். வரைவதற்குக் காத்திருக்கும் கேன்வாஸ்போல என்முன் பூமி. புவியின் வண்ணங்கள் எல்லாம் இப்பொழுது வெண்பனியில் கரைந்திருந்தன. வெண்மை மட்டுமே காண முடிந்த நிறமாக வெளி பரந்திருந்தது.

வெண்மை நிறமல்லவே? விரல்கள் வண்ணங்களைத் தேடின.

"ஐயோ! எங்கே என் நண்பன்?" புகையினூடே கண்கள் காரைத் தேடின. அதன் இருப்பை உணர்த்திப் பனிப்புகை வேறெங்கோ சென்றது. சிவந்த மேனியுடன் நின்று புன்னகைத்தது கார். கண்கள் மலைமீது திரும்பின. பனிவெண்மையில் முன்பு கரைந்த வண்ணங்கள் ஒளிர்ந்தன.

"ஆதிரை... பார்த்து முடித்துவிட்டாயா?" யாரோ கேட்பதாக உணர்ந்து திரும்பிப் பார்த்தேன். சற்றுத் தூரத்தில் வெளி

ஆதிரை

நாட்டுச் சுற்றுலாப் பயணிகள் இருவர் வந்துகொண்டிருந் தார்கள். நல்ல உயரம். பார்க்கத் தூண்டும் தேகம். மெல்லிய புன்னகையுடன் என்னைக் கடந்துபோனார்கள். அவர்கள் அந்தக் கேள்வியைக் கேட்டிருக்க முடியாது. சுற்றிலும் வேறு யாருமில்லை. பொருள் உணரும்படியான ஆனால் ஒலியில் அதிராத வார்த்தைகளை மீண்டும் கேட்டேன்.

"நான்தான் அழைத்தேன். இனி உன் வாழ்க்கை குதூகல மாகவும் கொண்டாட்டமாகவும் அமையும். நீ விரும்பிய உலகம் உன்னை நெருங்குகிறது. ஒருவேளை அது இன்றிலிருந்தே தொடங்கலாம். பெண்கள் யாரும் இதுவரை வாழ்ந்திராத வாழ்க்கையாகவும் அது இருக்கலாம்." வெகு அருகில் யாரோ காதில் முணுமுணுத்த வார்த்தைகள்.

பெயர் சொல்லி என்னை யார் அப்படி அழைப்பது? மொழியின் ஓசையாக அதை உணரவில்லை. ஆண் குரலா? பெண் குரலா? பிரித்துப் பார்க்க முடியவில்லை. உலோக அதிர்வுபோலக் கார் சில நேரங்களில் பேசும். அதுதான் இப்போது வேறுமாதிரி பேசுகிறதோ! காலையில் அது செய்த குறும்பு நினைவுக்கு வந்தது. நெருக்கமாகியிருக்கும் இளைஞன் பற்றி அதிகம் பேசி அந்தரங்கம் இடித்தது. ரகசியமாகப் பதுக்கி வைத்திருக்கும் எண்ணங்களை உரக்கப் பேசிக் கவனம் ஈர்த்தது. சற்றுக் கோபமாகவே கடிந்துகொண்டேன். அது கொஞ்சமும் கவலைப்படவில்லை. நிச்சயம் கார்தான் பேசியிருக்கிறது.

தூரத்தில் தெரிந்த 'காஃபி ஷாப்'பைப் போர்த்திருந்த பனி முழுதாக விலகியிருக்கவில்லை. மெல்லிய துணி மூடிய முகத்தில் நான் மட்டுமே பார்க்க முடிந்த புன்னகை. கட்டடம் சட்டென மறைந்து இரண்டு கண்கள் ஒளிர்ந்தன. உடலுக்கு வசீகரம் ஏற்றும் கண்கள். அழியாது சுடரும் அவற்றுக்கு உரிய முகம் தோற்றம் கொண்டு என்னை உற்சாக வெள்ளத்தில் தூக்கி எறிந்தது. கட்டற்று ஓடிய வெள்ளத்தில் சற்றுத் தூரம் பயணித்து மீண்டேன்.

பார்வையில் இறங்கி உடல் முழுவதும் வியாபித்து உதற முடியாமல் ஒட்டிக்கொண்ட இளைஞனைக் காண வாரத்தில் இரண்டுமுறையேனும் இங்கு வந்துபோகிறேன். இப்படி ஒரு இளைஞனைச் சந்திப்பேன் என்று கொஞ்சமும் எதிர்பார்க்க வில்லை. கால்கள் அவன் இருக்கும் இடம் போகப் பரபரத்தன. காணும் ஆவல் பாதங்களில் கசிந்தது. கால்களுக்குக் கட்டளை யிடும் மனதைச் செல்லமாகக் கடிந்தேன். ஆனாலும் வேட்கை தணியவில்லை. எனக்காகக் காத்திருக்கும் இளைஞன். என்னைப் பார்த்ததும் ஒளிரும் முகம். பிறகு நெருக்கம் தரும் வார்த்தைகள். நினைக்கவே மகிழ்ச்சியில் ஆழ்த்தின.

க.வை. பழனிசாமி

சற்று முன்னதாக வந்துவிட்டதைக் கடிகாரம் காட்டியது. நிமிர்ந்து, உடலைக் கால் நுனியில் நிறுத்தி மீண்டேன். கைகளைக் காற்றில் அலையவிட்டு ஆழமாக மூச்சிழுத்தேன். என்னைத் தாண்டி விரிந்திருந்த வெளியைக் கண்களால் உறிஞ்சி என்னுள் நிரப்பினேன். தாவரப் பசுமை, பனியீர வெண்மை, கீழிறங்கும் ஆகாயம், மௌனம், சிறு தூறல், பெருமழை, இடி, மின்னல், காற்று, பறவையின் ஓசை, விலங்கு தரும் அச்சம் என மலை தந்த அனுபவங்களை வார்த்தைகளாக்க முடியாமல் தவித்தேன்.

பறவைகள் தாவரங்கள் தமக்குள் உறவுகொள்ளும் மொழியை நான் யாரிடம் கற்க முடியும்? மலரோடு பேசாமலாப் பட்டாம்பூச்சிகள் தேன் உண்ணும்? சிட்டுக்குருவியின் கண்ணில் படும் தானியம்தான் அதன் மொழியோ? இம்மொழிகள்தாம் வெளியோ? காது குவித்துப் புதிய மொழிகளின் ஓசைகளைக் கேட்க முயன்றேன். தெரிந்த மனித மொழி துளியாகச் சிறுத்துக் கடலில் கரைந்தது.

"இம்மொழிகள் பிடிபட்டுவிட்டால் பழகவும் பேசவும் ஆயிரமாயிரம் உயிர்கள். இயற்கையின் விரிந்த வெளியும் நமக்கு உறவாகிவிடும். மலைமுகட்டில் உட்கார்ந்துகொண்டு வெட்ட வெளியில் ஒன்றினால் இப்படிப்பட்ட மொழிகளைக் கற்கலாம்" என்பான் ஆதி. என்னை அப்படி உட்காரவைத்து அவற்றைக் கேட்கச் சொல்லி வற்புறுத்துவான். கடந்துபோக முடியாதவாறு ஆதி வழியடைத்து நிற்கிறான். இந்த நேரத்தில் அவன் நினைவு தொல்லைதான். விலக மறுத்து மேலும் எண்ணங் களை வளர்க்கிறான். அவன் நினைவை முழுதாக உதற முடிய வில்லை.

மேலானவற்றைக் கற்றுத்தரும் வெறி எல்லா நேரமும் ஆதிக்கு. "உன் கட்டுப்பாட்டில் இல்லாத எண்ணம் பெருக் கெடுக்க அனுமதிக்காதே. அது காட்டாறு. முதலில் மனதைப் பலவீனப்படுத்தும். பிறகு உன்னையே அடித்துக்கொண்டு போகும்" என்பான். அவனை மறக்க அவனே கற்றுத்தந்திருக் கிறான்.

அந்த மழைநாளில் ஆதியை அதிகமாகக் காயப்படுத்தி விட்டேனோ?

எதைப் பற்றியும் சொல்வதற்கான விஷயமொன்று அவனிட மிருக்கும். பேசும் எதையும் மறுக்க முடியாது. மிகவும் சரி யாகவே பேசுவான். ஆனால் சதாகாலமும் அவன் சொல்வதைக் கேட்கும் அடிமையா நான்? அவன் வார்த்தைகளுக்காகவே காதுகள் இருப்பதாக உணர்ந்து வெறுத்தேன். முதலில் சுவையாக இறங்கிய உணவு நாட்களின் நீட்சியில் கசந்தது. சுயமாக

யோசிப்பதும் வாழ்வதும் எல்லாவற்றையும்விட முக்கியம் என்பதை அந்தப் புத்திசாலி அறியவில்லை. அவன் ஆளுமை கொள்வதை எதிர்த்துத்தானே வெளியில் வந்தேன். கொஞ்சம் அனுமதித்தாலும் வெள்ளமாக வந்து மூழ்கடித்துவிடுவான். ஆதியின் நினைவோடு நடக்க விரும்பாமல் அருகிலிருந்த சிமெண்ட் பெஞ்சில் அமர்ந்தேன். உள்ளுக்குள் வளர்ந்து பெருகிய எண்ணத்தைத் தடுக்காதிருந்தேன். சிறு தூறல் மேனியில் விழுந்து பழைய நினைவுகளைக் கிளறியது.

ஆதியைப் பிரிந்த மழைநாள் மனதில் ஓடியது. அவன்தான் அன்று எவ்வளவு மதுரமாக இருந்தான்!

அன்று சிறு தூறலாகத்தான் மழை தொடங்கியது. ஜன்னல் வழியாக வெளியே பார்த்தவாறு அமர்ந்திருந்தேன். எதிரே இருந்த மற்றொரு ஜன்னலுக்கு அருகிலிருந்த ஆடுநாற்காலியில் ஆதி. மௌனம் வெளியாக விரிந்துகொண்டிருந்தது. எல்லா வற்றையும் பேசி முடித்திருந்தோம். காற்று அள்ளிவந்த மழைத் துளிகளைக் கைநீட்டி வாங்கினேன். மழையீரம் எனக்குள் பரவக் காத்திருந்தேன். உள்ளிறங்கிய ஈரத்தில் சற்றே கிடந்தேன். பெரும் மழைத்துளியொன்று ஜன்னல் கம்பியில் பட்டு என் நெற்றியில் தெறித்தது. தூறல் பெரிதாகிச் சாரலாகச் சிறிது நேரம் நீடித்துப் பிறகு பலத்த மழை. தடித்த மழைக் கோடுகளின் இடைவெளியில் மங்கியது மலைவெளி.

மழை நீர்ச்சுவராகக் கண் எதிரில். மழையை வாரி வீசி, மர உடல்களை நனைத்த காற்று தரையில் மோதி வடிவம் கொண்டது. மழை ஓய்வதாகத் தெரியவில்லை. அதன் வேகம் ஒவ்வொரு கணமும் கூடுவதை மட்டுமே கேட்க முடிந்தது. மழை அடர்ந்து அருவியாகக் கொட்டியது. சாதாரண மழை யாகத் தெரியவில்லை. கொட்டித் தீர்க்கும் தீவிரம் அச்ச மூட்டியது. மழை, மழை மட்டுமே பெய்துகொண்டிருந்தது. காணும் வெளி . . . மழை. கேட்கும் ஓசை . . . மழை. நேற்றின் அடையாளங்கள் முழுவதையும் அடித்துப்போவதான மழை. மிச்சமில்லாது பெய்து முடிக்கும் வெறிகொண்ட மழை. நீர் முழுக்கவும் மண்ணில் இறங்கி வேறு எங்கோ செல்வதாகப் பட்டது. ஜன்னல் தாண்டிய வெளியை ஆதி வெறித்துப் பார்த்துக்கொண்டிருந்தான்.

அறைக்குள் இன்னொரு பொருளாக அவனைப் பார்த்தேன்.

மனம்தான் எப்படி மாறிவிடுகிறது. யாரைக் கண நேரமும் பிரியாதிருந்தேனோ அவனைச் சட்டென்று விலக்க முடிகிறதே! மாறிய இந்த மனதை நினைத்து நானே ஆச்சரியப்படுகிறேன். ஒன்று ஆதியோடு இருப்பேன் அல்லது அவன் நினைவோடு

வாழ்வேன். அவன் அருகில் இல்லாதபோதும் அவனிடம்தான் பேசிக்கொண்டிருப்பேன். அவனைத் தாண்டி யோசிக்க ஒரு விஷயமும் இருந்ததில்லை. இப்படியாகப் பத்து ஆண்டுகள் ஓடியிருக்கின்றன. இன்று எல்லாம் தலைகீழ்.

எண்ணத்தை வெளியிலிருந்து ஒதுக்க முடியாது. ஒரு எண்ணத்தை வேறொரு எண்ணத்தால்தான் முறிக்க முடியும் என்று அவன்தான் சொல்வான். காற்று மாதிரி எண்ணமும் உடலுக்கானதோ! எண்ணம்... சில நேரங்களில் பிரியமாக அழைத்துப் போகிறது. புயலாகிப் பிடரி பிடித்து உலுக்குகிறது. மடியில் கிடத்தி ஆறுதல் சொல்கிறது. பெருவெளியைக்கூட மலரின் விளிம்பில் காட்டிச் சிரிக்கிறது. மலை உச்சியில் நிற்கவைத்து ஆகாயத்தைத் தரையில் எறிகிறது.

அவனோடு வாழ்ந்ததும் பிறகு விலகத் தூண்டியதும் எண்ணம்தான். அது எதைச் செய்யவில்லை? இந்த காஃபி ஷாப் இவ்வளவு வசீகரமானதற்கு எது காரணம்? உள்ளிருக்கும் அந்த இளைஞனைப் பற்றிய எண்ணம்தானே! அவனைக் காணக் கண்கள் பரபரக்கின்றனவே! இந்த எண்ணத்தை வேறு ஒரு எண்ணம் வந்து விரட்டாதவரை இதில், நான் செய்ய என்ன இருக்கிறது?

அந்த வயதில் ஆதிதான் எல்லாமும். அதற்கு முன்பிருந்த 'நான்' அழிந்து அந்தப்பொழுதிலிருந்து தோற்றம் கொண்ட 'நான்' அவனுக்காகக் காத்திருப்பதும் அவன் வந்ததும் அவனை மனதிலும் உடலிலும் வரித்து அப்பொழுது விரியும் உலகில் ஆசையாக வேறு ஏதுமற்றுக் கிடப்பதும் என ஒவ்வொரு நாளும் தொடரும். அருகில் இருக்கும்போது அவனோடு கரைந்துவிடுவதும் அருகில் இல்லாதபோது மீண்டும் அவனைக் காணக் காத்திருப்பதுமான வாழ்க்கை. அவனுக்கும் அப்படித் தான்.

களித்திருந்ததும் உறங்கியதும் எப்போது நிகழ்ந்ததென அறியாது திகைப்பேன். அந்த நேரத்தில் உயிரைவிட உடலை அதிகம் நேசிப்பேன். பிரியமான பொழுதுகள் அவை. அதுவரை கண்டிராத சுவையை உயிர் பருகும். விளிம்புடைந்து உடல் பெருவெளியில் பரவும். பரவசத்தின் உச்சத்தில் மரிக்கும் வெறி ஆட்கொள்ளும். அவனிடம் இதைப் பலமுறை கூறியிருக் கிறேன். போதும் போதும் என்று முணுமுணுத்தபடி மேலும் மேலும் சுகிப்பேன். "கொடுத்துக்கொண்டே இருக்கிறாயே!" என்பேன். அவன் சொல்வான் "இல்லை... உன்னை வாங்கிக் கொண்டிருக்கிறேன்" என்று. கொடுப்பதும் வாங்குவதும் ஒரே நேரத்தில் நிகழும்.

காலையில் எழுந்ததும் கண்பொத்தி அழைத்துச் செல்வான். இசையா? காற்றின் ஓசையா? என்று பிரித்தறிய முடியாத இடத்தில் நிறுத்திக் கண்திறக்கச் சொல்வான். வானம் கீழிறங்கித் தாவரப் பசுமையைத் திரட்டும் இடமொன்றில் கண்திறப்பேன். காட்டின் ஓசை காதுகளில் ரீங்காரமிடும். காட்சியில் ஒட்டிக் கொண்ட கண்களை விலக்க முடியாது தவிப்பேன். காலை தொடங்கி இரவு படுக்கும்வரை இப்படிப்பட்ட அனுபவங்கள் நிறைய. புதுப்புது அனுபவங்கள் பரவசம்கொள்ளவைத்தன. நாங்கள் படைத்துக்கொண்ட உலகம், அதில் உருவாக்கிக் கொண்ட அனைத்தும் புற உலகத்தை என்னிலிருந்து அழித்தன.

இன்று என்ன ஆயிற்று? எப்படி அவனிடமிருந்து விலகி னேன்? அவன் இல்லாது மணித்துளிகூட முன்பு கடக்க முடியாதே. இன்று அவனைப் பார்க்காமல் மாதங்கள் கடக்க லாம். அவன் பேச்சைக் கேட்கவெனக் காத்திருந்த வேட்கை சற்றும் இல்லையே! என்ன நிகழ்ந்தது எனக்குள்? நீர்த்து விட்டானோ? சரியாகத் தெரியவில்லை. இப்பொழுதும் அவனை நெருக்கமாகவும் உரிமையோடும் நினைக்கிறேன். ஆனால் அவனை இன்று முன்போல மனதாலும் உடலாலும் ஏற்க வியலாது. இப்போதைய என் எண்ணம் விரிக்கும் உலகில் அவன் உயிர்வாழ முடியாது.

இதை அவனிடம் எந்தக் கிளி போய்ச் சொல்லும்?

காயம்படாது என்னை ஆதியிடமிருந்து மீட்டேன். காத்திருக்கும் இளைஞனின் முகம் மனதில் நிழலாடியது. பள்ளத்தாக்கில் நீளும் சாலையிலிருந்து கிளை பிரிந்து மேலேறும் பாதையில் நடந்துகொண்டிருந்தேன். நடைபாதையின் இருபக்கமும் நெருக்கமாக மரங்கள். திட்டமிட்டு வளர்க்கப்பட்ட தோற்றம் இல்லை. மரங்களின் அணைப்பில் நடந்தேன். தாவர உயிர்களால் தீண்டப்பட்ட உடல் ஆனந்தமாயிருந்தது. கால்பந் தாட்ட மைதானத்தில் நிற்கும் கருப்பின வீரர்கள்போல மரங்கள்.

2

மலையின் தாவர அமைவைக் குலைக்காத கட்டடத்தைக் கொண்டது அந்தக் காஃபி ஷாப். வண்டிகளைத் தூரத்தில் நிறுத்திவிட்டுச் சற்று மேடேறிப் பின் தாவர அடர்த்தியின் ஊடே நடக்க வேண்டும். மலை நகரத்தில் ஊருக்கு வெளியே, சாலையிலிருந்து உள் மறைந்து, சரிவில் படியக் கட்டப்பட்ட கட்டடம். கருங் கல்லும் செங்கல்லும் நிறம் மாறாது இணைந்து வேர்களும் பாறைகளும் தாங்கி நிற்கச் செயற்கை வண்ணம் மறுத்த கட்டடம். பழமையின் அழகை உள்வாங்கி மிளிரும் நவீன முகம். ஆங்கிலத் துரைமார்கள் தமக்காகவும் பிற எஸ்டேட் முதலாளிகளுக்காகவும் ஏற்படுத்திய கேளிக்கைத் தளம். துரைமார்களின் 'காஃபி க்ளப்' என்று வயதானவர்களிடம் இதற்குப் பெயர்.

வானத்தில் சுடரும் நிலவாக மலைக்காட்டில் ஒளிரும் இந்தக் கட்டடத்தை வடிவமைத்த பொறியாளரே காஃபி ஷாப் உரிமையாளர். அவருக்கு மரங்கள்மீது அலாதி மோகம். இந்தப் பகுதிக்கு மரங்களின் பூமி என்ற பெயரும் உண்டு. அத்தனை வகை மரங்கள் ஓரிடத்தில். தூரதேச மரங்களையும் இந்தப் பிரதேசத்திற்கே உரிய மரங்களையும் நட்டுவளர்த்த ஆங்கிலேயத் துரையின் பெரிய படம் சுவரில் தொங்கும். அந்தப் படத்தையே பார்த்துக்கொண்டிருப்பேன். நேரம் நகர நகர அவர் தோற்றம் மறைந்து மரங்கள் மட்டுமே தெரியும். தலையை உலுக்கி மீண்டும் சுவர்மீது தொங்கும் படத்தைப் பார்ப் பேன். அவர் முகம் பார்வைக்கு வராது. பலமுறை முயன்றும் முதலில் பார்த்த அவர் முகம் படத்தில் தெரியாது. ஒவ்வொருமுறையும் இப்படி நிகழும் அதிசயத்தை வியப்பேன்.

காவலாளியின் வணக்கத்தைத் தலையசைத்து ஏற்று உள்ளே நுழைந்தேன். சற்றுத் தூரத்திலேயே மாறியிருந்த பெயர்ப்பலகையைக் கவனித்தேன். 'டாப் காஃபி.' எனக் குள்ளேயே சொல்லிப் பார்த்துக்கொண்டேன். நீளமான நடையில் கிழக்கில் நடந்து வலப்புறம் திரும்பினேன். வழியில் மாட்டியிருந்த படங்கள் எப்பொழுதும்போலக் கவனத்தை ஈர்த்தன. நூறு ஆண்டுப் பழமை அழியாது அவை சுவரில் தொங்கின. கிழக்கும் மேற்கும் சங்கமிக்கும் படங்கள். காஃபி ஷாப்பை நெருங்கும்போதே உள்ளேயிருந்த பணியாள் கண்ணாடி வழியாகப் பார்த்து அவசரமாகக் கதவைத் திறந்தான். வேலைப்பாடு மிகுந்த வெளிக்கதவை இப்பொழுதும் நின்று பார்க்கவில்லை.

ஹாலின் மூலையில் வழக்கமாக அமரும் இடம் நோக்கி நகர்ந்தேன். உள்ளே நுழைந்ததும் ஒரு நெருக்கம் பற்றியது. உறுத்தும் பொருள்கள் இல்லை. தனித்துப் பார்த்தாலும் சேர்த்துப் பார்த்தாலும் எல்லாம் அழகு. பணியாளர் சிந்திப்போன புன்னகை ஒளிர்ந்துகொண்டிருந்தது. கூட்டம் இல்லாத சூழல் பிடித்திருந்தது. நாற்காலியில் அமர்ந்து முதுகை வளைக்காமல் சாய்ந்துகொண்டேன். ஆடை மழையில் நனைத்திருந்தது. கண்கள் குறுகிய ஆரத்தில் சுழன்று திரும்பின. மேசையும் அதன்மீதிருந்த பொருள்களும் சுத்தமாக இருந்தன. சாப்பிடும் இடத்தில் சுத்தம்தான் முதல் ருசி.

மொபைல் மெல்லச் சிணுங்க ஆர்வத்துடன் எடுத்தேன். "வந்துவிட்டீர்களா?" காதில் விழுந்த வார்த்தை நொடியில் உடல் முழுவதும் பரவியது. பரவசம் மறைத்துக் "காத்திருக்கிறேன் கவின்" என்றேன். "வரச் சற்று நேரமாகும்" என்றான். வேறு பணியாளர்கள் என் மேசைக்கு வரமாட்டார்கள். என்னை யார் கவனிப்பார்கள் என்று அவர்களுக்குத் தெரியும். கவின் வரத் தாமதமானாலும் எனக்கான உணவு வந்துவிடும்.

மேசைகள் நெருக்கமற்றிருந்ததை இன்றுதான் கவனித்தேன். குழந்தைகள் ஓடிப்பிடித்து விளையாடலாம். வலது பக்கம் இரண்டு மேசைகள் தள்ளிக் கணவன் மனைவி காஃபி அருந்திக் கொண்டிருந்தார்கள். அநேகமாக நான் வரும்போதெல்லாம் அவர்களும் இருப்பார்கள். அதுவும் அதே மேசையில். காஃபி கப் இருக்கும். ஆனால் அவர்கள் காஃபி அருந்தி ஒருமுறைகூடப் பார்த்ததில்லை. உணவு எதுவும் சாப்பிடமாட்டார்களா? கவினிடம் கேட்க வேண்டும். இருவர் பார்வையிலும் தெரிந்த நெருக்கமும் பிரியமும் சற்று ஏக்கப்படவைத்தன. என்னைப் பார்ப்பதாக உணர்ந்து மெல்லப் புன்னகைத்தேன். மேசையும் அதன்மீதிருந்தவையும் சென்றமுறை பார்த்ததுபோலவே

க.வை. பழனிசாமி

தோன்றின. மேசையில் அன்று பார்த்த அதே சிவப்பு ரோஜா. பணியாளர் யாரும் அந்த மேசைப் பக்கம் போனதாகத் தெரியவில்லை.

நாம் வரும்போதெல்லாம் இந்தப் பெண்ணை அதே நாற்காலியில் பார்ப்பதாக அவர்களும் எண்ணுவார்களோ? மெரூன் நிற டீசர்ட்டில் அவரையும் பாசிப் பச்சையில் தங்கநிறப் பூக்கள் தெறித்த சல்வார் உடையில் அந்தப் பெண்மணி யையும் முன்பு பார்த்தபோது அணிந்திருந்த அதே உடையில் கண்டேன். கண்கள் சுவரிலிருந்த கடிகாரத்தைப் பார்த்தன. சரியாகக் காலை பதினொன்று. அந்த இடத்திலிருந்து அவசர மாகக் கண்களைப் பெயர்த்தேன். ஒருவேளை நான் பார்ப்பது சுவர் ஓவியமோ? கண்களை அகல விரித்து மீண்டும் அவர் களைப் பார்த்தேன். உயிருள்ள மனித உடல்கள். சந்தேகம் கொள்ள ஏதும் இல்லை. அதீதமாகப் பார்ப்பதாக நினைத்து ஒதுக்கினேன்.

கண்கள் சும்மாயிருப்பதே இல்லை. அலையும் கண்களைக் கொஞ்ச நேரம் கட்டிப்போட வேண்டும். "உன் கண்கள் ஆபத்தானவை. உனக்கா மற்றவர்களுக்கா எனத் தெரியவில்லை" என்பான் ஆதி பலநேரங்களில். நெருக்கமான பள்ளித்தோழிகூட அப்படித்தான் சொல்வாள். பள்ளி நாட்களின் ஞாபகம் வந்தது. நண்பர்கள் மத்தியில் தனியாகத் தெரிந்த அவன் – பெயரை உரக்கச் சொல்லி மகிழ்ந்தேன் – முகம் அழியாது அப்படியே இருக்கிறான். இருவரும் பரிமாறிக்கொண்ட கடிதங்கள் — பண்டிகை நாளில் நண்பர்களோடு என் இடம்தேடி வந்தது – கோவிலில் படைத்த மாவு உருண்டையை அவன் கையில் வேகமாக ஓடித் திணித்தது எல்லாமும் நினைவில் வந்தன. அவனை மீண்டும் பார்க்க நேர்ந்தால் . . . ?

அலையும் கண்களை எங்கே வைப்பது? சற்றுத் தூரத்தில் யாருமில்லாதிருந்த மேசைமீது வைத்தேன். "எங்கும் நகராது அங்கேயே இருக்க வேண்டும், புரிந்ததா?" கண்டிப்போடு சொன்னேன். குழந்தையை அடக்கி உட்காரவைப்பதாக நினைத் தேன். மேசைமீதிருந்த கண்களைக் கவனமாகப் பார்த்துக் கொண்டேன். ஆமாம் அது யார் கண்கள்?

ஹாலின் கதவைத் திறந்து இருவர் நுழைய குதூகலம் முயல்குட்டியாக மடியில் ஏறியது. பரந்த மார்பு. வெண்சிவப்பு நிற இளைஞன். கோதிவிடத் தோன்றும் அடர்த்தியான தலைமுடி. குறிப்பிட்டுச் சொல்ல முடியாத நிறத்தில் சட்டை அணிந்திருந் தான். நீண்டு திரண்ட கைகள். அவனோடு வந்த பெண், தன் கைகளை இறுக்கமாக அவன் கையில் கோத்திருந்தாள்.

இளைஞனின் உதட்டோரத்தில் வழிந்துகொண்டிருந்தது குறும்பா? திருமணம் ஆனவர்களாகத் தெரியவில்லை. நண்பர் களாகவும் இருக்கலாம். யோசனை ஹாலுக்குப் புதிய வண்ணம் பூசியது. அந்தப் பெண்ணைவிட இளைஞனை அதிகமாகக் கவனித்தேன். அவன் பேசிய ஒவ்வொரு வார்த்தைக்கும் அந்தப் பெண் சிரித்தாள். பள்ளிநாட்களில் நெருக்கமாயிருந்த அவன் ... மீண்டும் பெயரை உரக்கச் சொன்னேன். திரும்பவும் நினைவில் வந்தான். சதாசிரிக்க வைத்தபடியிருப்பான். வீட்டிற்கு வந்துகூடச் சிரிப்பேன். அம்மா கலக்கமாகப் பார்ப்பாள்.

ஜன்னல் தாண்டி விழிக்க மலைத்தொடர் வெண்பனியில் மிதந்தபடியிருந்தது. பள்ளத்தாக்கிலிருந்து மேலேறியப் பனிப் புகை ஹாலுக்குள் கொஞ்சமாகக் கசிந்தது. வெளிச்சம் மெல்லத் தீண்ட அடர்ந்த மலைக்காடு பனிக்குள்ளிருந்து சற்றே எட்டிப் பார்த்தது. காட்டின் அடர்த்தியில் என் வீட்டைத் தேட முயன்ற கண்கள் பனியில் மோதிக் குளிர்ந்தன.

மஃப்ளருக்கும் கழுத்துக்கும் இடையே பனியீரம். உதட்டைக் குவித்துக் காற்றை உறிஞ்சிப் புகையாக ஊதினேன். மலைக் காற்று திரைச்சீலைகளை உரசி உள்ளே நுழைந்து காதில் மெலிதாக ஒலித்தது. வெளியே மரங்கள் காற்றில் அலைந்தன. பிரியமான அந்த வரிகளை மெல்ல முணுமுணுத்தேன்.

"காற்றே வா. மெதுவாக வா.
ஜன்னல் கதவை அடித்து உடைத்துவிடாதே
காகிதங்களையெல்லாம் எடுத்து விசிறி எறியாதே
அலமாரிப் புத்தகங்களைக் கீழே தள்ளிவிடாதே
பார்த்தாயா! இதோ தள்ளிவிட்டாய்
புத்தகத்தின் ஏடுகளைக் கிழித்துவிட்டாய்
மறுபடி மழையைக் கொண்டுவந்து சேர்த்தாய்
வலியிழந்தவற்றைத் தொல்லைப்படுத்தி
வேடிக்கை பார்ப்பதிலே நீ மஹா ஸமர்த்தன் . . ."

'வலியிழந்தவற்றைத் தொல்லைப்படுத்தி ...' இந்த வரிகளை எழுதிய கவிஞனின் அனுபவங்களை நினைத்தேன். இப்படியான கவிதை மனம் வாழ்வில் அபூர்வம்.

"நொய்ந்த வீடு நொய்ந்த கதவு நொய்ந்த கூரை
நொய்ந்த மரம், நொய்ந்த உடல், நொய்ந்த உயிர்
நொய்ந்த உள்ளம் – இவற்றைக் காற்றுத் தேவன்
புடைத்து நொறுக்கிவிடுவான்
சொன்னாலும் கேட்கமாட்டான்."

இனப்படுகொலையில், மதவெறியில், வக்கிரப் பசியில் செயல்பட்ட ஆண்களிடம் கெஞ்சிய, அழுத பெண்களைத்

துவம்சம்செய்த பேய்க்காற்றை என்ன செய்ய முடிந்தது? அதிகாரம்தான் புயலின் மையம். தனிமனிதன், சமூகம் என அதிகாரம் எங்கும் மையம்கொள்ளும் சாத்தியம். மனதின் வலி அதற்குத் தெரியாது. தெரிந்துகொள்ள விரும்பாது. செல்லிடத்தில் சினங்காக்காது. நொய்ந்த இடம் நோக்கித்தான் நகரும். கதறி அழுத பலகோடி உயிர்களால் எதை மீட்க முடிந்தது?

மடிந்துபோன பெண்களுக்குள் உறைந்துவிட்ட, யாரிடமும் சொல்லாத வார்த்தைகள் யார் கேட்பதற்காக மீண்டும் உயிர்த்தெழும்? இப்படியான பாதகங்களை ஆண்கள்தாமே செய்கிறார்கள்? போரின்போதும் மதக்கலவரத்திலும் தேடித் தேடிப் பெண்களை இழுத்துவந்து சிதைத்த கொடுமையை எளிதாக மறந்துபோன சமூகத்திடம் கெஞ்சும் கீழ்மனம் மறுத்தேன். எந்தச் சூழலிலும் உடைபடாத உறுதியை விரும்பினேன். கவியின் மற்ற வரிகளில் படிந்தேன்.

"ஆதலால் மானுடரே வாருங்கள்.
வீடுகளைத் திண்மையுறக் கட்டுவோம்.
கதவுகளை வலிமையுறச் சேர்ப்போம்.
இங்ஙனம் செய்தால் காற்று நமக்குத்
தோழனாகிவிடுவான்."

கவிதை வரிகளை மீண்டும் எனக்குள் பாடினேன். அந்த வரிகளைச் சகபெண்களுக்கு அர்ப்பணித்தேன். என் அனுபவத்துக் கேற்பப் பொருள்கொள்வதற்குக் கவிதையில் இடம்விட்டிருந்த கவியை மதித்தேன்.

"உடலை உறுதிகொள்ளப் பழகுவோம் – உயிரை வலிமையுற நிறுத்துவோம் – உள்ளத்தை உறுதிசெய்வோம்" வரிகளை உடலின் திசுக்களில் கரைத்தேன்.

"மெலிய தீயை அவிழ்த்துவிடுவான் – வலிய தீயை வளர்ப்பான் . . . காற்றை உள்ளே இழுத்து . . ." திரும்பத் திரும்ப இதையே உச்சாடனம் செய்தேன்.

அருகில் யாரோ நின்றதை உணர்ந்து கண்திறந்தேன். கவின் சிரித்த முகத்துடன் நின்றுகொண்டிருந்தான். "காற்றே வா கவிதையா . . . க?" அவன் கேட்கப் புன்னகைத்தேன். க என்றுதான் என்னை அழைப்பான். "இந்தக் கவிதையைத்தான் நினைப்பதாக எப்படித் தெரிந்துகொண்டாய்?"

"முகம் வலிமையாய்ச் சுடர்கிறதே! எந்தக் கவிதைக்கு இப்படியான பலம் உண்டு?" என்றான். முதிர்ந்த தேக்கை இழைக்கும்போது தெரியும் நீரோட்டத்தின் ஒளிபோல நின்றான். என்னை டாப் காஃபி ஈர்ப்பதன் ரகசியம் இவன்தான். அருகில் வந்து பேசிய அவன் கைகளைப் பற்றிக்கொண்டேன்.

"வீட்டிற்குப் போவதாக முன்பே சொல்லி இருந்தேனே. வேலைகள் நிறைய உள்ளன. இன்று கண்டிப்பாகப் போகிறோம்" என்றேன். அவனிடம் சொல்வதற்காக வைத்திருந்த விசயத்தில் கவனம் கொண்டேன். அதை அவனிடம் எப்படிச் சொல்வது என்ற தயக்கமும் கூடவே எழுந்தது.

"முதலில் காஃபி அருந்துங்கள். பிறகு வருகிறேன். வேலைகள் கொஞ்சம் பாக்கியுள்ளன. விரைவில் முடித்துவிட்டு வருகிறேன்" என்றான் எப்பொழுதுமான புன்னகையோடு. அவன் நின்று நகர்ந்த இடத்தைக் கண்கள் வருடின. கட்டுடைந்த நான் பறவையாக வெளியில் அலைந்தேன். பனிபோர்த்திய மலை யெங்கும் விரிந்தேன். உச்சியிலிருந்து கீழே பள்ளத்தாக்கில் வேகமாக இறங்கினேன். அலகின் நுனியில் பனித்துளிகள். மரங்களின் மேலே பறந்து பின் ஆற்று நீரில் மூழ்கி ஈரவுடல் சிலிர்த்து வானம் எழுந்தேன். வேட்கை தீரப் பறந்து நாற்காலி யில் சரிந்தேன்.

கவினை நினைத்துப் பெருமிதம் கொண்டேன். வேலையை விடச் சொல்லி மூன்று மாதங்கள் ஆகின்றன. சட்டென்று வெளியேறுவதில் அவனுக்கு விருப்பம் இல்லை. மாற்று ஏற்பாடுகள் செய்யும்வரை காத்திருக்க வேண்டும் என்றான். எல்லாம் முடிந்து இன்று என்னோடு நிரந்தரமாக வரப்போகி றான். "இனிக் கவின் எல்லா நேரமும் என்னோடு" என்ற எண்ணம் இனிமையாக உயிரில் இறங்கியது.

மேசைமீது கட்லெட்டும் ப்ளாஸ்கில் காஃபியும் இருந்தன. அழகாக வெட்டப்பட்ட காய்கறிகள், வெள்ளரித் துண்டுகளுக்கு நடுவே ஈர்க்கும் வடிவிலிருந்த கட்லெட்டைத் துண்டாக்கத் தயங்கினேன். சிறிது நேரம் அதையே பார்த்துக்கொண்டிருந்தேன். காஃபியைக் கோப்பையில் பாதி அளவு ஊற்றிக்கொண்டேன். காஃபியின் கசப்பு அழியாதபடி அளவாகச் சர்க்கரை சேர்த்தேன். காஃபியின் மணம் பருகும் ஆவலைத் தூண்டியது. ஒவ்வொரு மிடறாய் மெதுவாகப் பருகினேன். சுவை உள்ளே முழுவதும் இறங்கி வியாபிக்க அவகாசம் தந்தேன். காஃபியோடு கவின் தந்த அனுபவமும் கரைந்து ஆனந்தமாய்ப் பரவியது.

காதில் விழுந்த வீணையிசையில் மீட்டும் விரல்கள் தெரிந் தன. எனக்கான இசையைக் கவின்தான் தேர்ந்து போட்டிருப் பான். வீணையின் இசை வழிந்து உயிரை நனைத்தது. மொழி அழிந்து ராகம் கொண்ட வார்த்தைகள். இசைவெளியில் உடல் துறந்து அலையும் சுகமே அலாதியானது. வாழ்வின் இந்த இருப்பைவிட வேறு என்ன வேண்டும்? வரும் வழியில் என்னிடம் பேசிய 'குரலை' நினைத்துக்கொண்டேன். எந்தப் பெண்ணும் இதுவரை வாழ்ந்திராத வாழ்க்கை எனக்கு அமையப்

க.வை. பழனிசாமி

போவதாக அது கூறியதே! அப்படிப்பட்ட வாழ்க்கை எதுவாக இருக்கும்? அந்த ரகசியக் குரல் எதோ ஒரு தீர்க்கதரிசனத்தைச் சொல்கிறது. அடுத்தமுறை அந்தக் குரல் பேசும்போது கவனித்து அறிய வேண்டும்.

உயிரே வண்ணமயமாய் மிளிர்ந்தது. மனம் ஆசை ஆசை யாய் எண்ணங்களை வளர்த்தது. எண்ணம் வேண்டியன எல்லாம் தரும். கண் மூடி உள்ளோடும் எண்ணங்களைக் கவனித்தேன். குளத்து மீன்களாக வடிவம்கொண்ட எண்ணங்கள் துள்ளின. அசைவின்றிப் பார்த்திருந்தேன். வண்ணமேறித் துள்ளிய மீன்களில் ஒன்றைக் கொத்தி நகர்ந்தேன்.

இன்று இந்த ஒரு மீன் போதும்.

ஆழமாக மூச்சிழுத்தேன். மனவெளிக் காட்டில் கொஞ்சமே எரிந்த தீ வளர்ந்தது. பெரிதாக வளர்ந்து எரியும் தீ ... பேய்க் காற்றையும் சாதகமாக்கிக்கொள்ளுமென்னும் கவிதை வரிகளில் கரைந்தேன். தீயாய், காற்றாய் ஆனேன். தேடித் தேடிக் காட்டின் உடல்கள் பற்றி எரித்தேன். வெந்து தணிந்தது காடு. புதிய உடல் கிடைத்த பரவசம்.

எண்ணம் கட்டற்று ஓடியது. வெளியில் நின்று, பொங்கிப் பெருகி ஓடும் அதன் அழகில் லயித்திருந்தேன். மனதை வருத் தாத எண்ணங்களை வளர்க்கக் கற்றுக்கொண்டிருக்கிறேன். ஆதியை அறியவராத நாட்களில் 'மனம்' என்னைப் பாடாய்ப் படுத்தியதை இப்பொழுது நினைத்தாலும் அச்சம் கவ்வும். ஆனால் இன்று நான்தான் எவ்வளவு மாறிப்போய்விட்டேன்!

கண்கள் எதிரிலிருந்த சுவர் ஓவியத்தில் கவிந்தன. விளிம்பில் நிற்காத வண்ணக் கலவை. விரியும் கேன்வாஸ். அதைக் காணும் மனம் உருப்பெருக்கிய பிம்பங்கள். எல்லாவற்றையும் அள்ளி ஜன்னலுக்கு வெளியே வீசினேன். அவை விதைகளாய் மண்ணில் விழுந்தன. தாவரங்கள் பெருகித் திடுமெனத் தோற்றம்கொண்டது காடு. வண்ணமாய் விரிந்தது வெளி.

இந்த நேரம் நான் காணும் உலகம் என் படைப்பு.

ஜன்னல் தாண்டிய புறவெளி முழுவதும் எனது புலன்விழி தீட்டிய வண்ணங்கள். சுயவண்ணம் அகத்திலும் புறத்திலும். காற்று வளர்க்கும் வண்ணம் தீயாக எங்கும் பரவியது. "காற்றே வா ... காற்றே வா ..." என மீண்டும் மீண்டும் முணுமுணுத்தேன்.

ஓவியனுக்கு முன்னால் தீட்டப்படக் காத்திருக்கும் கேன்வாஸ் போல வெண்பரப்பாய் ஒளிர்கிறது உள்வெளி. விரும்பும் அனுபவங்களுக்கு ஆட்பட்டு உள்காணும் வண்ணங் களைத் தீட்டி மகிழ்கிறேன். மண்ணும் வானமும் எனதென

வாழ்கிறேன். உயிர் அபூர்வ வஸ்து. எங்கும் செல்லுபடியாகும் நாணயம். என்னிடம் இருக்கும் எல்லாவற்றிலும் மேலானது. 'உயிர்' என் ஆளுமையின் எல்லை. உடலின் விளிம்பில் அடக்க மாயும் இருக்கும். முயன்றால் பேரண்ட விளிம்பில் நின்றும் கூத்தாடும். இந்த அற்புத உயிரை வருத்த யாரையும் அனுமதிக்க மாட்டேன்.

காணும் மழை, உணவின் ருசி, தாவர அடர்த்தி, என்மீது படியும் பனி, ஆசையாகப் பார்க்கும் கவின், தூரத்தில் பள்ளத் தாக்கில் இறங்கிப்போகும் சிறுமி, வெளிச்சம் அள்ளி எறியும் சூரியன், கவியும் இருள்... எல்லாமும் உயிர். உடலின் சிறு எல்லைக்குள் ஓடும் இந்த ஆற்றில் பேரண்டமும் கரைந்திருப்பது அதிசயம்தான்.

மரணம் இந்த உடலை மட்டுமா கொண்டுபோகிறது? இந்த உடலுக்கான பிரக்ஞையையும் சேர்த்தல்லவா கொண்டு போகிறது. பிரக்ஞை இல்லாது நான் ஏது? நான் பார்க்கும் இந்த உலகேது? கவினை அறிந்துவைத்திருக்கும் இந்தப் பிரக்ஞை உடலைத்தான் நேசிக்கிறேன். என்னை எனக்கு உணர்த்தும் இந்தப் பிரக்ஞை உடல் ஒருமுறைதானே பிறக்கிறது? அபூர்வப் பிறப்பை முற்றாக வாழ்ந்து முடிக்கும் வெறி வளர்க்கிறேன்.

"நாலு பேர் மதிக்க வாழ வேண்டாமா?" அப்பா அடிக்கடி கேட்ட கேள்வி. யார் அந்த நாலு பேர்? அப்பாவிடம் கேட்ட தில்லை. கேட்டு ஒன்றும் ஆகாது. அந்த நாலு பேருக்குப் பயந்து அப்பாவால் திணிக்கப்பட்ட வாழ்க்கையை மேலும் தொடர அனுமதித்திருந்தால் மண்மூடிப் புல்முளைத்துப் போயிருப்பேன். ஆதிதான் ரட்சகனாய் வந்து என்னை மீட்டான். எதையும் தைரியமாகச் சந்திக்கும் வித்தையைக் கற்றுத் தந்தவனும் அவன்தான்.

அவன் எதிர்பார்க்காத நாளில் ஆதியிடம் "உன்னைவிட்டு முழுதாக விலகப்போகிறேன்" என்றேன். கண்களை மூடிச் சற்றுக் காத்திருந்துவிட்டு மெதுவாகச் சொன்னான் "அது உன் உயிரின் உரிமை. மனம் ஏற்காத எதையும் தொடராதே." அவனால் வேறு பதிலை எப்படிக் கூற முடியும்? மனம் ஏற் காத எதையும் கட்டாயப்படுத்துவது கொலையினும் கொடியது என்பான். அவன்தான் ஆண். அப்பா பயப்படும் அந்த நாலு பேருக்கு இதன் பொருள் புரியுமா?

ஆதி எங்கே போனான்? வீடு பணம் என எல்லாவற்றையும் என்னிடம் விட்டுவிட்டு எளிதாய் விலக அவனால் எப்படி முடிந்தது? பெரிதாக ஏதோ நடக்குமென எதிர்பார்த்தேன். அப்படி எதுவும் நடக்காதது ஆச்சரியமாயிருந்தது. ஒருவேளை

அந்தரங்கத்தை எட்டிப்பார்த்துவிட்டானோ! சுருக்கென்று ஏதோ குத்தி வலித்தது.

புயலில் அகல்விளக்கை அணையாது எடுத்துச் செல்லுவது போல அவ்வளவு கவனமாய்ப் பார்த்துக்கொண்டான். அப்படி அவன் இருக்க வேண்டிய அவசியம் என்ன? என் உடலா? உள்ளமா? எதை விரும்பினான்?

"என்னைப் பார்க்கும் அந்தக் கண்கள் மரித்துவிட்டன. இனி எனக்கானது எதுவும் உன்னிடம் இல்லை" - அந்த மழை நாளில் அவன் பேசிய கடைசி வார்த்தைகள் இவை மட்டுமே.

3

ப்ளாஸ்கிலிருந்து கொஞ்சம் காஃபியை ஊற்றி னேன். கட்லெட் துண்டு ஒன்றை வாயில் போட்டுக் கொண்டேன். காஃபியை மெல்ல உறிஞ்சினேன். மிதமான காரத்தில் காஃபியின் கசப்பு போதையை ஏற்படுத்தியது. பலதடவை ஆதியோடு இங்கு வந்துபோனதை நினைத் தேன். காஃபிக்குப் பதிலாகச் சில நேரங்களில் விஸ்கி ஒரு லார்ஜ் இருக்கும். முதல்முறையாக மதுவை என் னிடம் நீட்டியபோது மறுக்கத் தோன்றவில்லை. குடிப்ப தாகச் சொன்னால் ஆதிக்குக் கோபம் வரும். "மது அருந்தலாமென அழகாகச் சொல். தங்கக்கரைசல் பார்த் தாயா ..." என நீட்டுவான். க்ரிஸ்டல் கண்ணாடி தாண்டி ஒளிரும் மஞ்சள் திரவம் பருகும் முன்பே மனதில் ருசி ஏற்றும்.

கவின்மீதான எண்ணம் வளர்ந்து வேறு சிந்தனை களைத் துண்டித்தது. டாப் காஃபிக்குத் தனியாக வந்த ஆரம்ப நாட்களில் அக்கறையோடு கவனிப்பது மட்டும் தான் நடக்கும். மீண்டும் எப்போது வருவான் எனக் கவனித்தவாறிருப்பேன். அவனுக்கே தெரியாமல் அவ னைப் பார்த்துக்கொண்டிருப்பேன். காஃபியைக் குனிந்து வைத்துவிட்டு அவன் நகர்ந்த ஒரு நாள் மிக நெருக்கமாக அவன் கண்களைப் பார்த்தேன். இது நாள்வரை நான் அறியாது என்னுள் இருந்தவனைத்தான் பார்த்தேனோ! எனக்கு ஏன் அப்படித் தோன்ற வேண்டும்? அவனை மிக நெருக்கமாக உணர்ந்தேன். என் வீட்டில் நுழைவது போலவும் என் சட்டையை அணிவதுபோலவுமான நெருக்கம்.

அந்தக் கண்களுக்குரியவன் கண்டிப்பாகக் கலைஞ னாகத்தான் இருப்பான் என்னும் என் அனுமானம் பொய்க்கவில்லை. சில மாதங்களுக்கு முன்பு கையில் படங்களோடு கவின் இதே மேசை அருகில் வந்தான். தயங்கி அனுமதிக்குக் காத்திருந்தான். பெயர் சொல்லி உரிமையாக அழைத்தேன். "நான் வரைந்தவை" என்று இரண்டு ஓவியங்களை மேசைமீது வைத்தான். இப்படித் தான் தொடங்கியது எங்கள் இருவருக்குமான உறவு.

"என்னிடம் இவற்றைக் காட்ட வேண்டும் என்று எப்படித் தோன்றியது?" தெரிந்துகொள்ளும் ஆவலில்தான் கேட்டேன். ஆங்கில இதழின் பெயரைச் சொல்லி அதிலிருந்த ஓவியங்கள் காட்டிப் பேசியதை மறந்துவிட்டீர்களா என்றான். "அந்தப் பொழுதை மறக்க முடியுமா இளைஞனே" என்று சொல்லி அருகில் உட்காரச் சொன்னேன். நாசுக்காக மறுத்தான். புத்தகத் தில் வந்த ஓவியங்களைக் காட்டி அவனிடம் பேசியவற்றை ஞாபகப்படுத்திக்கொண்டேன்.

அது ஆங்கில மாத இதழ். உலகின் தலைசிறந்த ஓவியர் களைப் பற்றிய சிறப்பிதழ். டாப் காஃபிக்கு வரும் வழியில் வாங்கினேன். படங்களும் அவற்றின் மீதான குறிப்புகளும் இருந்தன. அதிலிருந்த வான்காவின் ஓவியம் ஒன்றைப் பார்த்துக் கொண்டிருந்தேன். கோதுமை வயல்வெளிக் காட்சி. அவருடைய மிக முக்கியமான ஓவியம் அது. பார்த்துக்கொண்டிருந்ததை யாரோ கவனித்த உணர்வு.

"உங்களுக்கு ஓவியம் பிடிக்குமா?" குரல் கேட்டு நிமிர்ந்தேன். பரவசம் உடல் முழுவதும் பரவியது. கவின் அந்த ஓவியங்களைப் பார்த்தவாறு நின்றிருந்தான். "ஆம்" என்று சொல்லிவிட்டு அந்த ஓவியத்தைப் பற்றிப் பேச ஆரம்பித்தேன். அவனிடம் பேசுகிறேன் என்ற எண்ணம் மேலும் பேசத் தூண்டியது.

கண்கள் ஒளிரக் கேட்டுக்கொண்டிருந்தான். வான்கா தீட்டிய ஓவியத்திலிருப்பதைப் போன்றே அவன் மரணம் நேர்ந்த நாளன்று கோதுமை வயல் தோற்றமளித்ததாம் என்றேன். புத்தகத்திலிருந்த வேறு படங்களையும் காட்டினேன். நெருங்கி வந்து எட்டிப் பார்த்துவிட்டுப் புன்னகையுடன் நகர்ந்தான். அதன்பின் மீண்டும் இங்கு வந்த ஒரு நாள்தான் படங்களோடு வந்தான்.

ஃபிரேம் செய்யாது கவனமாகச் சுருட்டியிருந்த கேன் வாஸைப் பிரித்தேன். படங்களையும் அவனையும் ஆச்சரியம் கலந்து பார்த்தேன். தான் கலைஞன் என்னும் பெருமிதம் இல்லாது நின்றிருந்தான். மீண்டும் ஓவியங்களைப் பார்த்து

விட்டுச் சட்டென்று எழுந்து அவன் கைகளைப் பிடித்து முத்தமிட்டேன். அதை எதிர்பார்த்திருக்கமாட்டான். இப்படி யான பிரமிப்பைத் தரும் ஓவியன் என்று நானும் எதிர்பார்க்க வில்லை. விழிகளில் ஈரம் படிந்திருந்ததைக் கண்டு பதறினான். சற்று நேரம் ஒன்றும் பேசவில்லை.

"கடந்த காலத்தின் கலை செத்துவிட்டது. இதோ எதிர் காலத்தின் கலை பிறந்துவிட்டது" என ப்யூச்சரிஸத்துக்குக் குரல் கொடுத்த இத்தாலியக் கலைஞன் ஞாபகத்துக்கு வந்தான். அதை அவனிடமும் சொன்னேன். வெட்கம் ஏறிய அவன் கண்கள் என்னைக் கவர்ந்தன.

அதன் பிறகு ஒவ்வொருமுறை நான் இங்கு வரும் போதும் தான் வரைந்த படங்கள் சிலவற்றைக் கொண்டுவந்து காட்டுவான். ஆரம்பத்தில் கோட்டுருவப் படங்களைத்தான் காட்டினான். "ஒரு படம், அதனை ஒரு பார்வையாளன் பார்த்த அந்த நொடியில் மாறுகிறது" என ழேன் ரெனே பெஜெம்ன் கூறியதன் உண்மையை உணர்ந்தேன். அவன் வரைந்தவை எனக்கான படங்களாக மாறிக்கொண்டேயிருந்தன. சில கோடுகள் அழியாமல் எனக்குள் தங்கிவிட்டன. தொடர்ச்சி யாக அவன் காட்டிய படங்களில் அவனது கோட்டு மொழி பிடிபட்டது.

பிறகு கவின் காட்டிய படங்கள் யாவும் வெவ்வேறு படிநிலைகளைத் தாண்டித் தமக்கேயான மாறாத மொழியைக் கண்டடைந்திருந்ததை உணர முடிந்தது. குறிப்பாக ஓவியத்தின் வண்ணத்திட்டுகள். தனித்தும் இணைந்தும் ஒட்டுமொத்த முழுமையோடு படிந்தும் காட்சியாகும் இசைவு இயற்கையை அழித்து மீட்டுருவாக்கும் படைப்பின் தொழிலாக இருந்தது. வண்ணங்களுக்கு இடையிலான 'வெளி' மிக முக்கியமானதாக அதில் உணர்ந்தேன். நவீன ஓவியத்தின் புரிதலோடும் மரபின் வேர்களைப் படைப்பின் அடி ஆழத்தில் பாதுகாத்தும் செயல் படும் அவனுடைய புத்தோவிய முயற்சியை அறிய முடிந்தது. ஓவியத்தைப் பற்றிச் சரியான புரிதல் கொண்ட இவனிடம் நான் அதிகம் பேசியிருக்க வேண்டியதில்லை எனப் பிறகுதான் உணர்ந்தேன். சரியாகவும் கூடுதலாகவும் அவனுக்குத் தெரிந் திருந்தது.

டாப் காஃபிக்குப் பிறகு வருவதே இந்தக் கலைஞனைச் சந்திக்கத்தான் என்றானது. உணவருந்தும் ஹாலில் நான் விரும்பிப் பார்க்கும் ஓவியம் அவனுடையதுதான் என்பதை எளிதாகத் தெரிந்துகொண்டேன். பார்த்து வியந்த ஓவியத்தைத் தீட்டியவன் என் எதிரில். அப்போது அடைந்த மகிழ்ச்சிக்கு

அளவே இல்லை. அபூர்வமான படைப்பை உருவாக்கிவிட்டு அந்த எண்ணம் சிறிதும் இல்லாது ஹோட்டல் ஒன்றில் பணி யாற்றும் இந்த இளைஞன்மீது பிரியமும் ஈர்ப்பும் கூடின. திரும்பத் திரும்ப வந்தேன். கவினைப் பார்ப்பதற்கென்றே வந்தேன். ஓவியங்கள் பற்றிய புத்தகங்களை, அவை என்ன வென்று தெரியாமலே வாங்கிவந்து அவனிடம் கொட்டினேன். "நேரடியான அனுபவம்தான் முக்கியம். இவை எல்லாம் தேவையில்லை. உங்களுக்கு வீண் அலைச்சல் எதற்கு?" என்றான்.

டாப் காஃபி சுவரில் தொங்கிய கவினுடைய ஓவியத்தின் மதிப்புமீது மனம் ஓடியது. கவின் அப்படி ஒருபோதும் யோசிக்க மாட்டான். இதுவரை அவனது ஒரு படம்கூடக் கேலரியில் காட்சிக்கு வைக்கப்படவில்லை. வரைவதை வாழ்வதாகக் கருதுகிறான். அதற்கு மேல் அதன்மீது கவனம்கொள்ளாதிருந் தான். கலைஞன் என்ற எண்ணமில்லாத உண்மையான கலைஞன்.

வேலைசெய்துகொண்டே படிக்கிறான். இப்போது பொறியியல் இறுதியாண்டில் படிக்கும் அவனிடம் ஓவிய ஆர்வம்தான் தூக்கலாக இருந்தது. அவனாக முயன்று கற்றிருக் கிறான். பள்ளி ஆரம்ப நாட்களில் ஆசிரியர் கற்றுத்தந்த எளிய அடிப்படைகளிலிருந்து தன்னை வளர்த்துக்கொண்டிருக்கிறான். அபூர்வமான கலைஞர்களிடம் அவர்கள் வெற்றிக்குக் காரண மான ஏதோ ஒன்று இருக்கும். கவினிடம் அப்படியானது எதுவென யோசித்தேன். கண்கள்தாம். வேறென்ன இருக்க முடியும்?

கவின் பற்றிய வேறு எந்த விவரமும் அறியும் ஆவல் எழவில்லை. ஆனால் அவனே ஒரு நாள் இரவின் நீண்ட பொழுதில் தன்னைப் பற்றிய விவரங்களைச் சொல்லக் கேட்டேன். வாழ்க்கை பிடிக்காமல் அம்மா வெளியேறினாள் அல்லது செத்துப்போனாள். தெளிவாகத் தெரியவில்லை என்றான். அம்மாவின் நினைவு அவ்வளவாக இல்லை என்றும் அப்பாவின் முகம் அழியாதிருப்பதாகவும் சொன்னான். அம்மா மீது அப்பாவுக்கு அதீதப் பிரியம். அவள் பிரிவைத் தாங்கிக் கொள்ள முடியாமல் சில மாதங்கள் கழித்துக் கவினை ஒரு ஆசிரமத்தில் விட்டுச் சென்றவர் மீண்டும் வரவே இல்லை. அச்சம் தரும் ஆசிரம நடவடிக்கைகள் பார்த்துப் பயந்து வெளியேறிய கவின் அன்றிலிருந்து ஹோட்டல்களில் வேலை பார்த்தே படித்து வளர்ந்திருக்கிறான். கடந்தகால வாழ்வை நினைத்து வருத்தமேதும் இல்லை என்றான். வாழ்வதற்குப் போராடிய அந்த நாட்கள் மிகவும் சிரமமாக இருந்தாலும் பிடித்திருந்ததாகச் சொன்னான்.

கடந்துவந்த வாழ்க்கை அனுபவம்தான் மேலான கலைஞனை உருவாக்குகிறது என்பதில் உடன்பட்டேன். ஆனால் அவன் என்னைப் பற்றி ஏதும் கேட்காதது என்னவோ செய்தது. முழுவதையும் சொல்லும் எண்ணம் எனக்கு அப்போது இல்லை. கொஞ்சமே சொன்னேன். பின் ஒரு நாளில் எல்லாமும் சொல்வேன் என்றேன். "அப்படி ஒரு கட்டாயத்தை ஏன் வரவழைத்துக்கொள்கிறீர்கள்" என்றான்.

கொஞ்ச நாளில் மிக நெருக்கமாகிப் போனோம். யாரென்று அறிமுகப்படுத்தாமலேயே அவன் பல ஓவியர்களைச் சந்திக்க வைத்தேன். சக கலைஞர்களைப் பற்றிய அனுபவம் ஏற்பட உதவினேன். ஓவியக்கூடங்களுக்கு அழைத்துப்போனேன். அப்படியான நிகழ்வைத் தேடிப் பயணம் போனோம். அவனோடு விழித்து அவன் நினைவாகவே உறங்கிப்போனேன். எங்கள் நெருக்கம் நினைத்து ஆச்சரியப்பட்டேன். முன்பின் தெரியாத இருவர், சந்தித்த கொஞ்சம் நாட்களில் இப்படி நெருங்கிவர உந்தியது எது? காரணம் தேடி அலையவில்லை.

பத்தாண்டுகள் மிகவும் நெருக்கமாக இருந்த ஆதியின் நினைவு அந்த நேரங்களில் அவ்வளவாக இல்லை. ஆதி இறந்து போனதாக ஒரு செய்தி அப்போது காதில் விழுந்திருந்தால்கூடக் கொஞ்சம் துக்கித்து மறந்திருப்பேன்.

வீட்டில் கவினுக்கான சிறப்பான ஓவியக்கூடம் ஒன்றை அமைத்தேன். தாவரம் காடாக அடர்ந்து எட்டிப் பார்க்குமாறு ஜன்னல்கள் அமைத்தேன். மலைகளையும் தாவரங்களையும் எப்போதும் காணும்படியான இடத்தில் ஓவியக்கூரை. ஓவியக் கூடத்திலிருந்து சற்றுத் தள்ளியிருந்த நீண்ட செவ்வக அறையில் அவன் வரைந்த படங்கள் சிலவற்றை மாட்டியிருந்தேன். கவினோடு நடந்தவாறு படங்களைப் பார்த்து மகிழ்வேன். வரைவதில் உள்ள அக்கறையை அவற்றை மீண்டும் பார்ப்பதில் கவின் காட்டுவதில்லை. எனக்காகச் சில நேரங்களில் சற்றே நின்று பார்த்துவிட்டு நகர்வான்.

முன்னர் வரைந்திருந்த ஓவியங்களைச் சட்டமிட்டுப் பாதுகாத்தோம். நீண்ட நேரம் போராடி அவற்றை ஒரு ஒழுங்கில் கொண்டுவந்தோம். நான் வற்புறுத்தியதால் அவற்றைச் செய்தான். கல்லூரியில் அவன் படங்களை மட்டும் பார்வைக்கு வைத்தபோது, வசதியுள்ள கலை ஆர்வலர்கள் படங்களை நல்ல விலை கொடுத்து வாங்க முயன்றார்கள். விற்பதில் தனக்கு விருப்பமில்லை என்று பளிச்சென்று கூறிவிட்டான்.

வரைவதும் வரைந்ததை என்னிடம் காட்டுவதுமாகப் பொழுது கழிந்தது. அவன் வரையும்போது நான் கூடவே

இருக்க விரும்புவான். நானும் விரும்புவேன். படைப்பு அந்தரங்க மானதாயிற்றே! அதனால் அவன் பார்க்காத வேளையில் அங்கிருந்து நகர்ந்துவிடுவேன். அவனோ என்னைக் காணாது தோட்டமெங்கும் தேடுவான்.

செல்லமாகக் கோபம்கொண்டு கேட்பான் "எங்கே போனீர்கள்?" என்று. அவன் கண்களில் ஆழ்ந்தபடி சொல்வேன், "படைக்கும் தருணத்தில் தனிமை வேண்டுமே" என்று. "கேன்வாஸுக்கு முன்னால் நிற்கையில், நான் என் உலகத்தில் மட்டுமே இருப்பேன்" என்பான்.

மீண்டும் ஓவியக்கூடத்தில் நுழைவோம். பிரியமான ஆடுநாற்காலியில் என்னை உட்காரவைத்துவிட்டுத் தன் படைப்பில் கரைவான். தீட்டும் வர்ணம், அலையும் விரல்கள், கண்கள் எல்லாவற்றையும் சலிக்காமல் பார்ப்பேன். என் மாதிரி இந்த வெளியும் அவனையே பார்ப்பதாகத் தோன்றும். நானும் வெளியும் இரு உடல்களாக நெருக்கமாக அமர்ந்து அவனையும் அவன் வண்ணத்தையும் பார்த்தவாறிருப்போம். புதிய உடல்... புதிய உயிர் என என்னை உணர்வேன்.

"முற்றிலும் வேறான ஒரு இடம் தேடி நகரலாம் சில நாட்களுக்கு... உன்னிடம் கேட்டால் நீ எங்கே போக விரும்புவாய்?" என்றேன் ஒரு நாள் கவினிடம்.

யோசிக்காது உடனே சொன்னான். "இதுவரை யாரும் பார்த்திராத காட்டிற்கு" என்றான். நானும் அப்படித்தான் யோசித்திருந்தேன். மகிழ்ச்சியில் துள்ளிக்குதித்தேன். இருவரும் ஒரே மாதிரி விரும்பியது ஆச்சரியம் தரவில்லை.

"பனிமூடிய சிகரங்களுக்குப் போக விருப்பமில்லையா?" என்றேன். "இப்போதான மனம் காட்டில்தான் இருக்கிறது" என்றான்.

காடுகள் தேடி அலைந்தோம். அடர்ந்த தாவர இடுக்கில் சிக்கித் திளைத்தோம். வெவ்வேறு ஆனந்த நிலைகளை வண்ணமாக்கச் சொல்லி அடம்பிடித்தேன். சதாகாலமும் காட்டையே பார்த்துக்கொண்டிருக்கிற, காட்டையே வாழ்தளமாக ஆக்கிக் கொண்ட ஆதிக்குடிகளின் இடம் நோக்கி நகர்ந்தோம். முன்பு தனித்துப் பயணம் செய்த நாட்களில் கார் எனக்குக் காட்டிய இடம்தான் அது. காரை நிறுத்தி நீண்ட தூரம் நடந்துதான் அந்த இடத்தை அடைய முடியும். வழி தவறாது சரியாக அழைத்துப்போனேன்.

அவர்களின் வாழ்விடம் பார்த்து வியந்தோம். முன்னர் வந்திருந்தபோது இவ்வளவு நெருக்கமாகப் பார்க்கவில்லை. அப்போது சில மணிநேரம் மட்டும் பேசித் திரும்பியிருந்தேன். ஆனால் இந்த இடம்வரை வரவில்லை. என்னை ஞாபகம் வைத்து அழைத்துப்போனார்கள். சற்று மேலேறும் சிறு குன்றில் வசிப்பிடம். குடில்கள் மரங்களின் மேல் மறைந்திருந்தன.

அவர்களின் குடில் ஒன்றில் நுழைந்ததும் காடு, உடல் கண்டு அணைத்ததுபோல உணர்ந்தோம். காடு ஓசையாகவும் காட்சியாகவும் படிந்திருந்தது. வீட்டின் வாசல் பருத்த கிளை மீதிருந்தது. காட்டின் குளிர் சிறிதும் இல்லை. தாவர வெப்பம் இதமாக உடல் தழுவியது. அதுவரை இருந்த கடுமையான கால்வலி கொஞ்சமும் இல்லை. “பறப்பதுபோல உடலிருக்கிறது” என்றான் கவின். தேன் கலந்த பானகம் தந்தாள் உள்ளிருந்த பெண். மரப்பாச்சி தேகம். ஒளிரும் கருமை அருவியாக இறங்கியது. உள்ளேயிருந்த பொருட்களின்மீது ஆவல்கொண்டு பார்த்தேன். அனைத்தும் காடு தந்த பொருட்கள்.

சற்றுக் குனிந்து வெளியில் வந்தபோது அந்தக் கிளைமீது மலைவிரியன் ஊர்ந்து போனது. பயந்து நகர்ந்த எங்களைத் தாங்கிக்கொண்டது உறுதியான தோள் ஒன்று. வெட்கமேறித் திரும்பினோம். மரப்பாச்சிப் பெண், சரிந்த எங்களைத் தன் இருகைகளில் தாங்கியிருந்தாள். மின்னல்போலச் சிறு முறுவல். “சர்ப்பம் எங்கள் காவல் தெய்வம். ஒன்றும் செய்யாது” என்றாள். கிளையில் அமர்ந்து ஊர்ந்து சென்ற உடலைத் தடவிக் கண்களில் ஒற்றிக்கொண்டாள் மலைப்பெண். அதிர்ச்சியும் வியப்பும் விலக நீண்ட நேரமாயிற்று.

ஆதிக்குடிகளின் உதவியோடுதான் அதுவரை பார்க்காத காட்டைப் பார்த்தோம். கண்டிராத மரங்கள் செடிகள் பூக்கள் கண்டோம். வடிவம் அழிந்து எல்லாம் வண்ணமாய் இறங்கிய அனுபவமிருந்த கவின் அங்கே வரைந்த ஓவியங்களைக் கண்ட அவர்கள் தங்கள் குடிலிலிருந்து சில மரக்குப்பிகள் கொண்டு வந்து எளிய சேர்க்கையின் ஊடே பிரமிக்கும் நிறங்களைக் காட்டினார்கள். எந்த வண்ணத்தையும் அவர்களால் கொண்டு வர முடிந்தது.

நிறத்திற்குப் பெயரிடக் கூடாது என்பதை அவர்களிட மிருந்துதான் கற்றோம். பெயரிட்டு அழைத்தால் வண்ணம் குலையும் என்றார்கள். பார்வையில் பிடிபட்டு உள்ளே வடிவம் கண்டு உறைய வேண்டுமாம். முழுதாகப் பார்வைகொள்வதை மொழி அழித்துவிடுகிறதோ! காட்சியான எதன்மீதும் மொழியின்

அழுக்கு படியாது பார்த்துக்கொண்டோம். மொழி தீண்டாத இந்த அனுபவங்கள் கவினை மேன்மையான ஓவியங்களின் படைப்புக்கு இட்டுச் சென்றன. மொழிக்குள் வந்தால் மன உரு சிதையுமோ?

வண்ணம்தரும் திரவங்களை ஒன்பது மரக்குப்பிகளில் வைத்திருந்தார்கள். எல்லாம் தாவரங்களின் கொடை என்று பெருமையாகச் சொன்னார்கள். "ஏழு குப்பிகள், ஏழு வண்ணங்கள் என்றால் சரி. அது என்ன ஒன்பது குப்பிகள்?" எனக் கேட்டேன். அவர்கள் திருப்பிக் கேட்டார்கள். "அது என்ன ஏழு குப்பிகள், ஏழு வண்ணங்கள்?" கேள்வியால் யோசித்து நின்றேன். முதல் நிலை வண்ணங்கள், இரண்டாம் நிலை வண்ணங்கள், இடைநிலை வண்ணங்கள் என்பார்களே அது போல ஏதாவது இருக்குமோ?

"உங்கள் அறிவை மூட்டைகட்டிவையுங்கள். அறியாதவற்றின் நெருக்கம் அவர்களுக்குத்தான் அதிகம்" என்றான் கவின். யோசனையை நிறுத்திக்கொண்டேன்.

திரவங்கள் யாவும் மூதாதையர்கள் தம் அனுபவத்தில் சேகரித்தவை. அதில் இரண்டு திரவங்கள் பல மாயங்கள் செய்தன. வியந்தோம். அந்த அதிசயத்தை நிகழ்த்தும் தாவரத்தைக் காட்டினார்கள். அந்தப் பொழுதை இப்போதும் மறக்க முடியாது. மலைமீது ஒரு பெரும்பரப்பில் புல்வெளிபோலச் செடிகள் பரந்துகிடந்தன. ஒரு செடியில் பலவண்ணப் பூக்கள். நிறங்களை அள்ளி வீசியதுபோல அந்த இடம். கோடிப் பூக்கள். எண்ணிலா நிறங்கள். வியப்பின் உச்சியில் நின்றோம் நானும் கவினும். அங்கிருந்த பூக்கள் எல்லாவற்றையும் 'நிறப்பூக்கள்' என்றே அழைத்தார்கள்.

இதுவரை பார்த்திராத தாவரம். அவர்கள் மட்டுமே பார்க்கும்படியான செடிகள். வேறெங்கும் இந்த வகைத் தாவரங்களைக் காண முடியாது என்றார்கள். காரணம் கேட்காதிருந்தேன். கேள்விகள் கூடாது என்று முன்பே கவின் எச்சரித்திருந்தான். இவை முக்கியமான மூலிகைச் செடிகள். பார்க்க ஒரே மாதிரியாக இருந்தாலும் வெவ்வேறு தன்மைகொண்டவை என்று கூறி இரண்டு செடிகளின் இலைகளைப் பறித்தார்கள். இலைகளின் விளிம்பைக் கூர்ந்து பார்க்கத் தூண்டினார்கள். இரண்டிலும் வேறு மாதிரியான தோற்றங்கள். கீழே உட்கார்ந்து ஒரு செடியைப் பார்த்துக்கொண்டிருந்தோம். ஒரு செடியில் பல்வண்ணப் பூக்கள் நம்ப முடியாத ஆச்சரியத்தைத் தந்தன.

உலகின் நிறங்கள் எல்லாமும் ஒரு இடத்தில். ஒருவேளை இது கனவு பூமியோ?

அவர்கள் எங்களிடம் கேட்டார்கள் "இந்தச் செடிகளின் பூக்களுக்கு வண்ணங்கள் எங்கிருந்து வரும்?" பதில் இல்லாது விழித்த எங்களிடமிருந்து தெரிந்துகொள்ள அவர்களுக்கு எதுவும் இல்லை. பிறகு அவர்கள் தந்த விளக்கம்தான் அவர்களின் மூதாதையர்கள் கண்ட திரவங்கள். அரிய கண்டுபிடிப்பு. வண்ணங்களைக் கலக்கும்போது அது இன்னொரு வண்ண மாகும் தருணத்தில் கலக்க ஒரு திரவம். அதுதான் எல்லா மாயங்களையும் செய்தது. இதில் பல படிநிலைகள். கவினுக்கு அவற்றைச் சொல்லித்தந்தார்கள். அதைக் கற்றுக்கொள்ள மூன்று நாட்கள் ஆயின. அந்த வண்ணங்களைக் கொண்டு கவின் அங்கே தீட்டிய படங்களைப் பார்த்து மகிழ்ந்த அவர்களோடு நானும் சேர்ந்துகொண்டேன்.

வயலில் முன்னர் பார்த்த நிறப்பூக்களைப் பின்புலமாகக் கொண்டு தீட்டிய ஓவியம். ஆதிக்குடிகளின் வாழ்நிலத்தின் ஒரு பொழுதை அதன் மீது ரூபமாகத் தெளித்திருந்தான். பார்த்திராத புதிய வண்ணங்களைக் கண்டு ஆச்சரியமடைந் தேன். அவர்களில் தலைவராகத் தெரிந்த அந்த மனிதர் நீண்ட நேரம் நகராது அதையே பார்த்துக்கொண்டிருந்தார். பலரையும் அழைத்துவந்து காட்டிப் பின்பு அவர் சொன்ன வார்த்தைகள் புரியவில்லை.

"வண்ணங்களுக்குப் பெயரிட முடியாமல் தவிக்கிறது மொழி" என்றேன். கவின் சொன்னான் "இங்கு வண்ணம்தான் மொழி."

பையில் வைத்திருந்த சாக்லெட் துண்டை எல்லோருக்கும் கொடுத்தேன். விரும்பிச் சுவைத்த அவர்களில் ஒரு இளைஞன் தன் இருப்பிடம் நோக்கி வேகமாக ஓடினான். அதே வேகத்தில் திரும்பிவந்து கை நிறையும்படியான பெரிய உருண்டை ஒன்றை இருவருக்கும் கொடுத்தான். சாக்லெட் போன்ற பதம். ஆனால் தேனும் பனங்கற்கண்டும் சேர்ந்த ருசி. இனிப்பில் கரைந்திருந்த மாவுப்பொருள் என்னவாக இருக்கும்?

ஓவியத்தின்மீது அவர்கள் செலுத்திய பக்தி கலந்த அக்கறை ஆச்சரியத்தைத் தந்தது. கண்களில் நீர் மல்கக் கவின் வரைந்த படத்தைப் பார்த்தார்கள். ஆவலை அடக்க முடியாது அது பற்றித் தலைவராகத் தெரிந்தவரிடம் கேட்கவும் செய்தேன். இப்போது எங்களுக்குள் ஒரு பொதுமொழியைக் கண்டு கொண்டோம்.

க.வை. பழனிசாமி

“அதற்கான விடையை நீங்களே விரைவில் அறிந்துகொள் வீர்கள்” என்றார்.

“புரியவில்லை. உறவைப் பார்ப்பதுபோல ஓவியங்களைப் பார்க்கிறீர்கள். காரணம் சொல்ல முடியுமா?” என்றேன்.

“முன்பு சொன்ன அதே பதிலைத்தான் கூற முடியும். காரணத்தை நீங்களே கண்டறிவீர்கள்” என்றார். அவர் தொடர்ந்து பேசுவதற்காகக் காத்திருந்தோம். புன்னகையோடு எங்களைப் பார்த்து, “உங்களை முக்கியமான இடத்துக்கு அனுப்பிவைக்கிறோம். நீங்கள் போகவிருக்கும் பாதை மிகவும் கடினமானது. ஆனால் இதுவரை நீங்கள் கண்டிராத வனத்தைக் காணலாம். வனத்தின் ஆழம் கண்படாத ரகசியங்கள் கொண் டது. அனுபவத்தில் நீங்களே உணர்வீர்கள். அஞ்ச வேண்டிய தில்லை . . . போகிறீர்களா?” என்றார்.

ஏழு கடலுக்கு அப்பால் உள்ள தீவிலிருக்கும் மந்திரவாதி யின் பிடியிலிருந்து மீட்கும் கிளியின் கழுத்தில் தொங்கும் ரகசியத்தை அறிவதான ஆவல் கொண்டோம். தயாராக இருக்கிறோம் என்றதும் சமீபத்தில் திருமணமான ஆணையும் பெண்ணையும் துணைக்கு அனுப்பிவைத்தார். அவர்கள் துள்ளிக் குதித்து ஆசையோடு ஓடிவந்து எங்கள் கைகளைப் பற்றிக் கொண்டார்கள். முன்னர் பேசிய அந்த மனிதர் தன் வீட்டில் நுழைந்து பெரிய தோல்பைகள் இரண்டை எடுத்துவந்து அவர் களிடம் கொடுத்தார். அந்தப் பெண் ஒன்றைத் தோளில் மாட்டிக் கொண்டு மற்றதைத் தன் துணையின் தோளில் மாட்டிவிட்டாள். அதன் பிறகு சில சம்பிரதாயங்கள் நிகழ்த்தி அனுப்பிவைத் தார்கள்.

அவர்களின் உற்சாகம் கனிவு இரண்டும் நடந்த பாதை முழுவதும் துணையாக இருந்தன. கூட்டிப்போகும் இடம் பற்றிய விவரணை ஏதும் அவர்கள் சொல்லவில்லை. புதிய அனுபவங்களுக்கு ஆட்படும் வெறி தூக்கலாக இருந்ததால் நாங்களும் கேட்கவில்லை. ஆனால் அவர்கள் ஏன் என் கேள்விக்கு நேரடியாகப் பதில் சொல்லவில்லை என்ற எண்ணம் கூடவே எழுந்தது.

பிரியமான குரல் கேட்டு நிமிர்ந்தேன். கவின் சிரித்தவாறு பார்த்தான். “க . . . மேலும் கொஞ்சம் வேலை இருக்கிறது. சற்றே நேரம் ஆகும். மன ஓட்டம் தடைபட்டுவிட்டதோ? வண்ணங்களின் மீதுதானே எண்ணம்? காட்டு வழியில் அழைத்துப்போகும் கருப்பு இளைஞனைக் கரும்பாக மென்று

விடாதீர்கள். அவன் துணை உங்களை அடித்தே கொன்றுவிடு வாள்" என்று சொல்லி அருகில் வந்து கன்னம் தடவி நகர்ந்தான்.

உள்ளே ஓடுவதை பெரும்பாலும் அவனால் அப்படியே சொல்ல முடியும். வியக்கவைத்தே ஈர்க்கும் இளைஞன். சாது வாகத் தோன்றும் அவனது குறும்பு நான் மட்டுமே அறிந்தது. இந்த மலையைத் தொட்டவாறு கீழேயிருக்கும் மகாசமுத்திர மாக விரிந்தபடியிருந்தான் கவின். மெல்ல இறங்கி ஆழமாக மூழ்கிப் பின் முடிவில்லாது நீந்திக்கொண்டிருந்த என்னை நானே பார்த்தவாறிருந்தேன். பெரும் திமிங்கலமாக என் உடல் வளர்ந்ததைக் கண்டு நான் ஆச்சரியம் அடையவில்லை.

க.வை. பழனிசாமி

4

காட்டின் நடுவில் நீண்டதூர நடைக்குப்பின் குகை ஒன்றுக்கு அழைத்துப்போவதாக ஏற்பாடு. கொஞ்ச தூரம் கடந்த பின்புதான் அதை அறிந்தோம். மிகவும் புனிதமான இடமாக மலைமக்கள் கருதும் அந்த இடத்திற்கு முதல்முறையாக வெளியிலிருந்து நாங்கள்தான் போய்க்கொண்டிருந்தோம் என்பதை அவர்களின் பேச்சிலிருந்து அறிந்துகொண்டோம். அவர்களும் அதற்கு முன் அந்த இடத்திற்குப் போனதில்லை என்பதையும் கேட்டு ஆச்சரியமடைந்தோம். வெளியாட்கள் யாரும் அந்த எல்லையில் நுழைய முடியாதவாறு பலமான பாதுகாப்பு ஏற்பாடுகள் இருந்தன. ஒருவித ரகசிய மொழியின் மூலம் இடங்களைக் கடந்தார்கள். அவர்களின் கட்டுப்பாட்டில் காடு இருந்ததைக் காண முடிந்தது. அவர்கள் பேசியதிலிருந்து அம்மக்கள் வணங்கும் இடங்கள் ஏதோ சில அந்த வனத்தில் இருந்ததாக உணர்ந்தேன். எங்களைக் காட்டிற்குள் அழைத்துப்போன பெண், இனத் தலைவரின் மகள் எனப் பிறகு அறிந்தோம். மலைமக்கள் எங்கள்மீது காட்டிய அன்பை நினைத்து நெகிழ்ந்தோம். போகும் இடத்தின்மீது ஆவல் அதிகமாயிற்று. எதையும் கேட்கக் கூடாது என்று கவின் சொன்னது நினைவுக்கு வர அவர்களைக் கேட்கும் ஆசையை அடக்கிக்கொண்டேன். பாதைகளற்ற அடர்ந்த காட்டில் நடந்து பழக்கமில்லாத எங்களுக்கு எல்லாவற்றையும் பொறுமையாகக் கற்றுத் தந்து அழைத்துப்போனார்கள். எங்கள் கால்களில் அவர்கள்தான் நடந்தார்கள்.

கவினிடம் கேட்டேன் "இவ்வளவு பிரியமாக எல்லாம் செய்யும் இவர்களுக்கு நாம் என்ன செய்தோம்?"

"எதிர்பார்ப்பு ஏதும் இல்லாத அன்பு" கவின் கூறியது கேட்டு அவர்கள்மீது மரியாதை கூடியது. கவின் வரைந்த ஓவியத்தின் மீது மலைமக்கள் காட்டிய அக்கறை ஞாபகத் துக்கு வந்தது. அந்த ஓவியத்தை அவர்களுக்கு வழங்கிய போது மிகவும் மகிழ்ந்து கொண்டாடினார்கள்.

"உன் ஓவியம்தான் இப்படியான பயணத்திற்குக் காரண மாகத் தோன்றுகிறது" என்றேன்.

"அப்படித் தோன்றவில்லை. நம்மீது ஏதோ ஒரு நம்பிக்கை, பிரியம் ஏற்பட்டிருக்கிறது" என்றான்.

கவின் வரைந்த ஓவியம் கண்முன் விரிந்தது. அற்புதமான வண்ணம். பழங்குடிகளின் முகம் மரக் குடில்களோடு கலந்து சர்ப்பத்தின் உடலாகக் காட்டில் நகர்ந்தது. மரப்பாச்சிப் பெண்ணின் உடல் பல நிறப் பூக்களில் கரைந்து ஒளிர்ந்தது. கலையின் உச்சத்தில் நின்று கூத்தாடும் ஓவியம். நடந்தவாறே பெருமையாகக் கவினைப் பார்த்தேன். மரத்தில் மோதிக்கொள்ள விருந்த என்னைப் பிடித்துக்கொண்டான்.

திருவிழாவில் மக்கள் நெருக்கம் மாதிரிக் காட்டில் மரங்கள். அவற்றினூடே நுழைந்துதான் பல இடங்களைக் கடந்தோம். மரவெப்பத்தை இன்னொரு ஆடையாக உணர்ந்தோம். உடல் வலி சிறிதும் இல்லை. மரங்களின் நடுவே போகும்போது நின்று ஆழமாக மூச்சிழுக்கச் சொன்னார்கள். சில மரங்களின் வாசனை உடலுக்கான மாமருந்தெனத் தெரிந்துகொண்டோம். ஓடைகளும் பாசிபடர்ந்த பெரும்பாறைகளும் வேகத்தைத் தடுத்தன. சில இடங்களில் ஓடையே சிற்றாறுபோல ஓடியது. அம்மாதிரியான இடங்களில் எங்களைத் தூக்கிக்கொண்டுதான் சென்றார்கள். கல்வியும் அறிவும் மௌனம் காத்தன.

அவர்கள் நடந்ததாகவே தோன்றவில்லை. மிதமான வேகத் தில் தரையில் பறந்ததாக உணர்ந்தோம். பாதங்கள் தரையில் படிந்த அந்த நொடியிலேயே எடுக்கப்பட்டதையும் கண்டேன். நானும் கவினும் அவர்கள் நடந்தபோது பாதங்களையே பார்த்துக் கொண்டிருந்தோம். அவனைவிட அவன் துணையின் கால்கள் துரிதமாக இயங்கியதைக் கவின் சுட்டிக்காட்டினான். இருவர் நகர்வும் சிறுத்தையின் பாய்ச்சலாகப் பட்டது. அந்தப் பெண் ணின் உடல் அசைவில் பிரமித்த கவின், "பாதம் தாண்டி உயரும் கால்கள் இரும்பில் வார்த்து மிளிர்கின்றன" என்றான். காதைப் பிடித்துத் திருகினேன். "க. . .கோபிக்காதீர்கள், தேவை யில்லாத சதை ஓரிடத்திலும் இல்லை" என்று காதில் முணு முணுத்தான்.

க.வை. பழனிசாமி

இளைஞனைக் கவனித்தேன். கவின் சொன்னது முற்றிலும் உண்மைதான். தசைநார்களின் திரட்சியை மட்டுமே பார்க்க முடிந்தது. சிற்பம் செய்ய ஏதுவான கற்களைத் தேர்ந்து செதுக்கியதைப் போல இருவரின் உடல்களும் தோன்றின. வேகமாக நகர்ந்த அவர்களின் கால் அசைவில்தான் அதிக வசீகரம்கொண்டேன். அப்படி நடந்தால் முட்களோ கற்களின் கூர்முனைகளோ கூடக் குத்தாது என்று கூறியதோடு அப்படி நடக்க எங்களுக்கும் கற்றுத்தந்தார்கள். மனதையும் உடலையும் கால்களில் இறக்காத நடையை அறிந்துகொண்டோம்.

பார்வைக்கு வராத பூச்சிகள் விலங்குகள் ஒலிகளாகக் கேட்டன. கண் பார்த்த காட்டுயிர்களோ அழியாது பின் தொடர்ந்தன. வெளி மனிதர்கள் தீண்டாத காடு அடர்ந்து செழித்திருந்தது. கண்டிராத மரங்கள் எல்லா இடமும். மூதாதையர்கள் மரங்களில் வாழ்வதாக வரும் வழியில் அவர்கள் சொன்னதை நினைத்தேன். அந்த நம்பிக்கை சார்ந்து அவர்கள் பேசியவைமீது ஆச்சரியம் கலந்து விளித்தேன். காடு மட்டுமல்ல இந்தப் பூமியே இவர்களுக்குத்தான் சொந்தமாக வேண்டுமென விரும்பினேன்.

வழியில் அகலமான ஆறு ஒன்றைக் கடக்க வேண்டியிருந்தது. மிதமான வேகத்தில்தான் ஓடியதாக நானும் கவினும் சொல்லிக்கொண்டோம். கரையில் நின்று ஆற்றின் நீரைப் பார்த்தோம். தென்னைகள் கரையைத் தொட்டபடியிருந்தன. இளைஞன் மரத்தில் ஏறிக் குலையொன்றை வெட்டி இறக்கினான். கையிலிருந்த குறுவாளால் இளநீர் வெட்டிக் கொடுத்தான். நுங்கு நீர்போலச் சுவை. பருகும் ஆசை வளர்ந்தது. வயிறு கொள்ளப் பருகினோம். அவர்களும் சிரித்துப் பேசியபடியே இளநீர் குடித்தார்கள்.

காற்றில் அலையும் மரங்களின் ஓசை. மறைவிலிருந்து தெறித்த உயிர்களின் வெவ்வேறு சப்தங்கள். கண்கள் இடை புகுந்து காண முடியாத தாவர அடர்த்தி. சிறிய இடத்தில் நெருக்கமாக நின்றிருந்தோம். காடு எங்களைத் தன் தாவரக் கைகளால் அணைத்திருந்தது. அப்போதுதான் அவர்களின் முகத்தைச் சரியாகக் கவனித்தேன். தெளிவான தீர்க்கமான பார்வை. எண்ணம் பெருகிக்கிடக்காத உள்ளத்தின் தெளிவு கண்களில். இருட்டில் ஏற்றிய டார்ச் விளக்குகள். காட்டில் சுடரும் விளக்குகளெனப் பின்னர் திருத்திக்கொண்டேன். கவினிடம் அதைக் கூறி மகிழ்ந்தேன். தோலின் கருமை இறுகிச் சுடர்ந்து வெண்மையை மங்கலாக்கியது. இருவரையும் அணைத்துக்கொள்ளும் ஆசையை முயன்று கட்டுப்படுத்திக்

கொண்டேன். உள்ளே ஓடுவதை அறிந்தவன்போலக் கவின் குறும்பாகச் சிரித்தான். வெட்கம் விலக்கி நானும் சிரித்தேன்.

இளநீர்க் காய்கள் சிலவற்றை ஆற்றில் எறிந்தார்கள். காட்டின் சொத்து வீணாவதாகக் கவினிடம் சொன்னேன். இளைஞன் மீண்டும் சில காய்களை எறிந்து ஆற்றையே உற்று நோக்கியதைக் கண்டேன். அப்படியே சற்று நின்று பிறகு எங்களைப் பார்த்து நீர் சினமாக இருக்கிறது என்றான். தாமதமாய் அதன் பொருள் உணர்ந்தோம். ஆற்றின் வேகம் அறியவே காய்களை எறிந்ததை அறிந்தோம். என் அறியாமையின் மீது பழங்குடி வெளிச்சம். மரக்கிளைகளைப் பிடித்து மேலேறி வேறு சில மரங்கள் தாண்டி ஆற்றின் இன்னொரு தடத்தில் நின்றோம். முன்போலக் காய்களை வீசி வேகம் அறிந்தார்கள். இருவரும் சிறிதாய் ஒரு குதிபோட்டு எங்களைப் பார்த்துச் சிரித்தார்கள். கடக்க வழி கிடைத்த சந்தோஷத்தைத்தான் அப்படி வெளிப்படுத்தினார்கள்.

ஆற்றைக் கடந்தவிதம் ஆச்சரியம் கொள்ளவைத்தது. ஓடும் நீரை உற்று நோக்கிய அவன் குனிந்து கைகளால் நீரைத் துழாவினான். அவனிடம் ஆறு எதையோ பேசியிருக்கிறது. துரிதமாக நடந்து மரங்கள் அடர்ந்த பகுதியில் நுழைந்து பெரிய மரத்தின் அடிப்பாகம் ஒன்றை வெட்டி எளிதாகத் தூக்கிக்கொண்டு வந்தான். அவ்வளவு பெரிய மரத்தை எப்படித் தூக்க முடிந்தது என வியந்தோம். அருகில் வந்தவன் நாங்கள் சற்றும் எதிர்பாராதபோது சட்டெனக் கவின் தோள்மீது வைத்தான். பயந்து போனேன். கவின் பெரும் கூச்சல் போட்டு நிலைகுலைந்து விழப்போனான். அவர்களோ குதித்துக் கும்மாளம் போட்டார்கள். நான் ஓடிச் சென்று தாங்க முயன்றபோது கவின் மரத்தை எளிதாகத் தூக்கிப் பிடித்துக்கொண்டு சிரித்தான். "க ... மரம் தக்கைபோலத் தோளில் கிடக்கிறது" என்றான்.

ஓங்கி அவன் முதுகில் அடித்தேன். வாடிய முகபாவம் கொண்ட கவினை இறுக அணைத்துக்கொண்டேன். எங்களைப் பார்த்து மகிழ்ந்த அவர்களும் மெல்ல ஆடிப்பாடினார்கள். அவர்களோடு நாங்களும் ஆட முயன்றோம். மெல்லிய நகர்தல் பிடிபடாது தவித்தோம். அருகில் நெருங்கி ஆட்ட முறையைச் சொல்லித்தந்தார்கள். கால்களைக் கொஞ்சமே முன்னும் பின்னும் நகர்த்தி உடலை வசீகரமாக வளைத்து ஆடிய அவர்களை முழுவதுமாய்ப் பார்த்தேன். கரிய இரும்பின் வார்ப்பு. தோலே ஆடையாகத் தோன்றியது. கவின் கூறியதுபோலச் சதைத் தொங்கல் எங்கும் இல்லை. ஆண் பெண் இருவரும் அப்படித் தான் இருந்தார்கள். கிட்டத்தட்டத் துணியேதும் இல்லை.

க.வை. பழனிசாமி

மறைப்பு என்று சொல்ல முடியாத ஆனால் ஒரு மறைப்பு. அப்படியான உடல்கொண்டு காட்டில் திரியும் ஆசை வந்து போனது. நிர்வாணம் மனதில் அறையவில்லை. அவர்களது கண்களைக் கூர்ந்து பார்த்தேன். அச்சம் கபடம் இல்லை. அந்தக் கணத்தின் இருப்பின் சாயல் மட்டுமே படிந்திருந்தது.

மரத்தை அணைப்பதுபோல அவர்கள் இருவரையும் அணைக்கத் தோன்றிய எண்ணத்தை ரசித்தேன். நாங்கள் பார்த்ததை அறிந்து இருவரும் வெட்கப்பட்டு ஒருவர் தோளில் ஒருவர் சாய்ந்தார்கள். அவன் அவளினும் வெட்கத்தில் இருந் தான். இணைந்திருந்த இருவரின் சேர்க்கை செடியில் பூ மலர்வதுபோல இருந்தது.

அகண்ட மரம். அதில் நாங்கள் நால்வரும் அமர்ந்துகொண் டோம். கால்களை மரத்தோடு பின்னி வைத்துக்கொள்ளச் சொன்னார்கள். ரப்பர்போல இருந்ததால் ஒருவகையான பிடிமானம் கிடைத்தது. ஆற்றின் அபரிமிதமான வேகத்தைப் பயணம் தொடங்கிய நொடியிலேயே உணர்ந்தோம். அவன் கால்களும் கைகளும் நீரோட்டத்தோடு கலந்து ஒரு பாதையைத் தேடின. மலர்ந்த முகம் வாடாது கடினமான அந்த வேலையை ஈடுபாட்டோடு செய்தான். கவனம் துளியும் பிசகாத பார்வை. ஒரு கணம்கூட ஓயாமல் கால்களை உதைத்துக்கொண்டிருந்த பெண் துணையை அப்போதுதான் கவனித்தேன். ஒரு வேலையும் செய்யாது நாங்கள் வெறுமனே இருந்தது உறுத்தியது. கவின் அதை வாய்விட்டுச் சொன்னான்.

கால்களால் உதைத்துக் கைகளில் நீரைத் துழாவி எளிதாக வும் வேகமாகவும் ஆற்றைக் கடந்த அவர்களையே பார்த்துக் கொண்டிருந்தோம். அவர்களது உடல் வேகம் சாத்தியத்தின் உச்சமாகப்பட்டது. மிதந்த மரத்தில் படுத்தவாறும் சில நேரம் நீந்தினார்கள். கைகளும் கால்களும் இயந்திரத்தில் பூட்டப்பட்ட தான இயக்கம். அந்தப் பொழுதின் உடலாக இருந்தார்கள்.

மலையிலிருந்து சட்டென இறங்கி ஓடும் ஆற்றில் பயணிப் பது அவ்வளவு எளிதானதல்ல என்பதை அனுபவபூர்வமாக உணர்ந்தோம். கண்கள் பார்த்து வேகம் அறிய முடியாத மௌனம். நீரின் வேகம் நாங்கள் பயணித்த மரத்தை இங்கும் அங்கும் அலைக்கழித்தது. மரத்தை இறுக்கமாகக் கட்டிப்பிடித்துக் கொள்ளுமாறு அடிக்கடி வேண்டினார்கள். முழுதாக நனைந்திருந் தோம். வலுவாகப் பிடித்துக்கொள்ள முடிந்ததால் பயம் சற்றே குறைந்தது. அந்த இடத்தின் கருவியாக அவன் உடல் இயங்கியது. அவளும் அப்படித்தான் தோன்றினாள். சாகசக்காரர்களாக நினைத்துப் பெருமிதம் கொண்டோம்.

ஆதிரை

அபாயம் மிகுந்த இடத்தில்தான் ஆனந்தம் பேரோசை கொள்கிறதோ!

பயம் நீங்கி அந்தப் பொழுதின் இருப்பில் கரைந்தோம். மரத்தை ஒரு சுழற்றுச் சுழற்றிப் பயணப் பாதையை வேறு திசைக்கு மாற்றியபோது ஏற்பட்ட அதிர்வில் நாங்கள் கீழே விழாதிருக்க எங்களை அணைத்துக்கொண்டார்கள். பின் கொஞ்ச தூரமே பயணித்து ஆற்றின் வேகத்துடனேயே நகர்ந்து சட்டென்று கரைக்கு நகர்த்திய அந்த இளைஞனின் குதிரைத் திறனைக் கணக்கிட்டுக் கவினிடம் பெருமையாகச் சொன்னேன். "க... அந்தப் பெண் உங்களிடம் சண்டைக்கு வரப்போவது நிச்சயம்" என்றான்.

முழுதாக நனைந்திருந்த நாங்கள் வெயில்படச் சற்றே நின்றுவிட்டு நிழல் கவிந்த பாறைமீது அமர்ந்தோம். ஆற்றின் துளிகள் கரும்பாறையில் வெண்முத்துகளாக அவர்கள் மேனி களில் ஒளிர்ந்தன. அருகில் சென்று நீர்த் துளிகளை விரல் களில் சுண்டிவிடும் ஆசையை அடக்கிக்கொண்டேன். சாப்பிடு வதற்கான உணவுகளைப் பரப்பியிருந்தார்கள். அங்கிருந்து தொலைவான இடங்களைப் பார்த்தேன். அருவியின் பேரோசை நெருக்கமாகக் காதில் விழுந்தது. நாங்கள் கடந்துவந்த ஆறு அந்த மகா அருவியின் நீர் என உணர்ந்தேன். அருவியின் வெண்மையில் ஒரு பகுதி தெரிந்தது. மரங்களின் மறைவிலிருந்து காட்டுயிர்கள் ஏராளமாய்ப் பெருகிப் பாறையைச் சூழ்வதாக எண்ணிப் பயந்து இளைஞனுக்கு அருகில் அமர்ந்தேன். பாறை யைத் தொட்டுக்கொண்டு யானைகள் கூட்டம் நகர்ந்தது. நாங்கள் உட்கார்ந்திருந்த பாறை யானையின் முதுகாகத் தோற்றம் கொள்ள மேலும் பயந்தேன்.

பயத்தை எங்கே ஒளிப்பது? மாவு உருண்டை ஒன்றை எடுத்துக் கடித்தேன். மலைவாழையை உரித்து நீட்டினாள் யுவதி. அதனோடு கலந்து உண்ணுமாறு வேண்டினாள். வெவ் வேறு உருண்டைகள். விதவிதமான சுவை. வயிற்றில் இறங்கிய உணவு மனதிலிருந்த யானையை விரட்டியது. பசியாறி முடித்துச் சிறிதே ஓய்வெடுத்தோம். மல்லாந்து படுத்து ஆகாயம் பார்த்தேன். வானம் எல்லா இடத்திலும் ஒரே மாதிரியாகத்தான் இருக் குமோ! கடந்துவந்த பாதையை நினைத்துப் பிரமித்தேன்.

சிறிது நேர ஓய்வுக்குப் பின் தாவரம் வழிந்தோடும் காட்டுப் பாதைக்குள் தடம்காட்டி அழைத்துப் போனார்கள். கண்ணுக்குத் தெரிந்த காட்டுயிர்கள் சில நேரங்களில் அச்சத்தையும் பரவசத் தையும் ஏற்படுத்தின. மழைக்காடுகள் என்பதால் சதுப்பு நிலத் தரை. சேறு படிந்து ஊர்ந்த மலைப்பாம்பை மனதில் ஒதுக்கி

நகர்ந்தார்கள். வழியில் கிடந்த பாம்பைக் கடக்க அஞ்சினோம். வழிமறித்துப் பெரிதாகப் படுத்திருந்தது மலைவிரியன். வசீகரமும் அச்சமும் தந்த அதனிடமிருந்து பயந்து விலகிய எங்களைத் தோள்களில் தூக்கித் தாண்டிக் கடந்தார்கள். பெரிய மலைவிரியனின் உடல் வனப்பில் படிந்தேன். பல அடிகள் நீண்டிருந்தது அதன் உடல். பாம்பின் வாயில் முழுதாக விழுங்கப்படாத ஏதோ ஓர் உயிர். நினைவறையில் அந்தக் காட்சி உறைந்து போனது. அவ்வப்போது அது உயிர்கொண்டு விரட்டியது.

ஆற்றின் மறுகரையிலிருந்த காடுகள் மேலும் அடர்ந்திருந்தன. பள்ளத்தாக்கிலிருந்து மலைமீது நாங்கள் ஏறிக்கொண்டிருந்தோம். காலமழையில் வளர்ந்து செழித்த மரங்கள் நிறைந்த காடு. மலையின் இருளே வழித்தடம். இலைகள், கிளைகள் நிரம்பி அடர்ந்த மேற்கூரை காடு முழுவதும். கதிரவன் தீண்டாத ஈரத்தரையில் நடப்பது எங்களுக்குச் சிரமமாகவே இருந்தது. உச்சாணிக் கிளைகளிலும் கொடிகளிலும் புதர்களிலும் தரையிலும் காட்டுயிர்களின் வளம். தாவரங்கள் பறவைகள் பாலூட்டிகள் பூச்சிகள் புழுக்கள் நீர் நில வாழ்பவையென உயிர்கள் அடர்ந்த மழைக்காட்டைக் கடந்துகொண்டிருந்தோம். வேற்று மனிதர்கள் பிரவேசிக்காத காடு என்றார்கள். காணவிருந்த குகையைப் பற்றி ஆவல் அடங்காது கேட்டேன். அவர்களுக்கே அது தெரியாது என்றார்கள். அதன் பொருள் புரியாது விழித்தேன். அதற்கு மேல் அவர்களிடமிருந்து பதிலேதும் இல்லை. ரகசியம் பூசி உள்ளே ஒளிர்ந்தது குகை.

சிங்கவால் குரங்கு மர உச்சியில் இருந்து அந்நியமாய்ப் பார்த்ததை உணர்ந்தேன். மரம் விட்டு மரம் பறக்கும்போது மரங்கொத்தி எழுப்பும் ஒருவகையான கீச்சுக்குரல் இப்போது பழகிப்போனது. உயிர்களின் சப்தம் சத்தியமாய் இசையே. அங்கேயே நின்று கண் மூடிக் கேட்க ஆசையாக இருந்தது. ஆனால் அழைத்துப்போன இளையர் கால்களில் வேகம் கட்டி நகர்ந்தார்கள். காட்டில் கரைந்து காணும் எல்லாம் தீண்ட ஆசை என்பதை அவர்களுக்கு உணர்த்தினேன். புன்னகையோடு உள்வாங்கிக்கொண்ட அவர்கள் செழிப்பான இடம் ஒன்றில் நின்றார்கள்.

மனதில் அப்படியான காடு இல்லவே இல்லை. வார்த்தைக்குள்ளிருந்த காடு பொருள் இழந்து செத்துப்போனது. இப்போது தெரிந்த காடு உயிர்கொண்டு அதிர்ந்தது. பயோடைவர்சிடி என்பதன் பொருள் புரிந்து கவனித்தோம்.

ஒரு மரத்தில் எத்தனை உயிர்கள். பார்வையில் பட்ட உடல்கள் தைல வண்ணங்களாக மிளிர்ந்தன. எறும்புகள்

பூச்சிகள் புழுக்கள் மற்றுமான சிறு உயிர்கள் செழித்து வாழும் வீடாக மரம். புதர்களின் அசைவைப் பயந்து பார்க்கச் சுவர்க் கோழி சப்தமிட்டவாறு கடந்தது. கண்கள் பார்த்த கருநாகங்கள் நிறைய. பயமும் வசீகரமும் சேர்ந்ததாகப் பாம்பை உணர்ந்தேன். பாம்புகளால் இறுகிச் சாகும் ஆசை சற்றே வந்துபோனது. கிளைமீது தொங்கிய நாகம் தலையில் மோத அலறினேன். வேகமாக அந்த இடத்திலிருந்து நகர முயன்ற கால்களின் கீழே ஊர்ந்த மற்றொரு பாம்பு இடித்தது. கவினோடு நெருக்க மாக நடந்து பயம் கலைய முயன்ற வேளையில் தூரத்தே தெரிந்த சிறுத்தை மனதில் புகுந்து போகும் இடமெல்லாம் துரத்தியது.

"வானில் பறக்கின்ற புள்ளெலாம் நான்
மண்ணில் திரியும் விலங்கெலாம் நான்
கானிழல் வளரும் மரமெலாம் நான்
காற்றும் புனலும் கடலுமே நான்."

மகாகவியின் வரிகளை உரக்கப் பாடினேன். கவின் என் னோடு இணைந்து பாடினான். வார்த்தைகளின் பொருள் அறியாத சிறுத்தையும் கருநாகமும் தங்கள் இனத்தில் எங்களைச் சேர்த்துக்கொள்ளவில்லை. சிறுத்தையின் விரட்டலிலிருந்து மீளாது தவித்தோம். அச்சம் தரும் சூழல் பயம் விலகக் கவிதை உதவவில்லை. பயந்துகிடந்த எங்கள் முகம் பார்த்து அவர்கள் உணர்த்திய தகவல் எங்கள் அறிவை மொத்தமாக அள்ளித் தூர எறிந்தது.

"காட்டின் வாசம் இப்போது உங்களின் உடம்பில் இருக் கிறது. காட்டுயிர்களால் உங்களுக்கு ஆபத்தில்லை. கவலை இல்லாமல் வாருங்கள்" என்றார்கள். காட்டின் வாசமா? என்ன அதுவெனக் கேட்டோம். "காட்டின் தாவரங்கள் சிலவற் றிலிருந்து தயாரிக்கப்பட்ட திரவம். அதன் வாசனையை நுகர்ந்து விலங்குகள் நம்மையும் தாவரமாகக் கருதி விலகி நகரும்" என்றார்கள். புறப்படும்போது நிகழ்ந்த சடங்கில் திரவம் ஒன்றை மேனியில் தெளித்தது ஞாபகம் வந்தது. எங்களது உடைகள் மீதும் தெளித்தார்கள். காட்டின் தாவரமாக அந்நியமில்லாது விலங்குகளின் புலன்களில் அப்போது நாங்கள் இருந்தோம். இந்த வாசனை ஒரு கால அளவுவரை தாங்கும் என்றார்கள். பயம் விலகியதாக நினைத்து மீண்டும் நடந்தோம். தேவையான இடங்களில் நின்று கவனித்து நகர்ந்தோம்.

க.வை. பழனிசாமி

5

காட்டைக் கடக்க மிகவும் சிரமப்பட்டோம். முட்கள் மேனியைத் தைத்தன. செடிகொடிகளால் காயப் பட்டோம். மூங்கில் கம்பு ஒன்றை முறித்து அதைப் பயன்படுத்தி வழிகள் ஏற்படுத்தி நகரக் கற்றுத்தந்தார்கள். வழி நிறைய ஓடைகள். வற்றாத ஓடைகள். நீரோடும் பாறைகளில் பாசிபடர்ந்திருந்தது. கவனமாகக் கால் நனைத்து அங்கேயே நின்று காட்டின் சப்தம் கேட்டோம். ஆண் துணை பல்வேறு விலங்குகளின் சப்தங்களை உண்டாக்கி வியக்கவைத்தான். எல்லா விலங்குகளின் ஓசையும் அவன் தொண்டைக் குழியில். இப்படி ஓசை எழுப்பும் நையாண்டிக் குருவியை நினைத்துக்கொண் டேன். கண்ணாடியாய் ஓடிய நீரை அள்ளிப் பருகி நிமிர்ந்தபோது நெருக்கமாய் மான்கூட்டம். சலிக்காது பார்த்துக்கொண்டிருந்தேன். விழிகள் தீண்டி மருண்டு ஓடின.

அழகு உயிர்கொண்டு அலைவதாக மான்களை நினைப்பேன். கூட்டமாகத் திரியும் மான்களைவிடத் தனித்து ஓடும் மான்தான். பேரழகு. மானில் எது அழகு? கண்தான். மிரளும் கண்களா? அல்ல. அலையும் கண்கள். மறைந்து நின்று மானின் விழிகளைப் பார்க்க ஆசை. மானாக மாறி, மான்களோடு திரிந்தால்... மனம் கட்டற்று விரிந்தது.

மரங்களின் மறைவிலிருந்து குயில் கூவிய ஓசை காதில் விழுந்தது. கவனித்ததில் மேலும் பல குயிலின் ஓசைகள். ஓசையின் உருவை மரங்களினூடே தேடினேன். இலைகளிலும் கிளைகளிலும் கலந்து கரைந்திருந்த குயில் களைக் காண்பது அவ்வளவு எளிதாக இல்லை. சிறிதே கண் மூடிச் செவியில் சாய்ந்தேன். குரலின் ஈரம் பட்டுக்

குளிர்ந்தேன். நீளும் செவியில் உயிரின் ஓசைகள் ஆறாக ஓடின. வெவ்வேறு குரல்கள் கலந்த காட்டோசை. அவற்றைப் பிரித்துத் தனித்தனியாகக் கேட்டு ஆனந்தத்தில் மூழ்கினேன். இலை, சருகு, கிளை, மரம் அருவி, விலங்குகள் பூச்சிகள், பறவைகள் என ஒவ்வொன்றின் ஓசையும் தனித்தொலித்துப் பின் அவை கலந்து கூட்டோசையாகி அது காற்றின் கீதமாக ஒலித்தது.

பூச்சிகளின் ஓசைதான் அதிசயத்தின் உச்சம். சின்னஞ்சிறு உயிரில் அப்படியொரு ஓசை. எந்த ஓசை எந்தப் பூச்சியிடமிருந்து? அடர்ந்து பெருகி வழியும் இந்த ஓசைகளின் பின்னே மறைந்துகிடக்கும் பொருள் யாது? கடந்துபோன நாயின் குரல் உயிரின் அதிர்வுதானே. எதன் ஓசையும் இன்னொன்றைப் போல இல்லை. தனித்து நின்ற அவற்றின் சுயத்தின்மீது காதல் கொண்டேன். அப்படியான ஒழுங்கு எல்லாவற்றிலும் தெரிந்தது. இசையில் ஓசையை ஒழுங்கில் கொண்டுவர மனிதன் படும் சிரமத்தை எண்ணிச் சிரித்தேன். மறைந்து கூவும் குயிலிடம் இசை இயல்பிலேயே இருக்கும் அதிசயத்தை நினைத்து வியந்தேன். பழக்கமான மனித மொழி துறந்து அவ்வப்பொழுது மௌனம் அடர்ந்தால் எல்லாமே இசைதான். இதைப் பகிர்ந்துகொள்ளும் படியான உறவு வசப்பட்டால் கொண்டாட்டம்தான். அருகில் நடந்துவந்த கவினின் கைகளைப் பற்றி இறுக்கினேன். உள்ளுக்குள் ஓடிய எண்ணத்தை அறிந்தவனாக மெல்ல அணைத்தபடி நடந்தான். ஓடையின் சப்தம் கேட்டு அந்த இடத்திற்கு நகர்ந்தோம்.

ஓடைகளின் புதர்மறைவில் அமர்ந்து பூச்சி புழுக்கள் பிடிக்கவந்த பறவைகளின் கூட்டம் பார்த்தோம். அதுவரை பார்க்காத பல பறவைகள். பறவைகளின் பெயர் அறிந்துகொள் வதைவிட அவற்றின் இருப்பும் வண்ணமும் குதூகலம் தந்தன. பறந்துகொண்டிருந்த பறவையின் வண்ணமொன்றைக் கவின் மீது பூசியது மனம். வண்ணத்தில் காட்சியான கவினைப் பார்த்து உரக்கச் சிரித்தேன்.

மனிதர்களிடம் வண்ணம் ஒட்டவில்லை.

தையல் சிட்டு, மஞ்சக் கொழுப்பான், வண்ணாத்திக் குருவி, ஆலா, பூனைப் பருந்து, கொண்டையான், பாம்பு வாத்து, செங்கால் வாத்து என்று பெயர்களை வாரிச் சென்றன உயிர்கள். ஆவலில் ஏற்கனவே அறிந்த பெயர்களைச் சரியாகவும் தவறாகவும் கண் பார்த்த பறவைகளுக்குச் சூட்டி மகிழ்ந்தேன்.

இளைஞன் அப்போது தன் துணையிடம் ஒரு பறவையைக் காட்டி ஏதோ சொன்னான். அவளும் அவனிடம் கொஞ்சி எதையோ கேட்டாள். சட்டென்று நகர்ந்து கையில் பறவையோடு திரும்பினான். நகர்ந்தது, பறவையைப் பிடித்தது எல்லாம்

க.வை. பழனிசாமி

ஒரு நொடியில். பறவை இப்போது அவள் பிடியில். அது எப்படிச் சாத்தியமாயிற்று என வியந்திருந்த என்னை நெருங்கி அந்தப் பறவையைக் காட்டினாள்.

அவள் கையிலிருந்த பறவை இந்த மலையின் பறவை அல்லவாம். தூர தேசப் பறவை என்றாள். சில மாதங்கள் இங்கே இருந்து குஞ்சு பொரித்துப் பின் தன் தேசம் போய்விடு மாம். பறவையைக் கைகளில் வாங்கி முகர்ந்து பார்க்கச் சொன்னாள். வாசம் ஏதும் இல்லை. மெத்தென்றிருந்த பறவை யின் உடலில் வண்ணம் திட்டுத் திட்டாக இருந்தது. அலகு நீண்டு நுனி சற்றே வளைந்திருந்தது. அலகின் கீழ்த்தட்டு குறுகி ஆழமாக இருந்தது. கையிலிருந்து வாங்கிக் கொஞ்சம் தானியம் தந்து பறவையை முகர்ந்து பறக்கவிட்டாள்.

கண்களை மூடி அங்கேயே உட்காரச் சொன்னாள். அப் படியே செய்தேன். சிறிது நேரம் நீண்டு காதில் விழுந்த இசையை என்றும் மறக்க முடியாது. அமுத கானம் என்றால் இதுதானோ! கண்திறந்து பார்த்தேன். முதலில் பார்த்த பறவைபோல நூறு பறவைகள் ஓடையின் புதர்கள்மீது உட்கார்ந்து ஒரே குரலில் ஒலித்துக்கொண்டிருந்தன. அந்த இடமே வண்ணமேறி விழி களைக் கவ்வின. கண்டிராத வண்ணம் ... கேட்டிராத இசை ... உயிரில் கரைந்துகொண்டிருந்தன.

இந்த இசையை யார் ஒழுங்கு செய்தார்கள்? ஒரே குரலில் சேர்ந்து பாட யார் கற்றுத்தந்தார்கள். கண்களில் வழிந்த நீரைத் தடுக்காதிருந்தேன். கால்களை மடக்கித் தரையில் அமர்ந்து பறவைகளை வணங்கினேன். கழுத்தை முன்னும் பின்னும் பக்கவாட்டிலும் அசைத்தபடியிருந்தன. இசைக்கேற்ற உடல் அசைவோ? கொஞ்ச நேரம் அப்படியே கேட்கவிட்டுத் தன் பையிலிருந்து தானியங்களைத் தரைமீது கொட்டினாள் மலைப் பெண். பறவைகள் பாட்டை நிறுத்தி அவற்றைக் கொத்திக் கொண்டிருந்தன. அவள் கைகளைப் பிடித்து முத்தமிட்டேன். வழியும் என் கண்ணீரைத் துடைத்து அணைத்துக்கொண்டாள்.

காடு நான் வாழும் உலகைவிட அழகாகவும் மேலானதாக வும் என்னுள் பொருள்கொண்டது.

மீண்டும் நடக்கத் தொடங்கினோம். மரங்கள் வெகுவாக அடர்ந்து கிளைகள் பின்னிக்கிடந்தன. மரங்களிடையே உடல் திணித்து நகர்ந்தோம். தரையிலிருந்த பருத்த வேர்களைப் பாம்பாக நினைத்து எல்லா நேரமும் பயந்தோம். கண்கள் சிரமப்பட்டே தொலைவில் பார்த்தன. மரங்களில் மோதி மீண்டது பார்வை. சற்றே நகர சரிந்து ஓடையில் விழுந்து நகர்ந்தோம். நெருக்கமாய் நின்ற மரங்கள் பற்றி மேலேற,

காத்திருந்த காட்டெருதுக் கூட்டம் கண்டு விலகினோம். பல இடங்களில் மரங்களின் மேலேறி தூரத்தைக் கடந்தோம். முடியாத இடங்களில் எங்களை எளிதாகத் தூக்கி நகர்ந்தார்கள். இடுப்பில் இறங்கிய பெண்ணின் பிடி வலிமை வியந்தேன்.

யானைகளின் நிறம் சூழலோடு கரைந்திருந்தது. யானை என்று அறியாமலேயே அதன்மீது மோதி நடந்தோம். காடு உணர்த்திய எல்லாமும் அனுபவத்தின் மீது புதிய அர்த்தம் சேர்த்தபடியிருந்தன. ஈரம் படிந்த அடிமரத்தில் வேர்விட்டிருந்த நுண்தாவரங்கள் ஆவலைத் தூண்டின. நுண்ணிய செடியில் நுண்ணிய பூக்கள். வடிவம் வண்ணம் ஆச்சரியத்தில் ஆழ்த்தின. ஒரு பூ எடுத்து நாள் முழுக்கப் பார்க்கலாம். பூவில் காணும் செழுமை, வேறு எதிலாவது உண்டா? மென்மைதான் பூவின் உடலோ? பூவின் அழகு மென்மையில் கரைந்த வண்ணத்தால் இருக்குமோ? வடிவமும் வாசமும் அழகூட்டும் பொருள்களல் லவா? எல்லாம் சேர்ந்தால்தான் பூவோ? எண்ணம் ஒரு பூவாய் உள்ளுக்குள் மலர்ந்து மணந்தது.

நிதானமாக நடந்தேன். அடர்ந்திருந்த தாவரங்கள்மீது படர்ந்தேன். கண்கள் தொட முடியாத தூரம்வரை தாவர நீட்சி. மரங்களிலும் செடிகளிலும் பச்சை வண்ணம் தூக்கலாய்த் தெரிந்தது. பச்சை நிறம் ஒற்றையாகவா காட்சி தருகிறது? அடர்பச்சை இளம்பச்சை பாசிப்பச்சை கிளிப்பச்சை மஞ்சள் படர்ந்த பச்சை எனப் பல பச்சைகள். கனிந்துவரும் காயின் பச்சை மேனி என்ன வகைப் பச்சை?

"க... நான் சொல்லட்டுமா?" எப்போதுமான குறும்போடு கவின் கேட்டான். சொல் என்றேன்.

"பச்சைப் பசேலென்று தாவரங்கள்... எனும் இந்த வருணனையின் மீது நகைப்பு வருகிறது. தனித்துவம் மனிதர்களை விட மற்ற உயிர்களில்தான் தூக்கல். வண்ணம் ஒன்றிலேயே மனிதனை நாக் – அவுட் செய்துவிடுகிறது இயற்கை. மலைமக்கள் சொன்னதுபோல வண்ணத்திற்குப் பெயரிட முடியாதுதான்" என்றான்.

"கைபுனைந்து இயற்றாக் கவின்பெரு வனப்பு" என்னும் வரியை உரக்கச் சொல்லி மகிழ்ந்தோம்.

ஒவ்வொரு மரமாய்... ஒவ்வொரு செடியாய்ப் பின் அவற்றின் பூக்கள், காய்கள், கனிகள், கிளைகள், தளிர்கள், இலைகளில் ஓடும் கீற்றுகள், உள்ளின் உள்ளே என்று விரிய, அதில் செறிந்துகிடக்கும் வண்ணங்களை நினைத்தோம். இப் போது காணும் நிறங்களை வகைப்படுத்த யாரால் இயலும்? வண்ணம் வடிவ உடலேறி உள்ளே இறங்கியது. மனதின்

பெருவெளியில் வண்ண உடல்களின் ஆனந்த நடனம். உள் குவிந்து எட்டிப் பார்த்தேன். "அடடா என்ன அழகு!"

பல்லுயிரிய வளம் கொழிக்கும் உறைவிடமாகக் காணும் மலைக்காடு. நதிகளின் கருவறையாகவும் தோன்றியது. நுண்ணுயிர்கள் தொடங்கிப் பெருவிலங்குகள்வரை உயிர்த்திருக்கும் புனித ஆலயமாகக் காடு காட்சி தந்தது. பெருவெளியின் சிறு புள்ளியில் கண்படாத இடம் விரிந்துகொண்டிருந்தது. அறிய முடியாத இடத்தின் மீது மனம் சாய்ந்தது.

தாவரங்களோடும் விலங்குகளோடும் பின்னிப்பிணைந்து வாழும் மலைமக்களுக்குக் காடுதான் வீடு. காடு அவர்களால் வளர்கிறது. அவர்களோ காடு தங்களை வளர்ப்பதாகப் பெருமையோடு சொல்கிறார்கள். எங்களின் பெரிய தாய், பெரிய தந்தை நாங்கள் வாழும் காடு என்றார்கள். மரங்களை விலங்குகளை உறவுகளாகப் பார்க்கிற மேன்மையை வியந்தேன். அன்பும் அக்கறையும் கொண்டு அழைத்துப்போகும் அவர்களைப் பார்க்க ஆனந்தம் பெருகிக் கண்ணீர் ததும்பியது. இவர்களோடு சேர்ந்து நடந்தபோது காடு மேலும் நெருக்கமாயிற்று. கால் தீண்டும் முள்கூடக் காட்டின் மொழியாக வலி இல்லாது இறங்கியது. அடர்ந்த காட்டின் நெருக்கம் தரும் வெப்பம் காமத்தைவிடச் சுகமாக இருந்ததை உணர்ந்தேன். மனிதர்கள் துறந்து மரத்திலேறிப் பெருங்கிளை ஒன்றில் படுத்துறங்கத் தோன்றியது.

புல்வெளிப் பூச்சிகள். மிதிபட்டால் நசுங்கி மடியும் புழுக்கள், பலநூறு வகை எறும்புகள், பறவைகள், சிறிதும் பெரிதுமான விலங்குகள். கண்நிலைத்துப் பார்த்துக்கொண்டிருந்த கருங்குரங்கு நான் பார்த்த மறுநொடி கொஞ்சம் முறைத்துத் தாவி மறைந்தது. தாவரங்கள் கோடி அடர்ந்து நெருங்கிய இடத்தில் நான். தாவரவியலாளர்கள் சூட்டிய பெயர்கள் வலைத்தடம் பற்றி நடந்தால் காணக் கிடைக்கும். பெயரில் என்ன இருக்கிறது? காணும் அனுபவத்தைவிட மேலானதோ பகுத்தறிதல்? அந்தப் பொழுதில் காட்டுயிர்கள் மிகவும் நெருக்கமாயின.

இப்போது அந்த ஆண்துணை கவனமாக நடந்ததைக் கவனித்தேன். அவர்கள் இருவரும் சற்றே நின்று கண்கள்மூடித் தங்களுக்குள் ஏதோ பேசுவதாக அறிந்து கவினிடம் சொன்னேன். உள்ளே ஒருவிதப் பரவசம் முட்டியது. கைகளை விரித்து, காட்டை விழித்து சில வார்த்தைகளை மந்திரம்போல உச்சரித்தார்கள். காட்டின் அந்த இடத்தில் இருவரும் கரைந்துபோன தான தோற்றம். சற்று நேரம் கழிந்து இருவரும் ஒரே சமயத்தில் ஆனந்தமாய்க் குதிபோட்டார்கள். ஓடிவந்து எங்கள் இருவரையும் கட்டிக்கொண்டார்கள். காரணம் அறியாது விழித்தோம்.

கண்களை மூடச் சொன்னார்கள். செவியில் மனதைக் குவித் தோம். வினோத ஓசை எழுப்பிப் பல குரலில் கூவினார்கள். யாரையோ அழைப்பதுபோல உணர்ந்தோம்.

கண்கள் திறக்காது அப்படியே நின்றோம். சில நிமிடங்கள் கடந்தன. காணப்போகும் இடத்தை நெருங்கிவிட்டோம் என்று மனம் உறுதியாகச் சொன்னது. கண்களைத் திறக்கச் சொல்லி மகிழ்ச்சி தோய்ந்த குரலில் வெடித்தார்கள். திறந்த கண்கள் ஆச்சரியத்தில் உறைந்தன. காட்டில் அழகிய ஓடை சூழ்ந்த மலைக்குகையின் முன்னால் நின்றோம். இங்கே எப்படி வந்தோம் என்றே தெரியவில்லை. கண்கள் மூடுவதற்கு முன்னிருந்த இடமாக அது இல்லை. இது எப்படி நடந்தது என்றே தெரிய வில்லை.

அதிர்ச்சியிலிருந்து மீளாது நின்ற எங்களுக்கு நடந்ததை விளக்கினார்கள். அப்படிப்பட்ட குகைகள் அங்கே பல உள்ள தாகச் சொன்னார்கள். காணப்போகும் குகையை நாம் தீர் மானிக்க முடியாது என்றார்கள். அந்தக் குகைதான் அதைத் தீர்மானிக்குமாம். அதுவும் அதுவாக விரும்பினால்தான். குகை என்பது அவர்களுக்கான கோயில் அல்லது மூதாதையர்களின் வாழ்விடம் என்பதாக ஓரளவு பொருள்கொள்ளலாம். அவர் களின் உடலில் ஓடும் உயிருக்குத்தான் அதன் மேன்மை புரி யும். வணங்கும் தெய்வத்தின் குரலுக்காகத்தான் காத்திருந்தார்கள். குரல் கேட்ட சற்று நேரத்திலேயே நாங்கள் கண்ட குகை கண்ணுக்குத் தெரிந்ததாக அவர்கள் கூறியதை அடங்காத பிரமிப்புடன் கேட்டோம்.

ஆச்சரியம் அடங்காமல் எங்கள்முன் விரிந்த குகையை நெருங்கினோம். நுழைவாயில் அருகில் ஓடிய ஓடையின் கீழ் பாம்புகள் படுத்துக்கிடப்பதுபோலப் பருத்த மரவேர்கள். சில இடங்களில் உண்மையாகவே பாம்புகள் இருந்ததைக் கவின் சுட்டினான். மலைவிரியன்களாக இருக்கலாம். சர்ப்பம் தங்களின் காவல் தெய்வமென மரப்பாச்சிப் பெண் சொன்னது நினைவுக்கு வந்தது. மரங்கள் குகையின் விளிம்பில் அடர்ந்திருந்தன. மனிதக் கண்படாத மரங்கள். காட்டுமண்ணும் தூயகாற்றும் ஊட்டி வளர்த்த பாச ஈரம் மரங்களில் மினுமினுத்தது. முழு ஆயுளையும் முடித்துச் சாயும் மிதப்பில் கிடந்தன மரங்கள். மேலும் பல நூறு ஆண்டுகள் வாழக்கூடிய தோற்றம். எளிதில் நெருங்க முடியாதவாறு தாவரங்கள் குகையைக் கட்டிப்பிடித்திருந்தன. ஒரு தாவரமும் நாங்கள் அதற்கு முன் அறிந்தவையாகத் தோன்றவில்லை. மனித ஆளுமைக்கு மேலான ஒன்றின் தீண்ட லில் இருந்தோம். மௌனம் பேரோசையாகச் செவியில் இறங்கி யது. காட்டின் கருப்பையில் அப்போது குழந்தையாகக் கிடந்தேன்.

க.வை. பழனிசாமி

தொப்புள் கொடியாக அந்த நேர அனுபவம் உயிருக்கான உணவை வழங்கியது.

கருவி ஏதும் இல்லாமலே பாதை போட்டுப் பத்திரமாய் அழைத்து வந்த அவர்களின் அறிவை வியந்தேன். கரும்பாறைகள் மரங்களினூடே தெரிந்தன. குனிந்து நுழையும்படியான வாயில். வழித்தடம் மங்கலாகத் தெரிந்தது. பேசாது பின்தொடர வேண்டினார்கள். குகையின் உள்ளே பக்கவாட்டில் வேர்கள் பெரிது பெரிதாகப் புடைத்திருந்தன. குகைக்குள் காற்று இருப்பது ஆச்சரியமாக இருந்தது. மூச்சிழுக்கச் சிரமம் இல்லை.

குனிந்து சற்று தூரம்தான் நடந்திருப்போம். தாயின் கருவறை வெப்பம் இப்படித்தான் இருக்குமோ! அச்சம் சிறிதும் இல்லை. ஆவல்தான் தூக்கலாக இருந்தது. காட்சிக்கு நகர்ந்தன கண்கள். மொழியற்றிருந்தோம். இருள் உடல்கொண்டு தீண்டுவதாகப் பட்டது. கைகளைப் பிடித்து நிறுத்தினார்கள். கூர்ந்து பார்க்கச் சொல்லித் தூண்டினார்கள். இருளில் ஒளிப் புள்ளிகள் அலைவதைப் பார்க்க முடிந்தது. எதிர்பாராத கணமொன்றில் வண்டின் ரீங்காரம் கொஞ்சம் கொஞ்சமாகக் கூடிக் குகையின் சுவர்களில் பட்டு இசைவெள்ளமாகக் காதில் இறங்கியது. காட்டின் சருகோசையை இசையாக்கிய ஓசை அருகிலிருந்து வந்தது. கண்கள் பார்த்தபடியிருக்க இருளில் இருந்து எண்ணற்ற வெளிச்சப் புள்ளிகள் பறந்தலைந்தன. வண்டின் ஓசையும் சருகின் ஓசையும் கூடிக்கொண்டிருந்தன. ஒளிப் புள்ளிகள் மழையின் தூறலாகக் காட்சியாகிப்பின் பெருமழையாகப் பெய்தன.

குகையின் உள்வெளியெங்கும் வெளிச்சம் படர்ந்தது. அப்போது நின்ற இடத்தைத் தெளிவாகப் பார்க்க முடிந்தது. கண்கள் ஆவலாக எல்லா இடமும் பரவச் சட்டென்று பார்வை ஓரிடத்தில் ஆச்சரியத்தில் குத்திட்டு நின்றது. மனித உயிர் யோசிக்க முடியாத ஒன்றை, மற்றவர்களின் கண்கள் இதுவரைப் பார்க்காத இடத்தைப் பிரத்யட்ச நிலையில் கண்டுகொண்டிருந்தோம். வெளிச்சம் வாரி இறைத்த குகைவெளியில் தெரிந்தது யாரும் கண்டிராத ஓவியப் புதையல். வண்டின் ரீங்காரமும் சருகின் ஓசையும் நீண்டுகொண்டிருக்க வெளிச்சப் புள்ளிகள் பேய் மழையாக இறங்கத் துல்லியமாகச் சுவரில் தெரிந்த ஓவியங்களைக் காண முடிந்தது.

தரை சுத்தமாக மெழுகப்பட்டிருந்தது. பலவகையான மரவாத்தியங்களைப் பார்த்தோம். ஆதிப்பெண் அவற்றிலிருந்து ஒன்றை எடுத்து வாயில் வைத்து இசைத்துக்கொண்டிருந்ததைக் கண்டோம். வண்டின் ரீங்காரமும் சருகின் ஓசையும் அதிலிருந்து வந்ததை உணர்ந்தோம். அதுவரை கேள்விப்பட்டிராத இசைக் கருவி. வளைந்து நெளிந்து துளைகளோடிருந்தது.

ஒளிப்பூச்சிகள் இசையுண்ணும் வெறியில் ஆயிரம் ஆயிரமாய்ப் பறந்தன. அவற்றின் ஒளியில் தெரிந்த ஓவிய அழகையும் வண்ணங்களையும் விரைந்து காணத் தூண்டினான் ஆண் துணை. கவினைப் பிடித்து இழுத்துக்கொண்டு வண்ணங்களைப் பார்க்கவைத்தேன் வேகமாக. மலைமக்களின் மூதாதையர்கள் உயிரோடு சுவரில் அறைந்துகிடப்பதான பிரமிப்பை ஏற்படுத்தும் வண்ண ஓவியங்கள். மரங்கள் விலங்குகள் எல்லாமும் உயிரின் ஒளி அழியாது காட்சியில் பேசின. காணும்வெறி வளர்ந்து கொண்டே இருந்தது. அதிசயம் கண்களைக் கட்டிப்போட்டது. மனம் சுவர்களின் வண்ணங்களில் ஒட்டிக்கொண்டு பெயர மறுத்தது. எல்லாவற்றையும் சில கணங்களில் பார்க்க வேண்டிய அவசரம். "நாதக் கனலிலே நம்முயிரைப் போக்கோமோ?" என்ற வரி உள்ளுக்குள் ஓடியது. இப்படியான மேலான ஒன்றை உணரும்பொழுதிலேயே செத்துப்போகலாம். இன்னும் சற்று தாமதித்திருந்தால் அதுதான் நிகழ்ந்திருக்குமெனப் பிறகுதான் உணர்ந்தோம்.

வண்ணங்களின் மீதும் ஓவியத்தின் மீதும் மலைமக்களுக் கிருந்த பக்தி கலந்த அக்கறையும் அந்த நேரங்களில் அவர்களின் கண்களிலிருந்து நீர் வழிந்த காரணமும் புரிந்தது. வண்ணமும் ஓவியமும் அவர்களுக்கு மூதாதையர்களை நினைவூட்டுகின்றன. அதனால்தான் அப்படிப்பட்ட வெளிப்பாடு. வண்ணம் அவர்களின் வாழ்வோடு பிணைக்கப்பட்டிருந்த உண்மையை உணர்ந்தோம். இதை உணர்த்தத்தான் எங்களை இங்கு அனுப்பியிருந்தார்கள். யாருக்கும் காட்டாத தங்களின் அரியபொக்கிஷத்தை நாங்கள் காணும்படி செய்த அவர்களின் அன்பை நினைத்து நெகிழ்ந்தோம். கவினுடைய படைப்பு இதனைச் சாதித்ததாக உணர்ந்தேன். பெருமையோடு கவினைப் பார்க்கவும் செய்தேன்.

இரண்டு மூன்று நிமிடங்களில் பார்த்து முடிக்க இளைஞன் காட்டிய அவசரம் புரியாது திகைத்தேன். எங்கள் இருவரின் கைகளையும் வலுவாகப் பிடித்து இழுத்து வெளியில் தள்ளிய அவனை ஒன்றும் புரியாமல் பார்த்தேன். அவன் எங்களைக் கவனிக்காமல் குகை வாயிலைப் பதற்றமாய்ப் பார்த்தான். அவன் துணை வராத உண்மை உறைத்துக் குகைக்குள் போக முயன்ற என்னைத் தடுத்தான். அச்சமும் பரபரப்பும் கலந்து குகைவாயிலைப் பார்த்தவாறே நாங்களும் நின்றோம்.

வேகமாய் வெளியில் வந்த அவளைக் கண்டு திடுக்கிட் டோம். அவள் உடலில் ஏற்பட்டிருந்த மாற்றம் சட்டெனத் தெரிந்தது. முகமும் உடலும் வீங்கி இருந்தன. இளைஞன் ஓடிச் சென்று அவளை அணைத்துக்கொண்டான். தோளில் மாட்டி யிருந்த குவிப்பையில் இருந்து புட்டியொன்றை எடுத்து அதி லிருந்த திரவத்தை அவள் உடல் முழுவதும் தடவினான்.

க.வை. பழனிசாமி

அவள் அவன் தோள்சாய்ந்து நகர்ந்தாள். பிறகு உண்மை புரிந்து வெட்கப்பட்டேன். வாசிக்கும் கருவியை ஒரேமூச்சில் இடைவெளி இல்லாது மீட்ட வேண்டும். சிறு நிறுத்தமும் விஷப்பூச்சிகளை நம்மீது திருப்பிவிடும். எனவேதான் அவசரப்படுத்தி இழுத்து வந்திருக்கிறான்.

சில கணங்களே பார்க்க முடிந்த கலையின் உச்சம்.

ஒளிப்பூச்சிகள் கொடிய விஷம் கொண்டவை. அவை கூட்டமாக நம்மீது படிந்தால் உயிர் தப்பிக்கும் சாத்தியமில்லை என்பதால் வேகப்படுத்தி இருக்கிறான். வாசித்தபடியே ஓடி வந்திருக்கிறாள். கருவியை விட்டெறிந்த கணநேரத்தில் தாக்கியதின் பாதிப்பே உடலின் வீக்கம். கொடிய பூச்சிகளின் விஷத்தையும் அவர்களால் ஓரளவு தாங்கிக்கொள்ள முடியும். கவின் ஆச்சரியமும் திகைப்பும் கலந்து நின்றான். அந்தப் பெண்ணை அருகில் அழைத்து அணைத்துக்கொண்டேன். வலிக்கு நாம்தானே காரணமென நினைக்க மனம் வலித்தது. அவள் கால்களைத் தொட்டு முத்தமிட்டேன். கண்களில் கூச்சம் முட்டி நின்றாள். புன்னகையோடு கைகள் பற்றி நடந்தேன்.

இருவரும் முன்போலவே வழிகாட்டிப் பத்திரமாய்த் தங்கள் இடத்திற்கு அழைத்துவந்தார்கள். எங்களை அழைத்துப்போன ஆணையும் பெண்ணையும் அலங்கரித்து வணங்கினார்கள். தங்கள் தெய்வத்தைக் கண்டு வந்தவர்கள் என்று கொண்டாடினார்கள். வெகு சிலரே அந்த இடம் போக முடிந்த உண்மையை அறிந்து வியந்தோம்.

மறுநாள் முழுவதும் அவர்களோடு இருந்து, கவின் தாவர வண்ணங்களில் தேர்ச்சி பெற்றான். வரும்போது என் கையிலிருந்த வளையல்கள் இரண்டை அந்தப் பெண்ணுக்கு அணிவித்து மகிழ்ந்தேன். கவின் இளைஞனுக்குத் தன் சட்டைகள் தந்து அவற்றில் ஒன்றைப் போட்டுவிட்டான். சட்டையில் ஒட்டாத அவன் மனம் முகத்தில் தெரிந்தது. அவளுக்குச் சுடிதார் மாட்டிவிட்டேன். இருவரும் அந்த உடையிலிருந்து நேசம் அடர்ந்த பார்வையைத் தேக்கி அனுப்பிவைத்தார்கள்.

மறுத்தபோதும் வற்புறுத்தி அவர்கள் கொடுத்த காட்டின் வாசனைத் திரவம் பையில் கனத்தது.

6

காஃபி இன்னும் இரண்டு மூன்று மிடறுதான். எதிரில் சிரித்தபடி நின்ற கவினைப் பார்த்தேன். "எல்லாம் முடிந்ததா?" என்று வினவினேன். பதில் சொல்லாமல் நின்றான். பேசாது மலர்ந்து நிற்பதிலிருந்து நாமே சாதகமாகப் பொருள்கொள்ளத் தூண்டுவான். இருவருக்கும் அப்படியான தருணங்கள் நிறைய. ப்ளாஸ்கில் மீதியிருந்த காஃபியைக் கப்பில் ஊற்றி நின்றவாறே குடித்துவிட்டு "போகலாம்" என்றான். எழுந்து நடந்தேன்.

பில் தொகையை வேறு ஒருவரிடம் கொடுத்தனுப்பிவிட்டு வெளியில் வந்தோம். காத்திருக்கச் சொல்லிவிட்டு அலுவலகம் நோக்கி வேகமாக நடந்து மீண்டான். சிரித்துக் கொண்டோம். மொழி துறந்த பொருள் செறிந்த பார்வை இருவரிடமும். வேலையிலிருந்து முற்றாக வெளியேறி என்னோடு வந்துகொண்டிருந்தான். அவன் கையைப் பற்றிக்கொண்டு காரில் வந்து ஏறினேன்.

புதிய இசையின் பதிவுகளைச் சமீபகாலமாகக் கேட்டுக்கொண்டிருக்கிறேன். காரில், வீட்டில் எல்லா இடத்திலும் இசைதான். இசையை அதன் அடிப்படையிலிருந்து அறிந்து கேட்க ஆர்வம். பாடுகிறவர்களையும் இசைக்கருவிகளை மீட்டுகிறவர்களையும் பிரமிப்போடு பார்ப்பேன். அதிசயமாகவும் ஆச்சரியமாகவும் உணர்ந்து அவர்களைப் பார்த்துக்கொண்டிருப்பேன். ஹார்மோனியப் பெட்டி, சொல்லித்தர ஒரு டீச்சரென அப்பா ஏற்பாடு செய்திருந்தார். ஆனால் என்னால் கற்றுக்கொள்ளவே முடியவில்லை. பிரமிப்புத்தான் வித்தையைப் பெற முடியாது தடுத்ததோ! கவினிடம் என் இயலாமையைக் கூறினேன்.

க.வை. பழனிசாமி

“ராகங்களை அறிந்து இசையைக் கேட்க வேண்டும். முறையாக அதைக் கற்றுத்தரும் சரியான இடம் அறிந்து என்னைச் சேர்த்துவிடு” என்றேன். மௌனமாகக் கேட்டுவிட்டு நகர்ந்தான். ஒரு நாள் தன் பைநிறைய சிடி, டிவிடி என்று கொண்டுவந்து கொட்டினான்.

“இவற்றில் பல்வேறு நாடுகளின் பாரம்பரிய இசைகளிலிருந்து இன்றைய இசையின் ஆல்பம்வரை இருக்கிறது. ஒன்றும் செய்ய வேண்டாம். எல்லா நேரமும் கேட்டுக்கொண்டே இருங்கள். ஆதிரையும் கேட்கிற இசையும்தான் அந்த இடத்தில் இருக்க வேண்டும்” என்று சொல்லிவிட்டுச் சென்றான்.

கண் மூடி இசையோடு ஒன்றினேன். இசையை விருப்பமான ஓசையாக முதலில் உணர்ந்தேன். கேட்கும் ஒலியோடு பயணித்தேன். நீண்ட நேரம் அதில் ஒன்றியிருந்தேன். அப்படியாகச் சில நாட்கள். இடைவிடாமல் கேட்டவாறே இருந்தேன். காற்றாக எண்ணி மூச்சிழுத்தேன். உள்ளே இறங்கி நுரையீரலில் நிரம்பிய ஒலி இரத்தத்தில் கலந்து உடலின் திசுக்களில் ஒன்றுவதாக நினைத்துக்கொண்டேன். உயிர் வளர்க்கும் காற்றாக மீண்டும் மீண்டும் மூச்சிழுத்தேன். இசையில் தோய்ந்த உடலாக ஆனேன். கேட்கும் ஒலி பரிச்சயமான உடலாக நெருங்கியது. தினமும் என்னோடு பேசும் உறவாக அதை உணர்ந்தேன். அப்படி ஆவது எளிதானதல்ல. உறவு மிகவும் நெருக்கமடைய ஒவ்வொரு நாளும் கூடுதல் பங்களிப்பு.

பிரிக்க முடியாத இடமொன்றில் நின்று கேட்க காலம் நீண்டு பிரத்யட்ச உருவாகத் தீண்டியது. காணும் அருவிபோல, தாவி நகரும் வெண்முயல் போலப் பார்வையிலும் பிடிபட்டது. இப்படிப்பட்ட அனுபவத்தில் திளைத்தபோது நான் வேறு எதிலும் கவனம்கொள்ளவில்லை. கவின்போல இசையும் நெருக்கம்கொண்டது. அருகில் உட்கார்ந்து உரிமையோடு பேசியது. ஒவ்வொரு ராகமும் உருவம் பெற்று என்னுள் படிந்தது. பெயர் முழுதாகத் தெரியாது. ஆனால் உருவத்தை மாற்றி என்னை ஏமாற்றிவிட முடியாது.

கேட்டுக் கேட்டு அதே பாதையில் திரும்பத் திரும்பப் போய் வரப் பழக்கமான வடிவமாய் இசை எனக்குள் கரைந்தது. அனுபவ உரு ஏறிப்போனது என்றால் சரியோ? இசைக்குள் மறைந்துகிடக்கும் கணக்கு பிடிபட்டது. அதன்பின் எந்த இசையைக் கேட்டாலும் உள்ளிருக்கும் கணக்கு தப்பாது. பெரிய இசை ஞானம் அதற்குத் தேவையில்லை. குயிலின் ஓசையும் தேன்சிட்டின் சப்தமும் ஒன்றாகவா நமக்குள் இறங்குகின்றன? அதுபோலத்தான் இசையின் வேறுபாடும். ஒவ்

வொன்றுக்கும் ஒரு கணக்கு. கணிதமேதை இசைமேதையாகும் ரகசியம் புரிந்தது.

தனக்குத் தெரிந்த இடத்திலிருந்து பேசுவதாகக் கூறிக் கவின் வெளிப்படுத்திய இசை ஞானம் பிரமிக்கவைத்தது. என் தீவிரத்தை உணர்ந்து மேலும் சில அடிப்படைகளைக் கற்றுத்தந்தான். இசை இப்போது எல்லா நேரமும் கூடவே இருக்கிறது. இது செவியின் ருசியா? மனதின் ருசியா?

போர்டிகோவில் காரை நிறுத்திவிட்டு இறங்கினோம். “பின்னால் பழங்கள் உள்ளன; எடுத்து வா” என்று திரும்பினேன். சிரித்தபடி கையில் பழத்தோடு நின்றிருந்தான். உள்ளே நுழைந்த போது எழுந்த பரவசத்தை அடக்க முடியவில்லை. ஆகாய நீரில் ஒரு பாய்ச்சல். முக்கி மூழ்கி முழுதாய் நனைந்திருந்தேன். சோபாவில் சரிந்து கவினை நோக்கி இரு கைகளை நீட்டினேன். “வா” என்று உதடுகள் முணுமுணுத்தன. பழப்பையை டீபாயில் வைத்தவாறே நெருங்கினான். அவன் மூச்சுக்காற்றில் கரைந்து கொண்டிருந்தேன். நேரம் நீண்டு பின் மெல்ல எழுந்தேன். வீடு முழுவதும் நேற்றுவரையில்லாதிருந்த வண்ணம்.

ஹால் தாண்டி நீளும் நடைக்குப் பின் தோட்ட மத்தியில் என் அலுவல் அறை. மண்ணில் வேரூன்றிக்கிடக்கும் தாவரங்கள் போல இந்த அறையும். மலையின் புறவெளி உள்ளோடும் அறை. மலையை மறைக்காத சுவர்கள்.

“உடைமாற்றி வருவேன். நீயும் உன் அறைக்குச் சென்று திரும்பலாமே?” என்றேன்.

“நிதானமாக வரலாம். காத்திருப்பேன்” என்றவன் ராக மொன்றை ஆலாபனை செய்து அந்தப் பாட்டைப் பாடச் சொல்லிக் கேட்டான். ராகம் பிடிபட வேண்டி இப்படி ஏதாவது செய்வான். ராகத்தின் பெயரைச் சொல்லி இரண்டு வரிகள் பாடிவிட்டு நகர முயன்றேன். “நீங்களும் இப்போது ராக சமுத்திரத்தில்” என்றான்.

“தள்ளிவிட்டு நீந்தக் கற்றுத்தந்தவன் நீதானே” சொல்லிய வாறு எதிர் நடையில் இருக்கும் என் அறைக்குச் சென்றேன். சற்றுமுன் சோஃபாவில் இருந்த நெருக்கம் வாசனையாகக் கூடவே வந்தது. கவனம்கொண்ட வீடு. முகம் கழுவி உடை மாற்றித் திரும்பினேன்.

இருவருக்குமான தேநீர் டீபாயின் மேல் இருந்தது. தேநீரைப் பருகியவாறு கையில் இருந்த கடிதத்தை நீட்டினேன். வாசிக்கும் அவன் கண்களைப் பார்த்தவாறிருந்தேன். ஆர்வமில்லாத பார்வை.

“அனுப்ப வேண்டுமா?” என்றான்.

அவன் மனம் என்ன நினைக்கும் என்பதை அறிவேன். உணர்ச்சிகளுக்கு இடம் கொடுக்காமல் அறிவுக்கு மட்டுமே வேலை கொடுக்க வேண்டிய முக்கியமான தருணம் இது. கவினுக்கு இதை உணர்த்தியாக வேண்டிய நிலையிலிருந்தேன்.

பிரான்ஸிலிருக்கும் ஒரு புகழ்பெற்ற ஆர்ட் கேலரியிலிருந்து கடிதம் வந்திருந்தது. கவின் வரைந்த படங்கள் அனைத்தும் தனியாகக் காட்சிக்கு வைக்க இசைந்திருந்தார்கள். மற்ற ஐரோப்பிய நாடுகளிலும் காட்சிப்படுத்தப்போவதாகவும் அதற்கும் அவன் சம்மதம் கேட்டிருந்தார்கள். ஓவியக்கலைஞன் வாழ்நாளில் அடையவிரும்பும் பணம், புகழ் இரண்டின் உச்சம் இந்தக் கேலரிகள். கவினுக்கு இது நன்றாகவே தெரியும். அவனுக்கு இவற்றில் விருப்பம் இல்லை என்பதையும் அறிவேன். நான் கட்டாயப்படுத்தினால் ஏற்பான். அப்படிச் செய்ய விரும்ப வில்லை. அவனிடம் கேட்காமலே நான்தான் விண்ணப்பித்திருந் தேன். அதற்கான சரியான காரணத்தை உணர்ந்தே அதைச் செய்தேன். அந்த நம்பிக்கையோடு தன் மனதில் இருப்பதைக் கவின் சொல்லக் காத்திருந்தேன்.

“கலைஞன் வெளிப்பாடு கொள்வது அவன் படைப்பில் மட்டுமே நிகழ வேண்டும். படைப்பு தாண்டிய இடங்களில் செயல்பட எதுவும் இல்லை. கலைப் படைப்புகள் மாதிரிகள் அற்றவை. சுயம்புவானவை. படைப்புகள் யாவுமே பார்வை கொள்ளும் மனிதர்களின் உடைமை. அவற்றின் மீது கலைஞன் உரிமை கொண்டாடக் கூடாது. தனிமனிதன் அதை விலைக்கு வாங்கிச் சொந்தம் கொண்டாடக் கூடாது. காற்றுபோல ஆகாயம் போல இருப்பிலேயே வசப்பட வேண்டும். இப்பொழுது நான் கூறிய எல்லாமும் உங்களுக்கே தெரியும். அப்படியிருந்தும் . . .” பேசுவதை நிறுத்திக் கவின் என்னைத் தயக்கத்தோடு பார்த்தான். தொடர்ந்து பேசுமாறு கண்களால் சொன்னேன். அருகில் வந்து கைகளைப் பற்றிக்கொண்டு சொன்னான்.

“தொழில் சார்ந்து நகர்வதாக உணர்கிறேன். பணத்தை மறுத்து வாழ முடியாதுதான். ஆனால் படைப்பைப் பெரும்பண மாக்குவது பிடிக்கவில்லை. மனிதர்களிடமிருந்து விலக விரும்பும் நாம், மீண்டும் அவர்களை நோக்கி நகர்வதாகப்படுகிறது” சற்றுத் தயங்கி, “நான் சொல்வதில் பிழையையோ அதீதத் தையோ உணர்ந்தால் கண்டிப்பாக மறைக்காமல் சொல்லுங்கள்” என்றான். அவன் முழுதாகச் சொல்லி முடிக்கக் காத்திருந்தேன்.

“வண்ணத் திட்டுகள் . . . வரைந்த கோடுகள் எல்லாமும் நான் என்னுள் பேசியவை. உள்மன அழுத்தம் தாங்காது வெளிப்பட்டவை. அன்று நமக்காகக் காட்சியான குகையில் பார்த்த ஓவியங்களைத் தீட்டிய அவன், அவள், அவர்கள்

யார்? படைப்பில் குவிந்த அவர்களின் அன்றைய மனம் எதை நினைத்திருக்கும்? வண்ணங்களைக் கற்றுத்தந்த அந்த மலைமக்கள் நம்மிடம் என்ன எதிர்பார்த்தார்கள்? என் ஓவியங்கள் மதிக்கப்படுவதற்குக் காரணமே வண்ணங்கள்தாம். இந்த ஓவியங்களை எனதென்று உரிமைகொண்டாட முடியாதே? மலைமக்கள் கற்றுத்தந்த வண்ணங்கள்தாமே என் ஓவியங்கள்."

நெகிழ்ந்திருந்த கவினுக்கு அருகில் மிக நெருக்கமாக அமர்ந்து அவன் கண்களைப் பார்த்துப் பேசினேன். "நீ சொன்ன எல்லாமும் எனக்கும் உடன்பாடானவைதான். அப்பழுக்கில்லாத கலைஞனாக இருக்கிறாய். உன்னை நினைக்கவே பெருமையாக இருக்கிறது. ஆனால் நாம் விரும்பும் வேறுவாழ்க்கை உருவாகவும் அழியாது வளரவும் பணம் வேண்டும். பெரும் பணம் வேண்டும். சமூகத்திலிருந்து விலகுவது எளிதான காரியமல்ல. பணம் இல்லாது இதை அடைய முடியாது. பணத்தை மலையாகக் குவித்துவைத்திருக்கும் அந்தச் சிலரிடமிருந்து கையளவு பணத்தை யாவது எடுப்போம். நம்மிடம் வரும் பணம் மனிதர்களைத் தாண்டி மற்ற உயிர்களுக்கும் போய்ச் சேரும். இந்த வீட்டைப் பெரிதாக்குவோம். கூடுதலாக நிலம் வாங்குவோம். நமக்குத் தெரியும் எப்படி வாழ்வதென்று. எல்லாம் உன் படைப்புகள்தாம். நீதான் முடிவெடுக்க வேண்டும். என் விருப்பத்தை உன்மீது திணிப்பதாக நினைத்துவிடக் கூடாது" கவினோடு இதைப் பேசியவாறு லாக்கரில் இருந்த என் பங்குகளின் பட்டியலை அவனிடம் நீட்டினேன். "நிதானமாகப் பார்த்து முடி பிறகு பேசலாம்" என்றேன்.

கடந்த பத்து ஆண்டுகளாக நான் வாங்கி வைத்திருந்த பங்குகள். வாங்கியவற்றை குறைந்தது பத்தாண்டுக் காலம் விற்கக் கூடாது என்று ஆதி கூறுவான். ஆனால் நிலைமைக்கு ஏற்ப வாங்கிய பங்குகளில் மாற்றங்கள் செய்திருக்கிறேன். ஆரம்பத்தில் அவன் சொல்லிக்கொடுத்துப் பின் நானாக வாங்கியவை. பங்குகளில் இருந்த பணம் குறித்துச் சிந்தனை வந்ததேயில்லை. ஏனோ பங்குகளை எனக்கான பணமாக ஒருபோதும் நினைத்ததில்லை.

கவின் கண் மூடி யோசனையில் இருந்தான். அவனையே பார்த்துக்கொண்டிருந்தேன். சட்டென்று கண்திறந்து மேலும் நெருங்கி அமர்ந்து கைகளைப் பிடித்துக்கொண்டு சொன்னான், "நீங்கள் சொன்னால் எதையும் செய்வேன். நான் என்ன நினைக்கிறேன் என்பதை உங்களிடம்தானே சொல்ல முடியும்" சற்றே யோசித்துக் கேட்டான் "ஓவியங்களை விலை கொடுத்து வாங்கியவன் அவற்றைத் தன் வீட்டில்தான் வைத்திருப்பான். மக்களின் பார்வைக்கு வராது போய்விடுமே?" என்றான்.

க.வை. பழனிசாமி

“சிறு பிள்ளையாகப் பேசுகிறாய். அவன்தான் அதிகமாக விளம்பரம் செய்வான். தன்னிடமிருப்பது அபூர்வமானது என்பதைக் காட்டிக்கொள்ள ஆக எல்லாமும் முயல்வான். உன்னை உன்னைவிடக் கூடுதலாகக் கூட்டிச் செல்வான். மதிப்பு கூடிக்கொண்டேபோய் ஒரு நாள் நிரந்தரமாக எல்லாரும் பார்க்கும் இடத்திற்கு நகர்ந்துவிடும். படைப்பு எப்போதும் மக்களின் பார்வையில்தான் இருக்கும்” கவினுடைய கண்கள் பார்த்துச் சொன்னேன்.

“எதையும் பெரிதாக எடுத்துக்கொள்ளாதே. கலை, கலைஞன் என்ற சிந்தனையிலிருந்து வெளியே வா. வாழ்வதில் கவனம் கொள். பணம் வேண்டும். அதற்காக விற்கிறோம். அவ்வளவுதான். செருப்பை அழகாகச் செய்து முடிக்கும் ஒருவனும் வண்ணத்தைக் கேன்வாஸில் இறக்கும் நீயும் ஒன்றுதான். அவனால் அதைச் செய்ய முடிகிறது. உன்னால் இதைச் செய்ய முடிகிறது. குருவி கட்டும் கூட்டை எந்த மனிதக் கை சாத்தியமாக்கி இருக்கிறது? மனிதப் பங்களிப்பு பிரபஞ்ச இருப்பில் ஒன்றுமே இல்லை. கலை, இலக்கியம் எல்லாம் விரும்பி வாழ்கிற வாழ்க்கையை விட மேலானவையல்ல” என்றேன். கவனமாகக் கேட்பதறிந்து தொடர்ந்தேன்.

“மரம் தரும் ஒரு கனியைவிட ஒரு ஞானியின் பங்களிப்பு உயர்ந்ததல்ல. ஞானிகளின் உபதேசம் மறை இருள்மீது சிறு வெளிச்சம். புத்தனே அவ்வளவுதான் என்றால் மற்றவர்களின் இடத்தை யோசித்துப் பார். மனிதர்களைக் கொண்டாடுவது அருவருப்பாக இருக்கிறது. மதிப்பது வேறு கொண்டாடுவது வேறு” சற்றே நிறுத்தித் தொடர்ந்தேன் “இப்படிப்பட்ட சமூகத்திலிருந்து விலகி வேறு வாழ்க்கைக்கு நகர்ந்துவிட்டோம். நம் வாழ்வும் எதிர்பார்ப்பும் முற்றிலும் வேறானவை.”

கைகள் பற்றி அவனைத் தோட்டச் சரிவிற்கு அழைத்துப் போனேன். நிறைய மரங்கள். தொலைதூரப் பள்ளத்தாக்கு தன்னளவில், கொஞ்சம் கொஞ்சமாக மேல் எழும்பி, நடக்கவல்ல மலைக்காடாய் நீண்டு பிறகு விளிம்பில் தோட்டம். சரிவில் வெகுதூரம் எளிதாய் நடந்து திரும்பலாம். ‘க’ என்று கவின் உரிமையோடு அழைக்கும் எனக்குச் சொந்தமானது இங்குள்ள பெரும்பகுதி நிலம். பணப்பயிர்கள் வளர்க்காத பூமி. காட்டின் இடையில் முடிந்தவரை மரங்களை அழிக்காமல் பாறைகளோடு பொருத்திக் கட்டப்பட்ட மலைவீடு. நானும் ஆதியும் பத்தாண்டுகள் வாழ்ந்த மண். அவன் எனக்காக எழுதிவைத்த வீடு. அந்த மழைநாளில் இந்த இடத்திலிருந்துதான் இருவரும் பிரிந்தோம். இந்த வீட்டிலிருந்த தனிமையை நானே அறியாதபடி நீக்கியவன் கவின். நான் சொல்வதைக் கண்டிப்பாகக் கேட்பான்.

ஆனால் கலைஞன்மீது எதையும் திணிக்கக் கூடாது. அவனாக உணர்ந்து ஏற்க வேண்டுமென விரும்பினேன். மௌனமாக இருந்த என்னைப் பார்த்து "மனதிலிருப்பதைப் பேசுங்கள்" என்றான்.

"புத்தனை மீறி அல்லது அவர்போல இருந்த யாரைத் தாண்டியும் சொல்ல என்னிடம் ஏதும் இல்லை. ஆனால் என் பசிக்கான உணவு எது என்று தெரியும். எளிமையாக வாழ, அமைதியாக வாழ, அழகாக வாழ எனக்குத் தெரிந்ததை என் மனதிற்குக் கற்றுத்தருகிறேன். மனதை வளர்க்கிறேன். உடல், உயிர், உறவு எல்லாவற்றையும்விட மனதையே அதிகம் நேசிக்கிறேன். அதற்கானதை நாளும் செய்கிறேன். அது சிதையா திருக்கக் கவனம் கொள்கிறேன். என்னைப் போல் உள்ளவர் களோடு சேர்ந்து வாழ முயல்கிறேன். உன்னைப் பார்த்தேன், உன்னோடு பழகுகிறேன். அப்படிச் சந்திக்கும் யாரோடும் சேர்ந்து வாழ ஆசைப்படுகிறேன்.

"இந்தப் பெரிய சமூகத்தோடு என்னால் வாழ முடியாது. மறுத்தால் செத்துப் போ என்பார்கள். என் உயிரை மாய்க்க இவர்கள் யார்? வாழும் உரிமை பொதுவானது. உயிரை அதன் சுதந்திரத்தில் கொஞ்சம் காலமாவது வைத்திருக்க விரும்புகிறேன். நாம் இது பற்றி எல்லாம் முன்பே நிறையப் பேசிவிட்டோம். இன்று அதற்கான தருணம் என்பதால் மீண்டும் பேசினேன். வாழ்தல் எளிதாக அமைய நமக்கான மண் தேவை. யாரிடமும் யாசகம் கேட்டு இதைப் பெற வேண்டியதில்லை. நமக்கு நாமே தேடிக்கொள்ள முடியும். எல்லாவற்றையும் முடிந்தவரை வாழும் கூரையின் கீழ் கொண்டுவர முயல்வோம். அதற்கு முன் நாம் செய்ய வேண்டியது நிறையவே." நான் கனவு கண்ட 'க' சாத்தியமாகும் இடத்திலிருந்து எல்லாமும் பேசினேன்.

"உங்களோடு எல்லா வகையிலும் நான் இருப்பேன் என் பதை நீங்கள் அறிவீர்கள். நாம் விரும்பும் 'க' அமைவதற்கு எனது படங்கள் சிறிதாயினும் பயன்பட்டால் மிக்க மகிழ்ச்சி யடைவேன். நீங்கள் கனவுகாண்பது எனக்குமான உலகம்தான். சரியான புள்ளியில் அது மையம்கொண்டு சுழலச் செய்வோம். கலைஞன் என்ற பெருமை கொஞ்சமும் இல்லை. ஆதிரை விரும்பும் கவின் என்பதுதான் வேண்டும்" நெருங்கி எனது நெற்றியில் முத்தமிட்டு "இன்னும் அதிகம் வரைய முயல்கிறேன். ஆனால் இன்றுள்ள விலையில் உங்கள் பங்குகளை விற்றால் ஒரு ஊரையே வாங்கலாம். என்னுடையது சிறு துளிதான்" அடக்கமாகச் சொன்னான்.

மனதின் பரவசத்தையும் உயிரின் கொண்டாட்டத்தையும் வண்ணமாக்கிய அவனது ஓவியங்கள் இன்றுள்ள சந்தையில் பெரும் மதிப்பில் விலைபோகும் என்பதை அறிவேன். விதைகள் காடாவது போலத் தரமான ஓவியங்கள் விரிந்து பரவும். தன் படங்கள் அப்படியான இடம் நோக்கி நகர்ந்ததைக் கவின் அறியாதிருந்தான். அவன் பயன்படுத்தியுள்ள வண்ணங்கள் அதிகமாகப் பேசப்படும். பெயரிட முடியாத நிறங்கள்தான் அதன் தனிச்சிறப்பு. தாவரங்கள், விலங்குகள், கடல்வாழ் உயிர்கள் ஆகியவற்றின் நிறங்கள் போலச் சுயம்புவானவை. அவை மலைமக்களின் அறிவில் சிறுதுளி என்பான் கவின். குகைக்குள் கண்ட ஓவியங்களின் பிரமிப்பிலிருந்து என்றும் மீள முடியாதென்பான்.

"கவின்... உன் படங்கள் நாம் காணப்போகும் வேறு வாழ்க்கையின் சித்தாந்தப் பிரதிகள். நாளை இவற்றின் மீது உலகின் கவனம் திரும்பும். உண்மையான மனித வாழ்தலைப் புரிந்துகொள்வார்கள். வார்த்தைகளைவிட நாம் வாழும் வாழ்க்கை இவர்களிடம் அதிகம் பேசும்" கைகளைச் சற்று இறுக்கமாகப் பிடித்தவாறு சொன்னேன். தளர்ந்து சரிந்த என்னைத் தன் உடலோடு சேர்த்துக்கொண்டான். கொஞ்ச நேரம் அப்படியே இருக்கத் தோன்றியது.

"க... ஆச்சரியமாக இருக்கிறது. எப்படி இன்று இந்த விலை மதிப்புள்ள பங்குகளை முன்பே அறிந்து வாங்கினீர்கள்?" என்றான். ஆசுவாசப்படுத்திக்கொண்டு சொன்னேன்.

"இதில் ஆச்சரியப்பட என்ன இருக்கிறது? நாம் செய்ய வேண்டியதெல்லாம் நமக்காக வேலை செய்யக்கூடிய திறமை யான முதலாளியைத் தேடுவதுதான். அப்படியானவர்களை அறிந்துகொண்டேன். அவர்கள் எனக்காக உழைத்தார்கள்." என் புன்னகை தீண்டி வெட்கப்பட்டான்.

"நம் 'க'விற்கு வேலை செய்யும் முதலாளிகளைத் தேடிக் கொண்டிருக்கிறேன். ஒரு முதலாளி நீ கிடைத்துவிட்டாய். முதலில் நான் பிறகு நீ. கண்டிப்பாய் நாளை நம்மோடு பலரும் இணைவார்கள்" என்றேன்.

கவினை அழைத்துக்கொண்டு சரிவில் வேகமாக இறங்கத் தொடங்கினேன். மலைச்சரிவில் அப்படி இறங்கத் தொடங்கி னால் ஒரு மணிநேரம் இறங்கிப் பிறகு வேகமாக மேலே ஏறு வேன். இடையில் ஏதும் பேசமாட்டேன். நடையை முடித்துக் கொண்டு வீடு திரும்பியபோது மெல்லிய சாரல். தொடர்ந்து பலத்த மழை. மழை எல்லா நேரமும் என்னோடு.

7

அருகில் நெருக்கமாகச் சிலர் நின்றதை உணர்ந்து நிமிர்ந்தேன். வண்ணக்கலவையில் மெத்தென்று இறங்கிய கண்களை மீட்க முடியவில்லை. ஈரம் காயாத ஓவியத்தில் ஒட்டிக்கொண்ட பூச்சியாகப் படபடத்தேன். ஆச்சரியம், ஆவல், மகிழ்ச்சி, மெல்லிய காமம், பரவசம் எல்லாம் ஒரே நேரத்தில். தாவர ஈரம், மலரின் மென்மை, பூவின் வண்ணம், காட்டு மரத்தின் வனப்பு, நட்சத்திரத்தின் சிணுங்கல், கொட்டும் அருவி, மான்களின் துள்ளல், பறவைகளின் கூட்டுக்குரல், அதிவேகக் குதிரையின் மேனி, ஆர்ப்பரிக்கும் கடல் எனப் பலவாறாகச் சொல்லத் தூண்டும் இளமைத் தெறிப்பு.

படிமங்களை அடுக்கிக் காட்சியில் காட்டும் நிகழ்த்து கலையாக எதிரில் நின்ற அவர்களைப் பார்த்துக்கொண் டிருந்தேன். ஆண்களும் பெண்களுமாகச் சேர்ந்து ஒரு உருவில் காட்சியான அதிசயத்தை வியந்தேன். இளமை யின் புத்தொளி உடலில் இருந்தா? மனதில் இருந்தா? பிரித்தறிய முடியவில்லை. யூத். இந்தச் சொல்லுக்கு இணை யான வேறு சொல்லைத் தேடினேன். இளைஞர். இல்லை இல்லை. 'இளையர்' என அழைக்கலாம். எளிதாக அழைக்கப் பழக்கமான வேறுசொல் பிடிபடவில்லை.

"மேம், இப்படிக் கண் இமைக்காமல் பார்ப்பதன் காரணம்...?" அவர்களையே பார்த்துக்கொண்டிருந்த என்னைக் கேட்டார்கள். உள்ளுக்குள் ஓடியதைப் படித் திருப்பார்களோ! வெட்கமாக இருந்தது. மனதிலிருப்பதை மறைக்காது காட்டும் கண்கள் என்பானே ஆதி. பரவசத்தை மட்டுப்படுத்திப் பேச முயன்றேன்.

“அருவியை, மலையை, கடலை, வானத்தை இப்படிப் பார்த்தால் . . . பார்த்துக்கொண்டேயிருந்தால், இந்தக் கேள்வியைக் கேட்பீர்களா?”

“ஹாவ். காதலர்கள் தோற்றார்கள் போங்கள். கேள்வியைத் திரும்பப் பெற்றுக்கொள்கிறோம்” ஒரே குரலில் கூவினார்கள். தங்கப்பாளங்களின் குவியலாகத் தோன்றினார்கள். தங்கத்தை விட அதிகமாக ஒளிரும் இவர்களுக்குத்தான் கூடுதல் மதிப்போ? கோதுமை நிறத்தில் ஒருத்தி. வளமான காட்டின் செழுமை உடல் முழுவதும். கண்களை வேறுபக்கம் திருப்ப மிகவும் சிரமப்பட்டேன். அவள்மீது மனம் தனி அக்கறை கொண்டது.

“அழகில் உண்மை இருப்பதாகச் சொல்கிறார்கள். உண்மையைப் பார்த்ததில்லை, உணர்ந்ததில்லை. அழகான உங்களைப் பார்க்கவும் உணரவும் முடிகிறதே. இது போதும் எனக்கு. உண்மைமீதான தேடல் எழவில்லை . . .” எழுந்து வரவேற்றபடி கூறினேன்.

“உங்களால் எப்படி இதுபோலப் பேச முடிகிறது. வார்த்தைகளை அனுபவமாக உணர்கிறோம்” என்றாள் வந்திருந்த இளையரில் ஒருத்தி. எல்லாம் கவின் கற்றுத்தந்த பாடம் என்று எனக்குள் சொல்லிக்கொண்டேன். எதையும் அழகாய் உணரக் கொஞ்சமான பயிற்சி போதுமென்பான்.

காடுகளில் திரியும்போது கண்கள் தாவரத் தளிர்களின் மீதுதான் கூடுதல் கவனம் கொள்ளும். தளிர்வண்ணம் தோய்ந்த இளையர். அழகு, தோலின் கொடையோ? அப்படியானால் கண்கள்? இளமையே அழகுதான். உள்ளுக்குள் ஓடியதை வார்த்தைகளில் ஏற்றவில்லை.

காணும் எல்லாமும் சட்டென மறைந்து மங்கலாக ஓர் உருவம் மட்டும் காட்சியில். வெளியில் காண வேறு எதுவும் இல்லை. அறிய முடியாத மங்கலான அந்த உருவும் நானும்தான். முயன்று பார்த்தேன். பழக்கமான வடிவமாகத் தோன்றியது. அருகில் நெருங்கிக் காதில் பேசுவதான பாவம். “எந்தப் பெண்ணும் இதுவரை வாழாத வாழ்க்கை சீக்கிரம், வெகுசீக்கிரம் தொடங்கப் போகிறது. நீயே ஆச்சரியப்படப்போகும் வாழ்க்கை” தெளிவாக இந்த வார்த்தைகளை உணர்ந்தேன். முன்போலவே பேசும் ஓசை இல்லை. இப்போது அந்த மங்கலான தோற்றத்தையும் காண முடியவில்லை. சுற்றியும் தூரத்திலும் என்று எல்லா இடமும் பார்த்தேன். முதலில் நினைத்ததுபோல இது எனது காரின் குரலல்ல. அவன் என்னை இப்படித் தவிக்கவிட மாட்டான்.

அப்படியானால் . . . யார் குரல்? மங்கலாகத் தெரிந்த அந்த உருவத்தை மனதில் கொண்டுவர முயன்றேன். ஒருவேளை நானே இப்படிச் சொல்லிக்கொள்கிறேனோ! இல்லை. யாரோ நெருங்கி ஓசையில்லாது தெளிவாகப் பேசுகிறார்கள். வியப்பி லிருந்து மீள முடியவில்லை. மாயக் குரல் திரும்பத் திரும்ப ஒரே பொருளில்தான் பேசியது. இதுவரை யரும் வாழ்ந்திராத வாழ்க்கை காத்திருக்கிறது என்கிறதே! அது என்ன அப்படிப் பட்ட வாழ்க்கை? அறியும் ஆவல் அதிகரித்தது. வெகுசீக்கிரம் தொடங்கப்போவதாகவும் கூறியதே! அப்படியானால் . . . வந்த வர்கள்மீது ஆர்வம் கூடியது.

சற்றைக்கு முன்னிருந்த வெளி பார்வைக்கு வந்தது. மீண்டும் எல்லாமும் முன்போல. என்னைச் சுற்றி இளையர் இருந்ததை உணர்ந்து அந்தப் பொழுதின் பிரக்ஞைக்கு மீண்டேன். யாரும் என்னைக் கவனிக்கவில்லை என்பதை அவர்கள் பேச்சிலிருந்து அறிந்துகொண்டேன். மழை வாசம் எனக்குள் நுழையப் பரவசம் கொண்டேன். கண நேரம் வெளியே பார்த்துத் திரும்பினேன். நல்ல மழை.

அறிமுகம் செய்துகொள்ளாத இந்தப் பொழுதிலும் அவர் களில் யாரும் அந்நியமாகத் தோன்றவில்லை. நீண்டநாள் பழகிய நெருக்கம் உணர்ந்தேன். அதை அவர்களில் ஒருவர் சொல்லக்கேட்டு ஒத்த அதிர்வு நினைத்து மகிழ்ந்தேன். இவர்களை நெருக்கமாக நினைப்பது சற்றுமுன் கேட்ட மாயக் குரலின் ஆளுமையாலும் இருக்கலாம். உள்ளுக்குள் ஓடிய அந்தக் குரல் மீதான எண்ணத்தை ஒதுக்கிக் கவினை முறையாக அறிமுகம் செய்தேன்.

“கவின் . . . என் பிரிய இளைஞன். வண்ணங்களைப் பேச வைக்கும் அபூர்வ ஓவியன்” என்றேன். ஏனோ அந்த நேரத்தில் என்னைப் பற்றி ஏதாவது சொல்ல வேண்டுமெனத் தோன்றியது. மனம் அப்போது என்ன நினைத்ததோ அதை அப்படியே சொன்னேன். சொல்லிய பிறகுதான் அந்த வார்த்தைகளை உணர்ந்தேன். இப்போதெல்லாம் அப்படித்தான் பேசுகிறேன்.

“உயிர் வலிக்காமலும் அழகாகவும் வாழ முயல்கிறேன். ஆனால் அழகாக வாழ்வது எப்படி என்று கேட்டால் சொல்லத் தெரியுமாவென யோசிக்கிறேன்” என்று என்னை அறிமுகப் படுத்திக்கொண்டேன். “ஹாய்” என்று கைகுலுக்கிக்கொண்டோம்.

“உயிர் வலிக்காமலும் அழகாகவும் வாழ்வது – கேட்கவே சுவாரஸ்யமாக இருக்கிறதே” இளையர் மத்தியிலிருந்து அழகிய பெண் ஒருத்தி நெருங்கிவந்து கண்கள் விரித்துக் கேட்டாள்.

“மேம் அழகாய் வாழ்வதை . . . அப்படி வாழ்வதாக எப்போது உணர்கிறீர்கள்? இந்த நேரத்தில் உங்களுக்குத் தோன்றும் பதிலைச் சொல்லுங்களேன்” ஆர்வமாகக் கேட்ட அவளை அணைத்தபடி சொன்னேன்,

“இதோ உங்களைச் சந்திக்கும் இந்தப் பொழுதை அப்படித் தான் உணர்கிறேன். உயிர் வலிக்காமல் வாழும் எல்லாக் கணமும் அழகாய் வாழ்வதுதானே. மனம் விரும்பாததைச் செய்தால் உயிர் வலிக்கும் . . . அவ்வளவுதான்'' என்ற பதில் எனக்கும் பிடித்திருந்தது.

“அவ்வளவுதானா? மிக எளிதாக இருக்கிறதே” தன் சக தோழமைகளிடம் சத்தமாகச் சொல்லிப் பகிர்ந்துகொண்டாள்.

“அட முட்டாளே, அவ்வளவு எளிதானதா அது? அதைத் தெரிந்துகொள்ளத்தான் இவர்களைத் தேடிவந்திருக்கிறோம்” என்று அவள் கன்னம் வலிக்கக் கிள்ளிச் சொன்னான் இளைஞன் ஒருவன். அந்த நெருக்கம் பிடித்திருந்தது. அவர்களது அசைவு களையே பார்த்துக்கொண்டிருந்தேன். எல்லாம் கலையின் வெவ்வேறு பரிமாணங்கள்.

“மேம், கவின் மாதிரி நாங்களும் உங்களுக்குப் பிரியமாவது எப்போது?” சட்டென்று சிரித்தபடி ஒரே குரலில் கேட்டார்கள். எல்லோரும் நின்றவாறே பேசிக்கொண்டிருந்ததை அப்போது தான் உணர்ந்தேன்.

“முதலில் உட்காருங்கள்” என்று கூறி நானும் அமர்ந்தேன். அவர்களுக்கான உணவைச் சொல்லக் கவின் பக்கம் திரும்பி னேன். அப்போது உணவை எடுத்துக்கொண்டு பணியாள் மேசை அருகில் வந்தான்.

“சாப்பிட்டுக்கொண்டே பேசலாமே” என்றேன். முகம் மலர்ந்தார்கள். யாரும் மறுக்க முடியாத எல்லோருக்கும் பொது வான உணவு. கவினால்தான் அப்படிச் செய்ய முடியும்.

“எங்களை உங்களுக்கு அறிமுகப்படுத்தவில்லையே?” என்ற இளைஞன் தன் பெயரை வியன் என்று கூறி, “நாங்கள் எல் லோரும் கணிப்பொறி மென்பொருள் தொடர்பான வேலையில் இருக்கிறோம்” என்றான். மற்றவர்களும் தங்கள் பெயர்களைச் சொன்னார்கள்.

பெயர்களைக் கவனப்படுத்திக்கொண்டேன். அவற்றில் அதிர்ந்த பிம்பங்கள் அழகாய் மனதில் இறங்கின. வியன், கதிர், சுடர், ழ, கதா, வனா. இயற்பெயர்களா அல்லது அப்படி அழைத்துக்கொள்கிறார்களா? மெல்லிய சந்தேகம். அவர்களைப்

பார்த்தேன். கனவு தேக்கிய கண்கள். பறத்தலுக்கு முந்தைய கணத்திலான பறவையின் இருப்பு.

எனக்குத் தோன்றியதைக் கேட்டுவிட விரும்பினேன். "பெயர்கள்... உங்களை அறிந்துகொள்ளத் தூண்டுகின்றன. பிறந்தபோது வைத்த பெயர்களா?" என்றேன். அதற்கான பதில் வந்த திசையில் பிரியமான பாவத்துடன் வனா. வனா... எனக்குள் உரக்கச் சொல்லிப்பார்த்தேன். இப்படிப்பட்ட பெயரை அதுவரை கேட்டதில்லை. காட்டைக் கபளீகரம் செய்து வாழும் மக்களுக்கு மத்தியில் வனா. திரும்பத் திரும்ப அழைக்கத் தூண்டும் பெயர்.

வனா "ஆம்" என்றதும் "ஆச்சரியமாக இருக்கிறதே. இப்படிப் பட்ட பெயர்கள் இருப்பதும் அவர்கள் எல்லோரும் ஒன்றாக இணைவதும்..." என்று வியந்து முடிப்பதற்குள் வனா சொன்னாள்.

"நாங்கள் மீண்டும் புதிதாகப் பிறந்தபோது வைத்துக் கொண்ட பெயர்கள். வியன் மூளையில் கருக்கொண்டதாக வைத்துக்கொள்ளலாம். வியனின் மென்பொருள் அறிவு தீண்டிப் பிறந்தவர்கள் என்றால் மேலும் சரியாக இருக்கும். அப்படிப் பிறந்த நாங்கள் ஓரிடம் சேர்ந்த அன்று விரும்பி வைத்துக் கொண்ட பெயர்கள். முன்னிருந்த எல்லாமும் அழித்து அன்று புதிதாய்ப் பிறந்தோம்" என்றாள்.

வார்த்தைகளுக்குப் பின்னாலிருந்த அனுபவம் பிரமிக்க வைத்தது. பிறந்த குழந்தையின் உடல்போலத் தூய்மையாக ஒளிர்ந்தாள். அவள்மீது பிரியம் வளர்ந்துகொண்டிருந்தது. வனாவைத் தழுவி உச்சியில் முத்தமிட்டேன். வியனைப் பெருமை யாகப் பார்த்துப் புன்னகைத்தேன். உங்களைச் சந்தித்த இன்று நாங்களும் புதிதாய்ப் பிறந்தோம் என்றேன். கவின் எழுந்து அவர்களைப் பார்த்து மீண்டும் அதைச் சொன்னான். ஆனந்தம் எல்லை கடந்து பெருகியது.

"மேம்... இப்படி உங்களை அழைப்பது சரியாகப்பட வில்லையே?" ழ தனக்குள் சத்தமாகக் கேட்டுக்கொண்டாள். குறுக்கிட்ட கவின் "நான் அழைப்பதுபோல அழையுங்களேன்" என்றான். "எப்படி அழைப்பீர்கள்?" அவள் ஆர்வமாய்க் கேட் டாள்.

"க" என்றான். "க்கா என்றால்... அக்காவா? எங்களை விட இவரிடம்தான் இளமை கூடுதலாக இருக்கிறது. சரியாகப் படவில்லையே கவின்" என்றாள். "க்கா அல்ல க. க... என்றால் அக்கா என்று யார் சொன்னது. தாவோமீது பொருள்

க.வை. பழனிசாமி

கொள்ள முடியுமா? விளக்கப்படுவதல்ல தாவோ. 'க'வும் அதுபோலத்தான். அழைக்கும் மனதின் குறியீடு . . . க" என்றான்.

"அழைக்கும் மனதின் குறியீடு . . . வார்த்தைக்கான பொருள் கொள்ளலே அப்படித்தானே. சரியாகப்படுகிறது கவின். அப்படியே அழைக்கிறேன்" கவினை நோக்கி மலர்ந்தாள்.

என் முகம் பார்த்து ழ பேசத் தொடங்கினாள். "நீங்கள் அளித்த பேட்டியை டி.வியில் பார்த்தோம். சாரி, கேட்டோம். சரியாகச் சொன்னால் பார்த்துக்கொண்டே கேட்டோம். அருகில் உட்கார்ந்துகொண்டு பேசுவதான நெருக்கம். சந்தோசமாக இருந்தது. கேன்வாஸின் பரப்பை முடிவில்லாத வெளியில் தூக்கிப்போட்டதாகத்தான் சொல்ல வேண்டும். முடிவில்லாத பயணமாக உணர்ந்தோம். ஆகாயத்தைக் காலடியில் பரப்பியதான ஆனந்தம்" என்றாள். அனுமதி கேட்பதுபோலப் பேச்சைச் சற்றே நிறுத்தி என் முகம் பார்த்தாள். கண்கள் மலர்த்திப் பார்வையால் தழுவினேன். என் ஆர்வத்தை அறிந்து தொடர்ந்தாள்.

"சொல்லின் மேலாண்மையை எளிதாக ஒதுக்கி நகர்ந்தீர்கள். சொல்லுக்கு நேற்றான பொருளை மடியவைத்த அனுபவம் திளைத்த வார்த்தைகள். ஓவியம் குறித்த பொதுவான கேள்விகளுக்கு மட்டுமே பதில் கூறிய கவின் தன் ஓவியங்கள் பற்றிய கேள்விகளைத் தவிர்த்தது பிடித்திருந்தது. பார்க்கும் கண்களால் மீட்டுருவாக்கம் செய்யப்படுவதே சிறந்த ஓவியமாகப்படுகிறது என்ற கவினுடைய பதில் நிறைய யோசிக்கவைத்தது. காணும் கண்களால்தான் உண்மையில் ஓவியமே பிறக்கிறது. அப்படியாவதற்கான எல்லாமும் அந்த ஓவியத்தில் இருக்க வேண்டுமென்ற கருத்தை நாங்கள் நீண்ட நேரம் விவாதித்தோம்."

ழவின் பேச்சை ரசித்த கவின் எழுந்து தன்னிடமிருந்த தேனில் நனைத்த கிவிப் பழத்தைப் பிரியமாகக் கொடுத்தான். "கவின் இந்தப் பழம் உங்கள் தேர்வா? இந்தப் பாசிப் பச்சையில் வேறு எந்தப் பழமும் கிடையாதில்லையா?" பதிலை எதிர் பார்க்காது மேலும் பேசினாள்.

"பிறகு வலைத்தளத்தில் விரிவாகப் படித்தோம். உங்களையும் கவினையும் காண ஆசைகொண்டோம். உங்களைத் தேடிப் பிடிப்பதே வேலையாயிற்று. இதோ இப்போது எதிரில் உட்கார்ந்திருக்கிறோம்." அவசரம் சிறிதும் இல்லாத பேச்சு. நிறுத்தி நிறுத்தி அழகாய் இசைகூட்டிச் சொன்னாள் ழ. கவினின் கண்கள் அவள்மீது ஆர்வமாகக் கவிந்திருந்தன. சிவப்பு வண்ணம் பிசிர் இல்லாது வெண்ணையில் கலந்து இறுகிய உடலில் ழ மிளிர்ந்தாள். அப்படிப்பட்ட சிவந்த உடல். தளிரிலும் காண

முடியாத இளம் ஒளி. அப்போது மனதில் மெல்ல இறங்கியது இருளோ?

தொடர்ந்து ஒவ்வொருவராகப் பேசினார்கள். பேட்டியை ஒட்டியும் வேறு விஷயங்கள் குறித்தும் பேசினார்கள். அழகாய் வாழ முயலும் ஆர்வம் அவர்களுடைய பேச்சில் தூக்கலாக இருந்தது. புலம்பலற்றதும் தன்னம்பிக்கைகொண்டதுமான பேச்சு. வீணை அதன் முழுமையில் அதிர்வதாகத் தோன்றியது.

"உயிருக்குத் தேவையான உணவு வழங்குவதில் கவனமாக இருக்கிறேன். மனம் ருசித்து வாழ ஒவ்வொரு கணமும் செயல்படு கிறேன்" என்று நான் பேட்டியில் கூறியதை மகிழ்ந்து சொன்னார் கள். அவர்கள் பேச்சைக் கவனமாகக் கேட்டேன். உண்மை என்னும் சொல்லுக்குப் புதிய அர்த்தம் கிடைத்தது. மறைக்கா திருப்பதே உண்மை எனப் பொருள்கொண்டேன். உண்மையாக இருக்கிறார்கள் என்று எனக்குள் சொல்லிக்கொண்டேன்.

"வாழ்ந்துகொண்டிருக்கும் சமூகத்தின் மீது நம்பிக்கை வைக்க முயலும்போதெல்லாம் தோற்றுப்போகிறேன். மக்களின் மீது இந்தச் சமூகத்திற்கு எந்த அக்கறையும் இல்லை. கீழ்மை களின் ஆதிக்கத்திலிருக்கும் இந்தச் சமூகம் என்மீது ஆளுமை செலுத்துவதை அனுமதிக்க முடியாது. உன்னதமானவர்களின் கட்டுப்பாட்டில் இல்லாத சமூகத்திடம் என்னை எப்படி ஒப்படைத்துக்கொள்ள முடியும்?" என்றேன். குறுக்கே எதுவும் பேசாது நான் பேசி முடிக்கக் காத்திருந்தார்கள்.

அன்று நடந்தவற்றை ஞாபகப்படுத்திக்கொண்டு பேசினேன். "படங்களை ஃப்ரான்ஸ் ஆர்ட்கேலரிக்கு அனுப்பியிருந்தோம். அதனால் கவினோடு போயிருந்தேன். பொதுவாக ஓவியங்களை வியாபாரமாக்கும் இடங்களுக்குக் கவின் தன் படங்களை அனுப்புவதில்லை. நான்தான் கட்டாயப்படுத்தி அனுப்பிவைத் தேன். காரணத்தைப் பின்பு ஒரு நாள் உங்களுக்குச் சொல்வேன். காட்சிக்கு வைக்கப்பட்டிருந்த ஓவியங்களைக் காணப் பார்வை யாளர்கள் நிறையவே வந்திருந்தார்கள். இரண்டு நாட்களில் படங்கள் விற்று முடிந்தன. இறுதி நாளில் கவினோடு கலந்துரை யாடல்.

"ஓவியம் குறித்துப் பொதுவான கேள்விகளைக் கேட்டுப் பின் கவினுடைய ஓவியங்களின் மீதான தங்கள் பார்வையை வைத்து விளக்கம் கேட்டார்கள். ஓவியம் குறித்து மட்டும் பேசாது பொதுவான கலை குறித்தும் விவாதம் நடைபெற்றது. தன்னிடம் வைக்கப்பட்ட ஒரு கேள்விக்குக் கவின் பதில் அளிக்காமல் அந்தக் கேள்வியை என் பக்கம் திருப்பிவிட்டான். என்னைப் பற்றியும் ஆர்வமாகப் பேசத் தொடங்கிவிட்டான்.

பெரும் கலைஞன் கூறியதால் அவர்கள் கவனம் என்மீதும் திரும்பியது. அதனால் நானும் அங்கே பேச வேண்டிய நிர்ப்பந்தம்.

"ஒளிபரப்பான பேட்டியில் கவினோடு உரையாடியவை ஒரு பாதி, மறுபாதி என்னோடு கலந்துகொண்டவை. மிக முக்கியமான கேலரி ஷோ. பங்கேற்றவர் இந்தியர் என்பதால் இங்குள்ள தொலைக்காட்சியினர் சிலரும் அங்கிருந்தார்கள்." பேச்சைச் சற்றே நிறுத்தி இளையரைப் பார்த்தேன். உணவை வீணாக்காது சுவைத்தபடியே அவர்கள் பேசினார்கள்.

"தன்னிடம் கேட்ட கேள்வியைக் கவின் உங்கள் பக்கம் திருப்பாதிருந்திருந்தால் நாங்கள் உங்களைச் சந்தித்திருக்க முடியாதே!" கதா எழுந்து கவினுக்கு நன்றி சொன்னாள். கவினிடம் கேட்ட அந்தக் கேள்வியை மீண்டும் நினைவுபடுத்திக் கொண்டோம்.

"உங்கள் படங்களில் மனிதப் பதிவுகள் குறைவு. அரசியலைத் தவிர்த்திருக்கிறீர்கள். மக்களிடமிருந்து விலகியதான வேறு ஒரு அழகியல் தெறிக்கிறது. வரலாற்றுப் பின்னணி கவனமாக ஒதுக்கப்பட்டிருப்பதையும் காண முடிகிறது. பெருவெளியை உள்வாங்கிய மனித அதிர்வைத்தான் காண்கிறோம். உங்கள் படைப்பு மனம் குறித்த புரிதல் பார்வையாளருக்குத் தேவைப் படுவதாக உணர்கிறேன். அது பற்றி ஏதாவது சொல்ல முடியுமா?" வந்திருந்த பார்வையாளர்களில் ஒருவர் கேட்டதைத்தான் கவின் என்மீது திருப்பினான்.

"கேள்வி கலைமீதான அக்கறை சார்ந்தது என்றேன். படங் களை நன்கு உள்வாங்கியபின் எழுந்த கேள்வியாகப்பட்டதால் விளக்கம் கொடுத்தேன்.

"'இது முற்றிலும் படைப்பாளியின் பார்வை சம்பந்தப் பட்டது. இதன்மீது நான் பேசுவது முறையல்ல. இருந்தாலும் எல்லா நேரமும் கவினோடு இருப்பதால் பேசுவதில் தவறேதும் இல்லை. வாழ்க்கை தரும் அனுபவம்தான் கலையின் தோற்று வாய். அப்படியான வாழ்வனுபவம் உள்ளவன்தான் கலைஞனாக முடியும். முதலில் அந்த இடத்தை நோக்கி நகர வேண்டும். எல்லா அனுபவங்களும் கலையாவதில்லை.

"'அனுபவம் கலையாவதற்கு ஏற்ற தளமாகத் தன்னையும் தன் வாழ்வையும் வைத்திருக்க வேண்டும். அனுபவம் கலையாகும் ரஸவாதம் கலைஞனின் மறைவிடம். பல நேரங்களில் கலைஞ னுக்கே அந்த ரஸவாதம் விளங்காது. அந்த நேரங்களில் அவன் வெறும் கருவிதான். இது எல்லாக் கலைஞனுக்கும் சாத்திய மல்ல.'

"இந்தப் பதிலுக்குக் கவினுடைய ஒப்புதல் வேண்டி அவனைப் பார்த்தேன். கவின் எழுந்து என்னை ஆமோதித்தான்.

"அரங்கிலிருந்த மற்றவர்களும் அக்கறையோடு உரையாட விரும்பினார்கள். 'மனத்துக்கண் மாசிலன் ஆதல்' – மனதில் மடியாது கிடக்கின்றன இந்த வார்த்தைகள். எனக்குப் பிரியமான இந்த வரியை அவர்களிடம் பகிர்ந்துகொண்டபோது எளிதாகப் பேச முடிந்தது. இந்த வார்த்தைகளின் பொருள்தான் மகாசக்தியாகத் தோன்றியது. மாசிலன் ஆதல் என்பது ஆழமான பொருள்கொண்ட சொற்றொடர் என்றேன்.

"'சமூகம் என்மீது சுமத்தும் குற்றம், குறை, பழி எதுவும் என்னைப் பாதிக்காது. ஆனால் என் மனம் அப்படியாக என்னைச் சுட்டினால் நான் பெரிதும் துன்பப்படுவேன். திருத்திக் கொள்வேன். மனதில் பொய்யில்லாமல் வாழ்தலே மேலானது. அகம்தான் புறத்தை விரிக்கிறது. கவின் என்ற கலைஞன் செயல்படும் இடமும் இதுதான்' என்றேன்.

"நாங்கள் இருவரும் தெளிவாகவும் முக்கியமாகவும் குறிப்பிட்டுச் சொல்ல விரும்புவதை அந்தக் கூட்டத்தில் பட்டியலிட்டேன்.

"வாழ்தல் மனிதர்களோடு மட்டும் தொடர்புடையதல்ல. மற்ற உயிர்களையும் பெருவெளியையும் உள்ளடக்கியதைத்தான் வாழ்தலாகக் கருதுகிறோம்.

"மதம் பண்பாடு நாகரிகம் இனம் தேசம் இவற்றின் ஆளுமையில்லாத, இயற்கையை ஆராதிக்கிற எளிய வாழ்தலை விரும்புகிறோம்.

"மனித அறிவு ஞானம் தத்துவம் எல்லாமும் எங்கள் அறிவுக்கு எட்டியவரை முழுமையானவையல்ல. அவற்றால் பிளவுண்ட மனதால் அழிந்தவை ஏராளம்.

"இந்தப் பிரக்ஞை உடல்தான் 'நான்'. வினைபட உதவும் உயிரைப் போற்றுகிறோம். மரணம் பிரக்ஞையை அழித்துவிடுவதால் இந்தக் கண வாழ்தல்மீது அதீத பிரியம் கொள்கிறோம். இந்தப் பிரக்ஞை உடலின் மகிழ்ச்சியும் சந்தோசமும்தான் உண்மையானவை.

"ஆதிரை, கவின் என்றழைக்கப்படும் சாதாரண நாங்கள் முக்கியம்." அரங்கம் எழுந்து நின்று கரகோஷம் செய்தது. சற்று நேரம் காத்திருந்து பார்வையாளர்களைப் பார்த்து "மேலும் சொல்லச் சில வார்த்தைகள்" என்றேன். கண்டிப்பாகச் சொல்லுங்கள் என்றார்கள்.

"இவை சாத்தியப்படாத வாழ்க்கையைச் சமூக இருப்பில் உணர்ந்தால், சமூகத்திலிருந்து விலகி அழகிய வாழ்தலுக்கு வேறு இடம் முயல்வோம். இப்படியான மனதின் படைப்பைத் தான் கவினுடைய ஓவியங்களில் காண்கிறீர்கள். நாங்கள் பார்க்கும் ஜன்னலில் இருந்துதான் எல்லோரும் பார்க்க வேண்டு மென்ற கட்டாயம் ஏதும் இல்லை. நாங்கள் இப்போது பார்வை கொள்ளும் இடத்தை உணர்த்த விரும்பினோம்" என்று முடிவாக இவற்றைச் சொல்லிக் கூட்டத்தை நிறைவு செய்தோம். நாங்கள் கலந்துகொண்ட முதலும் கடைசியுமான கூட்டம் அது."

வனா என் அருகில் வந்து கைகளைப் பிடித்து மெல்லிய முத்தம் ஒன்றைப் பதித்தாள்.

"உங்களைப் போன்று தெளிவாகச் சொல்லத் தெரிய வில்லை. ஆனால் கிட்டத்தட்ட இப்படியான பார்வையில்தான் நாங்கள் இணைந்தோம். ஒத்தக் கருத்துள்ள நாங்கள் எப்படி இணைந்தோம் என்பதைப் பின்னர் ஒரு நாள் சொல்வோம். உங்களைச் சந்திக்கும் இந்தப் பொழுதில் மீண்டும் புதிதாகப் பிறந்ததாக உணர்கிறோம்" என்றாள் வனா.

வியன் சொன்னான் "வனா சொல்லிய வார்த்தைகளில் நாங்கள் எல்லோரும் இருக்கிறோம். எல்லா நேரமும் உங்க ளோடு இருக்கும் ஆசை வளர்கிறது."

அவன் கைகளைப் பற்றிக்கொண்டு பேசினேன். "உங்களை முதலில் பார்த்தபோதே ஒரு நெருக்கத்தை உணர்ந்தேன். காரணம் இப்போது புரிகிறது. நாம் எல்லோரும் நிற்கும் இடம் ஒன்றே. சேர்ந்து வாழ எல்லாம் செய்வோம்." என்றேன். வியன் என்னை நெருங்கி அணைத்து நெற்றியில் முத்தமிட்டான். "தாங்யூ..." என்றேன். ஆகாயம்போல விரிந்த அனுபவங்களைத் தந்து நகர்ந்த வனாவை மீண்டும் மீண்டும் காண ஏங்கினேன்.

மறைந்து பேசும் மாய உடலின் கண்கள் என்னையே பார்த்துக்கொண்டிருந்ததாக உணர்ந்தேன்.

நாங்கள் மேலும் சிறிது நேரம் பேசிவிட்டுக் கலைந்தோம். தொடர்ந்து சந்திக்க விருப்பம் கொண்டோம். டாப் காஃபியில் சில நாட்கள். பிறகு மலைவீட்டில் எனத் தொடர்ந்து சந்தித் தோம். 'இணைவதற்கான அயான்' எங்கள் எல்லோரிடமும் தயாராகிவிட்டதை உணர்ந்தோம். சூரிய அச்சில் மையம் கொண்ட கோளாகச் சட்டெனத் தோற்றம்கொண்டது 'க'.

8

இளையர் பற்றி அறிந்த எல்லாமும் ஆச்சரியம் தந்தன. கல்லூரியில் படித்தபோது வியனுக்கு அறிமுகமான கதாதான் அவன் பார்வையைப் பெருமளவிற்கு மாற்றியவள். இருவரும் வெவ்வேறு துறைகளைச் சேர்ந்த மாணவர்கள். வியன் ஓர் ஆண்டு முன்னதாகப் படித்துக் கொண்டிருந்தான். படிக்கும்போதே மென்பொருள் நிறுவனம் ஒன்றை நடத்திவந்தான்.

சிறு வயதிலேயே பெற்றோரை இழந்த கதா அதே கல்லூரிக்குச் சொந்தமான ஆதரவற்றோர் பள்ளியில்தான் படித்து வளர்ந்தாள். நிலத்தின் உள்ளடுக்கில் நிகழ்ந்த மாற்றம் நகரின் பல வீடுகளை உருக்குலைத்தது. அதில் அழியாது எஞ்சிய சிலரில் கதாவும் ஒருத்தி. சிறு வயதின் நினைவுகள் அவ்வளவாக இல்லாத கதா எளிமையாக வளர்ந்து சுயமாக வாழக் கற்றுக்கொண்டாள். கலை மீதிருந்த ஈடுபாடு அவளை இடம் மாற்றியது. தனித்து அறியும்படியான கலைமுகம் வெகுவிரைவில் அவளிடம் தோற்றம்கொண்டது. அவள் இடம் தேடி மிகப் பெரிய கலைஞர்கள் வந்தார்கள். கதை, நாடகம், நடனம், இசை என அவள் கலை ஆர்வம் எல்லைகள் தாண்டி விரிந்தது.

கல்லூரியில் நடந்த கலை நிகழ்ச்சியில்தான் வியன் அவளுக்கு அறிமுகமானான். அன்று கதாவின் கலை நிகழ்வு. உடனடியாகச் செய்ய வேண்டிய ஏதோ ஒரு வேலையில் கவனம்கொண்டு வியன் அந்த அரங்கத்தில் உட்கார்ந்திருந்தான். பார்வையாளர்களின் கண்கள் மேடைமீதிருந்தன. சூழல் அவனையும் அந்தப் பக்கம் திருப்பியது. பார்த்திராத வெளியில் கரைந்துகொண் டிருந்தான். ஆச்சரியம் கண்களைத் திரையிட இமைக்

காமல் கதாவையே பார்த்தபடியிருந்தான். அவனுக்கு இது முன் கண்டிராத வேறு அனுபவம். கலையும் மனித உடலும் சங்கமித்த இடத்தில் தன்னை மறந்து நின்றான். வாய் மொழி பேச முடியாததையெல்லாம் கதாவின் உடல் பேசியது.

காட்டில் வழிதவறித் தவிக்கும் பெண் – அவளது தனிமை – அச்சமூட்டும் காடு – பயத்தில் நடுங்கும் உடல் – பெருகி விரட்டும் விலங்குகள் – பூத உடலாகக் காட்சி தரும் இருள் – பயந்து ஒடுங்கும் அவள் – துணைக்கு அலையும் மனம். இவை எல்லாவற்றையும் கதாவின் உடல்மொழி உணர்த்தியது. வார்த்தை களைவிட வீரியமுள்ள உடல்மொழி. ஓசைகள் துறந்த பொரு ளடர்ந்த மொழி. காடும் காட்டில் சிக்கித் தவித்த பெண்ணின் மனமும் கதாவின் அசைவுகளில் வெளிப்பட்டன.

அந்த இரவு நகர்ந்து விடியலில் காட்டில் காணும் ஒரு பறவை – அதன் ஓசை – காதில் இறங்கும் ஓசை உடலெங்கும் பரவுகிறது – அந்தப் பறவைபோலக் கூவிப் பார்க்கிறாள் – பறவையாகப் பறந்து பார்க்கிறாள் – ஆகாயத்தில் திரிகிறாள் – இப்போது பயம் விலகிப் பரவசம்கொள்கிறாள். பறவைகளின் ஒலி அவளைக் குதூகலப்படுத்துகிறது. காடே ஒரு பறவையாகிப் பறப்பதாக வானம் பார்த்து மகிழ்கிறாள். அச்சம் துறந்த உடலுடன் அங்கும் இங்கும் ஓடுகிறாள். அவளே பறவையாகிக் காட்டில் அலைகிறாள். மரங்களை உலுக்கிப் பழங்கள் தின்று காட்டைச் சுவைக்கிறாள்.

அந்த நேரம் அவளிடம் திறக்கும் புதிய கண் – திறந்த அந்தக் கண் காண விரியும் காடு – காட்டின் ஒவ்வொரு துளியும் வசீகரம்கொள்ளும் விந்தை – தாவர வனப்பில் வேரூன் றும் கண்கள் – காட்சியில் சுவை ஏறிய முகம் – தூரத்தே கேட்கும் அருவி ஓசை – நெருங்கி மறைந்து எட்டிப் பார்க்கும் மான் – அதை நெருங்காது நகரும் மலைப்பாம்பு. இறுதியில் கதாவின் உடல் வனமாகவும் ஆகாயமாகவும் விரியும் அதிசயம். எல்லாம் வியனை ஆச்சரியத்தின் எல்லையில் நிறுத்தின.

தனிமை விலகிக் கொஞ்சம் கொஞ்சமாகக் காட்டுயிர் களோடு கலக்கும் கதாவின் உடல் அதிர்வில் மோகம்கொண்ட வியன் நிகழ்ச்சி முடிந்ததும் அவளைச் சந்தித்தான். தான் அதுவரை அறியாத உலகை அவள் காட்டியதாகச் சொன்னான். ஒரு உயிர் பல்லுடல் காணும் அதிசயத்தை நிகழ்த்தியதாய் வியந்து சொன்னான். அதன் பிறகு வியன் அவளுக்கு மிகவும் நெருக்கமானான். சந்தித்த ஒவ்வொருமுறையும் திரும்பச் சந்திப்பதற்காகவே பிரிந்தார்கள்.

பிறகு வியனும் கதாவும் இணைந்து விரித்த இணையதளத் தில் இளைஞர்கள் விரும்பி விழுந்தார்கள். வியனின் தொழில் நுட்பத்திறனும் கதாவின் கலை நுணுக்கமும் பின்னிப் பிணைந்த வலை பார்வையாளர்கள் பெருகியதால் மிகுந்த கவனம்பெற்றது.

வியன் வருவதாகச் சொல்லியிருந்த நாளில் அவன் வருகைக் காக நானும் கவினும் காத்திருந்தோம். தான் வருவதை வியன் மொபைல் மூலமாகத் தெரிவித்தான். இன்று முழுவதும் உங்களோடுதான் எனப் போகும் வழியிலேயே வியனிடம் கூறினேன். எல்லோரும் எங்களுக்காகக் காத்திருப்பதாக வியன் சொன்னான். மரங்கள் வழிவிடத் தூறலில் நனைந்து அவர்களின் பணியிடத்தில் நுழைந்தோம். நீண்ட நடையைத் தாண்டிப் பசியவெளியின் நடுவிலிருந்த சிறிய ஹாலுக்குள் அழைத்துப் போனான். எல்லோரும் காத்துக்கொண்டிருந்ததை அறிந்து பரவசமடைந்தேன். அருகில் சென்று அவர்களை மெல்ல அணைத்து மீண்டேன். இடம் தேடி அமர்ந்தேன். கண்கள் கவினைத் தேடின. அப்பொழுது ழ கவினுடைய கைகளை உரிமையோடு பற்றியபடி அழைத்துவந்து என் அருகில் உட்கார வைத்தாள். எங்களுக்கு அருகில் கதாவும் உட்கார்ந்தாள்.

சற்றுத் தள்ளி ழ வும் வனாவும் நின்றிருந்தார்கள். கதிர், சுடர் இருவரும் அங்கிருந்த கருவிகளை இயக்கினார்கள். நானும் கவினும் திரையில் கவனம் கொண்டோம். கவனம் வேறெங்கும் சிதறாதவாறு காட்சிகள் கட்டிப்போட்டன. அதுவரை கண்டிராத புதிய உத்தி ஒன்று அப்படங்களில் இருந்ததை உடனே உணர முடிந்தது. கண்ணுக்குத் தென்படாத கையொன்று என்னைப் பற்றிப் பிரியத்தோடு அழைத்துச்சென்றது.

திரையில் தெரிந்தவை ஃபேன்டசியின் உச்சம் என்று சொல்லலாம். கதாதான் அதன் சொந்தக்காரியென்று எல் லோரும் சொன்னார்கள். கதா அதை மறுத்தாள். "இது கூட்டு முயற்சி. கற்பனை – கதை – கார்ட்டூன் – அனிமேசன் திறன் – தொழில்நுட்பம் எல்லாம் ஒன்றிணைந்த படைப்பாக்கம்" என்றாள்.

கதைகளால் விரியும் தீவுகள் – இடையே புதிர்த்தடங்கள். நிகழ் உலகின் தடம் பதியாத புது உலகம். இதுவரை புத்தியில் பதிந்த பிம்பம் என எதுவும் இல்லை. கண்கள் பார்த்த வெளியும் பொருள்களும் புதியன. வியப்பிலிருந்து மீள வெகு நேரமானது.

"சில கேள்விகள். அவற்றிற்கான பதில்களை டைப்செய்ய வேண்டும். அதற்கு முன்பு உங்களைப் பற்றிய விவரங்களைப் பதிவுசெய்ய வேண்டும். வெகு குறுகிய நேரத்தில் அவை சரி

பார்க்கப்படும். தகவல்கள் சரியென்றால் விளையாட அனுமதிக்கப்படுவீர்கள்" என்றான் வியன்.

"எப்படி எல்லா மனிதர்களின் விவரங்களையும் சரிபார்க்க முடியும்?" வியப்போடு கேட்டேன். காதில் ரகசியமாக விளக்கி னான். அதிர்ந்துபோனேன். வியனின் மனித மதிப்பீடு ஆச்சரியம் கொள்ளவைத்தது. மடிக்கணினியைக் கையில் கொடுத்து "இப் போது நீங்களே விளையாடுங்கள்" என்றான்.

நான் கொடுத்த தகவல்களைப் பெற்றுக்கொண்ட வலை "மன்னியுங்கள். நீங்கள் ஆறு மாதங்களுக்கு முன்பே தொடர்பு கொண்டிருக்க வேண்டும். முப்பது வயதைத் தாண்டியவர்கள் பங்கேற்க முடியாது" என்று வந்த பதிலைப் பார்த்து என்னோடு சேர்ந்து சிரித்த வியன் கீபோர்டில் சில தகவல்களை டைப் செய்தான். வேகமான விரல்களின் அசைவிலிருந்து எதையும் அறிய முடியவில்லை. பங்கேற்க முடியாது தடுத்த பகுதியை வியன் விலக்கப் பறவைகள் சட்டென்று தோற்றம் கொண்டன.

அலைந்து பறந்துகொண்டிருந்த பறவைகளில் விருப்ப மானதை மௌஸின் கர்சரால் பற்ற வேண்டும். மறுகணம் அந்தப் பறவை அதற்கான தீவில் நம்மைக் கொண்டு சேர்க்கும். பறக்கும் பறவைகளில் ஒரு பறவையைத் தேடிக் கர்சரை வைத்துக் கிளிக் செய்யச் சிரமப்பட்டேன். பறக்கும் பறவை களின் வழித்தடம் அறிந்து லாவகமாகக் கர்சரை நகர்த்தும் வித்தை கைவரவில்லை. பறத்தல் தடம் கைவசப்பட வேண்டு மென்றால் மனதில் பிடிபட்ட அந்தப் பறவையைக் கொஞ்ச நேரம் பறக்கவிட்டுப் பிறகுதான் கர்சரை அதன் அருகில் கொண்டுசெல்ல வேண்டுமென்று கூறி வியன் உதவக் காரியம் எளிதாயிற்று.

கற்பனை செய்ய முடியாத உலகொன்று திரையில் விரிந்தது. புதிய மலைவெளி. பனிமூடிய நூற்றுக்கணக்கான சிகரங்கள். திடுமெனத் தோற்றம் கொண்டு உருகி ஓடும் பனி அருவி. கிளேசியர் என்று சொல்லப்படும் பெரும் பனிப்பாறைகளின் பெயர்தல். மலைகளின் மடிப்புகளுக்கு இடையேயான பள்ளத் தாக்குகள். அப்பிரதேசத்திற்கே உரிய தாவரங்கள். நம்மோடு கூடவே பறந்துவரும் பனிப் பறவைகள். முன்னர் பார்த்திராத பனிவிலங்குகள். முற்றிலும் புதிய அனுபவங்களுக்கு இட்டுச் செல்லும் முயற்சி.

ஐவர் கொண்ட குழுவில் யார் முதலில் மூன்று முக்கியச் சிகரங்களைத் தொடுகிறார்கள் என்பதே விளையாட்டு. விளை யாட்டோடு கதையாடலும் கலந்திருந்தது அதுவரை யாரும்

கற்பனை செய்திராத புதிய உத்தி. இளையவர்களை மையப் படுத்திய வசீகர முயற்சி. விளையாட்டும் கதையும் சேர்ந்தே நகர்வதைச் சீக்கிரமாக உணர்ந்தேன். "கதை விளையாட்டு என்று அழைக்கலாமா?" எனக் கதாவிடம் கேட்டேன். "சரியாகச் சொன்னீர்கள். அப்படித்தான் பெயர்வைத்திருக்கிறோம்" என்றாள்.

விளையாட்டில் ஒவ்வொருவரும் ஒவ்வொரு வகையான சிக்கல்களை எதிர்கொள்கிறார்கள். சிக்கலின்போது முன் வைக்கப்படும் வழிகளில் சரியானதைத் தேர்வுசெய்தால் மட்டுமே மேற்கொண்டு பயணிக்கலாம். புத்திசாலித்தனம், பொறுமை இரண்டையும் சமமாகக் கூட்டிப்போகத் தெரிந்தவர் மட்டுமே புதிய வெளிகளில் பிரவேசிக்கலாம்.

விளையாட்டில் கவனம் சிதறினால் பிளக்கும் மலைக்குள் விழுங்கப்பட்டு வேறு உலகில் தள்ளப்படுவார்கள். அது விளை யாட்டிற்குத் தொடர்பில்லாத கதைகளின் உலகம். அதிலிருந்து மீண்டு விளையாட்டிற்குள் நுழைய, கதை வழியாகத் தரப்படும் வாய்ப்பைப் பயன்படுத்த வேண்டும். தவறினால் விளையாட்டிற் குள் மறுபடியும் போக முடியாது. ஆனால் கதை உலகில் மீளாது மிதக்கலாம். குதூகலக் கதை உலகம் யாரையும் வசீகரித்து விடும். கதை உலகில் இருப்பவர்கள் இப்படியான விளையாட் டிலிருக்கும் மற்றவர்களோடு வார்த்தையாடலாம். கதையும் சாகசமும் கலந்த வசீகர வலைத்தளம் அது.

இந்தக் கதை விளையாட்டில்தான் ஒத்த மனம் கொண்ட ழ, கதிர், சுடர், வனா இணைந்தார்கள். இந்த நால்வரையும் எப்படித் தேர்வு செய்தார்கள் என்று வியன் சொல்லக்கேட்டு வியப்பில் ஆழ்ந்தேன். வலைத்தளத்திலிருந்து விலக்க முடியாத படி செயல்பட்ட அவர்களின் திறமையைக் கண்டு பிரமித்த வியன் ஒரு கட்டத்தில் தன்னைக் காண வருமாறு அவர்களைக் கேட்டுக்கொண்டான். இதில் அதிசயம் என்னவென்றால் இவர்கள் நால்வரும் தனித்தனியாக வெவ்வேறு இடங்களிலிருந்து செயல்பட்டிருக்கிறார்கள்.

மலை ஏறும் ஐவரில் யாராவது ஒருவராக நீங்கள் ஆகலாம். உங்கள் உருவத்தை ஸ்கேன் செய்து அனுப்ப வேண்டும். ஒருமுறை அனுப்பினால் போதும். உங்களுக்கான எண் ஒன்று தரப்படும். ஸ்கேன் செய்து அனுப்பிய சில மணித்துளிகளில் அந்த ஐவரில் ஒருவராக நீங்கள் மானிட்டரில் தெரியும் அதிசயத்தைக் காண்பீர் கள். இப்போது நீங்கள் காண்பவர் அல்ல. விளையாடுகிறவரும் அல்ல. மலை ஏறிக்கொண்டிருக்கும் சாகசக்காரர்களில் ஒருவர்.

ஐவரில் யார் தடைகளை வென்று ஜெயிக்கப்போகிறார்கள் என்பதே விளையாட்டு. மலை ஏற்றத்தில் எவ்வளவு சாதுரியமாகச் செயல்படுகிறீர்கள் என்பதைப் பொருத்தே மதிப்பெண்கள் கிடைக்கும்.

வேறு சில கதை விளையாட்டுகளையும் பார்த்தோம். அலை அலையாய்ப் பறக்கும் வண்ணப் பறவைகளின் உடல் களில் மறைந்துகிடந்தன கதைகளும் வாழ்வின் குதூகலமும். அவை யாவும் வித்தை தெரிந்த விரல்களின் விளிம்பில் எளிதாகப் பிடிபடும் அதிசயம். ஒவ்வொரு தீவும் புது உலகாக விரிய அதில் நாமே பிறவிகொள்ளும் அற்புதம். ஒரு உடலில் பலநூறு வாழ்க்கை. இதுவரையிலான கற்பனைகளும் கதை எல்லை களும் முற்றிலுமாக உடைக்கப்பட்டிருந்ததை உணர்ந்தேன். மண்ணும் கதைவெளியும் மனிதக் கண் படாதவை. இது எப்படிச் சாத்தியமானது என வியனிடம் கேட்டேன். "கதா நீயே சொல்" என்றான். அவர்கள் இருவரும் பேசியதைக் கேட்டுப் பிரமித்தேன்.

"சிறு வயதிலிருந்தே மைக்ராஸ்கோப் வழியாகப் பார்க்கும் நுண்ணுயிர்கள் என்னைப் பிரமிக்கவைக்கும். நுண்ணுயிர்களின் தோற்றம் சாதாரணக் கண்களில் பிடிபட்டால் . . . என யோசிப் பேன். மேக்ரோ உயிர்கள் எல்லாம் மைக்ரோ அளவில் மாறி, மைக்ரோ உயிர்கள் மேக்ரோ அளவில் விரிந்தால் . . . அந்த வெளி எப்படி இருக்குமெனக் கற்பனை செய்வேன். காணும் எதையும் அப்படி ஆக்கிப் பார்ப்பேன். நான் இருக்கும் அறை, என் வீடு, என் தெரு இங்கெல்லாம் இருக்கும் உயிர்கள் அப்படி மாறினால் என்ன நடக்கும் . . . ?

"கடல்வாழ் உயிர்களில், மண்ணில் இப்படியான மாற்றம் நிகழ்ந்தால், அந்தத் தருணத்திலிருந்து ஒரு நிகழ்வை உருவினால்? இந்த எண்ணம்தான் கதை விளையாட்டிற்குப் புதிய வெளியை யும் புதிய உயிரிகளையும் தந்தது. ழ, கதிர், சுடர் எங்களோடு இணைந்தபின் பிரமிக்கவைக்கும் காட்சிகள் பெருகின. 'ஆர்.என்.ஏ.', 'டி.என்.ஏ.' திருகில் செய்யும் மாற்றங்கள் மேலும் பிரமிப்பூட்டும் கதைகளைக் கொண்டுவந்தன" என்றாள். விஞ் ஞானம் அவர்களது விரல்களின் வழியாக அற்புதங்களை நிகழ்த்தியது.

குழுவின் கூட்டு முயற்சியால் ஆனதே எல்லாமும். கதை, கதைக்கான வரைபடங்கள் அனிமேஷன், மென்பொருள், தேவை யான தொழில்நுட்பம், வலைத்தளம், தேடுபொறி அனைத்தையும் கவனிக்கும் தொழிற்கூடம் இந்தக் குழுவின் ஆளுமையில்தான்

செயல்படுகிறது. கதா, வனா, ழ, கதிர், சுடர் இவர்களை ஒருங்கிணைப்பது வியன். இப்படியான வெற்றிகளை ஈட்டியபின் பணம் புகழ் என்றலையாமல் என்னை நாடி வந்திருக்கிறார்கள்.

சட்டென எழுந்து வியனைத் தழுவினேன். அவன் "க... இந்தப் பாக்கியம் மற்ற தோழர்களுக்கு இல்லையா?" என்றான் குறும்பாக. "கண்டிப்பாக உண்டு" எனச் சொல்லி முடிப்பதற்குள் அனைவரும் இருகைகளையும் நீட்டியபடி ஓடிவந்தார்கள். இளமையின் இறுக்கத்தில் உடைந்து கரைந்தேன்.

க.வை. பழனிசாமி

9

கதிரின் கடந்தகால வாழ்க்கையைப் பற்றி ழ கூறியவை என்னை வெகுவாகப் பாதித்தன. கதிரின் அப்பா கிராமத்து மனிதர். அம்மா நகர வாழ்க்கையில் தோய்ந்தவள். ஒரு நிறுவனத்தில் சேர்ந்து வேலை பார்த்த போது ஏற்பட்ட நீண்ட நாள் பழக்கத்தால் இருவரும் விரும்பித் திருமணம் செய்துகொண்டார்கள். ஒருவரை ஒருவர் நன்றாகப் புரிந்துகொண்டு நம்பிக்கை ஏற்பட்ட பின்பே அப்படிப்பட்ட முடிவை எடுத்ததால் அவர்களால் எளிதாக ஒத்துப்போக முடிந்தது. அப்பாவின் கிராமத்துச் சமையல், அம்மாவின் நவீன பதார்த்தங்கள் எனத் தொடங்கி அன்றாட வாழ்க்கையின் ஒவ்வொரு நகர்த லிலும் முற்றிலும் வேறான இருநிலைகளின் சங்கமம் வீட்டை அழகாக்கியது. கர்நாடக இசையும் மேற்கத்திய இசையும் கலந்த காற்றைச் சுவாசித்து வளர்ந்தவன் கதிர். அம்மாவின் வயலின் ஓசை சிறுவயதில் இன்னொரு உணவு.

கதிருக்குத் தன் வீடே போதுமான உலகாக விரிந்திருந் தது. அவனுக்குப் பத்து வயதானபோது தங்கை பிறந்தாள். அவளுக்கு மொழியாகவும் வெளியாகவும் கதிர் இருந்தான். அண்ணன்மீதான அலாதிப் பிரியம் கண்டு அம்மா நெகிழ்ந்த கணங்கள் நிறைய. கதிரின் செல்லமாகத் தங்கை வளர்ந்தாள். தான் வேறு ஊரில் படிக்க வேண்டிய அவசியம் ஏற்பட்டபோதும் வாரம் ஒருமுறை கதிர் வந்து போவான்.

ஊர் திரும்ப ஒரு வாரமே இருந்தவனைப் பார்க்க அடம்பிடித்த தங்கையை அழைத்துக்கொண்டு அப்பாவும் அம்மாவும் வருவதாக மொபைல் செய்தி. தேர்வுக்கு நேரமானதால் அதிகம் விசாரிக்கவில்லை. மாலையில்

அறையில் வந்து காத்திருந்தான். அவளுக்காக வாங்கிவைத்திருந்த ஒவ்வொரு பொருளையும் கவனமாக எடுத்துவைத்தான்.

தொடர்புகொள்ள முடியாத இயலாமையை மொபைல் தெரிவித்தபடியிருந்தது. காலையில் காதில் விழுந்த செய்தி அவனை அடியோடு நிலைகுலையச் செய்தது. மௌனம் இறுகி அழுகை உறைந்தது. ரயில் பெட்டியில் யாரோ வைத்த குண்டு வெடித்துப் பலர் இறந்திருந்தார்கள். தங்கையின் சிதைந்த முகம் கதிருக்கு மனித சமூகத்தின் மீது நிரந்தர வெறுப்பை வேரூன்றியது. உயிர்களை அழிக்க நடந்த கொடூர நிகழ்வுக்குப் பின்னே இருந்தவன் மனிதன் என்ற எண்ணம் மட்டுமே நின்றது. கோபம், பழிவாங்கும் எண்ணம் என்று எதுவும் அவனுள் எழவில்லை. தங்கை இனி இல்லை. எதுவும் அவளை மீட்காது. அவன் மனம் இதை ஏற்கவில்லை. வெறுமை சூழ்ந்த இடத்திலிருந்து விலக வழிதெரியாது வலியில் கரைந்தான்.

கதிரின் அழகான குடும்பம் சட்டென மறைந்தது. இனி ஒரு நாளும் தங்கையைப் பார்க்க முடியாது. அப்பா அம்மா என்றும் பேசப் போவதில்லை. கடைசியாக எல்லோரையும் எப்போது பார்த்தான்? கடைசியாக என்ற சொல்லின் பொருள் நெருப்பாய்ப் பற்றி எரித்தது. எரிந்த நெருப்பை எதனாலும் அணைக்க முடியவில்லை.

வீட்டைத் திறந்து உள்ளே நுழைந்ததும் மோதும் வெறுமை யில் மனம் உடைந்து சிதறுமே? தங்கையின் முகம் காண முடியாத கணங்களை எப்படிக் கடப்பது? பிரக்ஞை அழிந்தால் எல்லாம் அழியுமோ? மரணம்தான் மாற்றோ? தற்கொலையின் விளிம்பில் நின்று மனம் அலறியது.

தன் அவலக் குரலைக் கேட்கக் காதுகள் இல்லாத உண்மை சுட்டது. இதைவிடப் பல நூறு மடங்கு வலியில் துடித்த மக்களைப் பற்றிக் கொஞ்சமும் கவலைப்படாத மனிதர்களை நினைத்துப் பயந்தான். முற்றிலும் எதிரான இடத்திலிருந்து யோசிக்க முயன்றான்.

"ஒரு ஜன்னல் திறக்கப்படுகிறது. அதில் என்ன தெரிகிறதோ அதைத்தான் நான் பார்க்கிறேன். அந்த ஜன்னல் மூடினால் அதில் பார்த்துக்கொண்டிருந்த எல்லாமும் மறையும். திறக்கப் படும் வேறு ஜன்னலில் என்ன தெரியுமோ அதைத்தான் பார்க்க முடியும். இதில் எனக்கான உரிமை என்று எதுவும் இல்லை.

"பார்த்துக்கொண்டிருக்கும் ஜன்னலை மூடுவதும் வேறான இன்னொரு ஜன்னலைத் திறப்பதும் யார்? அப்படியானால் திறக்கப்படும்போது தெரியும் காட்சிகள் மட்டும்தான்

க.வை. பழனிசாமி

வாழ்க்கையா?" அம்மா அப்பா தங்கை எல்லாம் இனி நினைவில் மட்டும்தானா? வாழ்க்கைமீதான கேள்விகளுக்கு விடை இல்லை என அறிந்துகொண்ட கதிர் எல்லாவற்றையும் கனவுகளாய் எண்ணித் துடைத்து வெளியில் எறிந்தான். வாழும் இந்தக் கணம் இப்போதான கனவு. அதன் நிகழ்வுகளைப் பற்றிய சிந்தனை தேவையற்றது என்னும் எண்ணம் வலுத்தது.

கதிரின் வாழ்க்கையை மூ சொல்லி முடித்ததும் நான் எதுவும் பேசாமல் அசைவற்றிருந்தேன். என் மௌனம் அவளை மேலும் பேசவைத்தது. எல்லாம் இழந்து அகதியாய் வந்த வனாவிடம் கதிர் பேசிய வார்த்தைகள் இந்தக் கணத்தை அழகாக வைத்துக்கொள்ளக் கற்றுத்தந்ததாகச் சொன்ன மூ, கதிர் அடிக்கடி சொல்லும் வார்த்தைகளைக் கேளுங்கள் என்றாள்.

"நாம் இதுவரை நிஜம் என்று எதைச் சொல்லி வந்தோமோ அது உண்மையில் கனவே. நிஜமென்று எதுவும் இல்லை. கனவைச் சுவைக்க முடியாதபோது மறக்கவும் கற்றுக்கொள்ள வேண்டும். ஒரு பல்லி காணும் கனவுக்குள் நாம் செய்ய எது வும் இல்லை."

கதிரின் இந்த வார்த்தைகளைக் கேட்டு என்னைப் பயம் தொற்றிக்கொண்டது. யார் கனவில் இப்போது நடக்கும் எல்லா மும்? கனவு கலைந்தால்...? நிகழ்கணத்தின் மீது அச்சம் வந்தது. கனவின் மீது கட்டப்பட்டவைதான் வாழும் கணங் களோ? மேலும் யோசிக்காதிருக்க முயன்றேன்.

மூ ஒரு நாள் தன்னைப் பற்றிச் சொன்னாள். "அம்மா படுக்கையில் இருந்தாள். முடிவு நெருங்குவதை உணர்ந்தேன். சுயநினைவிழந்து கிட்டத்தட்டப் பிணமாக அம்மா. அவளைப் பற்றி மற்றவர்கள் பேசியதை நினைத்தேன். பழந்தமிழ் சொல்லில் பொருள்கொண்டால் பரத்தை. சமூகம் எங்கள்மீது தன் மேலாண் மையை ஏவப்பார்த்தது. நான் சொன்னேன் என் அம்மா ஒரு தொழில் செய்தாள். முதல்போட்டு ஒரு நிறுவனம் நடத்துவது போல என்றேன். அம்மா தன் தொழிலைச் சிறக்கச் செய்தாள் என்ற பெருமை அரசனின் பெருமை மாதிரி என்றேன். அம்மா அதை விரும்பிச் செய்திருக்கலாம். மாற்று வழி அமையாத தால் அல்லது வேறு வசப்படாததால் அதையே தொழிலாக ஏற்றிருக்கலாம். அது அம்மாவின் இயல்பு சார்ந்த விசயம். அம்மா மகிழ்ச்சியாக இருந்தாள். கல்லையும் மண்ணையும் ஒரு கட்டடத் தொழிலாளி வீட்டிற்குக் கொண்டுவருவதில்லை. அம்மாவும் அப்படித்தான். தனிமை அம்மாவைத் தீண்டவில்லை. நாட்டியம் இசை என்று அவள் தன் வாழ்க்கையை அழகாக வைத்திருந்தாள். தன்மீதான விமர்சனங்களை மெல்லிய

புன்னகையில் ஒதுக்கி நகர்ந்தாள். அம்மாவை வேறு யாரைவிடவும் அதிகம் நேசித்தேன்." மூ சொல்லி முடித்ததும் மனம் அவள் அம்மாவிடம் நெருக்கம் கொண்டது.

சுடர் ஹார்ட்வேர் பட்டதாரி என்பதால் வியனின் பல முயற்சிகள் எளிதாக வெற்றியடைந்தன. கடினமான வேலைகளைச் செய்யும் உடல்வாகு அவனுக்கு. உடலை உறுதிசெய் என்ற மகாகவியின் வரிக்கு மிகவும் பொருத்தமானவன். உள்ளம் அதனினும் வலியது. சுடருக்கு அவன் அப்பா அம்மா யாரெனத் தெரியாது. மிகவும் சிறு வயதில் காணாதுபோனவன். குழந்தை மீது ஏக்கம்கொண்ட யாரோ எடுத்து வளர்த்திருக்கிறார்கள். அதுவும் ஒரு எல்லைவரை. சுடர் வீட்டில் வளர்ந்த பிள்ளை அல்ல. வீதி வளர்த்த பிள்ளை. எதிர்ப்பிலேயே வளர்ந்ததால் எதையும் எளிதாக அடையும் வித்தையைக் கற்றுக்கொண்டான். அவனைப் பார்த்து முதலில் வீதி பயந்தது. அவன் வளர வளர ஊரே அஞ்சியது. படிப்பு ஒன்றுக்காக இவை எல்லாம் செய்தான். புத்தகங்கள் தேடித் தேடி வாசித்துத் தனிமையைப் போக்கியதாகச் சுடர் சொல்வான். அறிவியல், இலக்கியம் இரண்டும் கலந்த உருவமாகத் தோன்றினான். "என்முன் விரியும் வாழ்க்கையில் ஒரு பாதை கண்டடைந்து எனக்கான இடத்தை அடைகிறேன்" என்பான் சுடர்.

வியனின் வாழ்க்கைதான் அவர்கள் எல்லோரின் கனவுகளையும் வண்ணமயமாக்கியது. கதாவின் நெருக்கம் அவனுக்குப் பலமான சக்தியாக மாறியது. கதா அவனிடம் சொல்வாள், "நீ தயாரிக்கும் ஒரு பொருளுக்கு மாற்றை இன்னொருவர் கொண்டுவருவதற்கு முன் நீயே அதைக் கண்டறிய வேண்டும். உன்னை நீதான் வெல்ல வேண்டும்" என்று.

ஆரம்பத்தில் தொழிலகங்களுக்கான மென்பொருள்கள் தயாரிப்பில்தான் வியன் கவனமாக இருந்தான். இயந்திரங்கள் சரியான செயல்பாட்டில் இருக்கும்படியாகப் பார்த்துக் கொள்ளும் மென்பொருள். இயந்திரங்களை நிறுவிப் பின் பயன்பாட்டுக்கு வரும்வரையிலான அனைத்து வேலைகளுக்குமான மென்பொருள். நிகர லாபத்திற்கு வருவதற்கு முந்தைய படிநிலைகளில் தேவையான கவனத்தை ஒரு முதலாளியின் இடத்திலிருந்து பார்க்கவல்ல 'மென்பொருள்' வியன் நிறுவனத்தின் சாதனை. 'லாபம் காணும் கண்' என்று அதற்குப் பெயரிட்டான்.

தீர்வுகளைக் காணும்படியான மென்பொருள் தயாரிப்பில் கதிரின் பங்களிப்பு மிக முக்கியமானது. இவற்றை ஒருங்கிணைக்கும் வல்லமை வியனிடமிருந்தது. கல்லூரி நாட்களிலேயே

இந்தத் தொழிலில் வியன் ஈடுபாடு கொண்டிருந்தான். குடும்பச் சூழல் வெகுவாகப் பாதித்தபோது அதிலிருந்து மீளவே இப்படியான முயற்சியில் தீவிரமாக இருந்தான். கதாவின் வருகையால் வாழ்வின் மீது ரசனை வளர்ந்தது. வனா, மூ இருவரின் கலா பூர்வமான பங்களிப்பு வாழ்க்கையின் வண்ணமயமான இடங்களை உணர்த்த பரவசமடைந்தான். புதிய சூழல் மேலும் திறமையாகச் செயல்படவைத்தது.

நிறுவனங்களின் ரகசியங்களைப் பாதுகாக்கும் மென் பொருள்மீது கவனம் செலுத்தினான். அவன் நிறுவனம் வழங்கிய மென்பொருள்கள் வைரஸ் தொற்ற முடியாதவையாக இருந்ததால் நிரந்தர வாடிக்கையாளர்கள் அதிகரித்தார்கள். விற்பனை செய்த மென்பொருளைப் பராமரிக்கும் உத்திரவாதமும் பணியாளர்களிடம் காட்டும் பரிவு கலந்த அக்கறையும் இவர்கள் நிறுவனத்தின் பலம்.

நிறுவனங்களுக்கான மென்பொருள் தயாரிப்பைத் தனிப் பிரிவாக்கிவிட்டு இளையரைக் கவரும்படியான இணைய தளத்தைத் தொடங்கினான். வியனை இப்படியான இடத்திற்கு நகர்த்தியது வனாதான். வலையின் செயல்பாடு தீவிரம் கொண்டது. கதிர், சுடர், மூ, வனா எல்லோரும் வலைத்தளத்தின் முக்கியப் பங்களிப்பாளர்கள். கலை நேர்த்தி, அற்புதத் தீவுகளுக்கு ஒத்திசையும் இசை, ஆச்சரியம் கொள்ளவைக்கும் அனிமேஷன், மென்பொருள் மூளை, தகவல் தொழில்நுட்ப அறிவு என எல்லாமும் இந்தக் குழுவின் சாதனை. இதனால் விளம்பரங்கள் குவிந்தன.

அனிமேஷன் படங்கள் புதிய பரிமாணம் கண்டன. உற்சாகமும் சந்தோஷமும், விநோத வடிவங்களின் அசைவுகளால் கிடைக்க, வலையின் தேடல் வேகம்கொண்டது. இதிலிருந்து விடுபட முடியாதபடி இளையரை வியன் கட்டிப்போட்டான். இதில் கதையாடல்தான் மற்றெங்கும் இல்லாத சிறப்பம்சம். கதைக்குள் தாங்களே பாத்திரமாகி இயங்குவது, பார்க்கும் மற்ற வலைப் பிரியர்களோடும் சேர்ந்து கதையை மேற்கொண்டு நகர்த்துவது, வெறும் பார்வையாளர்களாக இல்லாது பங்களிப்பாளராகவும் இருக்கும்படியான கதை விளையாட்டு.

மூவின் கார்ட்டூன் முயற்சிகளில் இப்போது கவினுடைய பங்களிப்பும் சேர்ந்துகொண்டது. சித்திரங்கள் உயிர்கண்டு அதிர மூவோடு விரும்பி இணைந்துகொண்டான். மூ அதில் பெருமகிழ்ச்சி அடைந்தாள். இருந்தாலும் என் அனுமதியை உறுதிசெய்த பின்பே கவின் இதில் ஈடுபட அனுமதித்தாள்.

பூவின் குழந்தை மனமும் கதாவின் கதை மனமும் பல விநோதங்களைச் செய்தன. கவின் அவர்களுக்கு எல்லா வகையிலும் உதவினான். பூ, கதா முக்கியமாக வனா இவர்கள் எல்லோரது மனங்களிலும் உறைந்துகிடந்த உருவங்களைக் கவின் தனது கோடுகளால் உயிர்ப்பித்தான். வியந்து ஏற்கும்வரை சலிக்காது வரைந்தான்.

தாவரங்களோடு இருக்கவே வனா அதிகம் விரும்பினாள். நாலு ஆண்களின் வேலையை அவள் ஒருத்தியே செய்தாள். அந்தப் பொழுதுகளில் வனமாகவே தோன்றுவாள். அபூர்வ மனிதப் பிறப்பாக உணர்வேன். தாவரங்கள் கொண்டாடும் உறவு அவள். வனாவின் கடந்தகாலம் அந்த நேரங்களில் நினைவில் வரும். தாயினும் பரிந்து உயிர்களைப் பேணும் அவளுக்கு மனிதர்களால் ஏற்பட்ட காயங்களை நினைத்து வருந்துவேன். பகல்நேரங்களில் அவள் இருக்கும் இடத்திற்கு உணவுகொண்டு செல்வேன். காட்டில் எந்த மூலையில் இருக்கிறாள் எனத் தேடிச்சென்று தருவேன். செல்லமாகக் கடிந்து கொள்வாள்.

அப்போது சொல்வேன் “நீ கோடி உயிர்களுக்கு உணவளிக்கிறாய். நான் உன் ஒருத்திக்குத்தானே தருகிறேன்” என்பேன். கண்ணீர் வழியக் கட்டி அணைப்பாள். அடர்த்தியான காடு எங்கள் வீட்டைச் சுற்றி எனப் பெருமை கொண்டோம். மண்ணுக்கான மரங்களைத் தேர்வுசெய்து வளர்த்தாள். பறவைகளும் விலங்குகளும் நீர் அருந்தச் சிறுகுளம் ஒன்றைக் கட்டினாள். கோடையிலும் அதில் நீர் இருக்கும்படியான வசதியை வியன் செய்து தந்தான். எல்லோரிடமும் ஒரு சுயம் இருந்தது. தனித்தும் சேர்ந்தும் அழகாய்த் தெரிந்தார்கள். அவர்களைக் காணும்போது வானத்தையும் கடலையும் பார்ப்பது போன்ற வியப்பு ஏற்படும்.

10

'துள்ளியும் துளியும்' இவர்களோடு கவின் இணைந்த பின்பு வந்த கார்ட்டூன். அதில் விரியும் அற்புத உலகம் காண இளையரிடம் ஆர்வம் வளர்ந்து பெருகி யது. கவினோடு இணைந்து ழ பாத்திரங்களை வடித்தாள். வசீகர விநோதத் தோற்றத்தில் வரும் துள்ளி அனைவரை யும் கவர்ந்துவிடும். குழந்தை முகம். கெட்டிக்காரத்தனத் தின் மொத்த உரு. துருதுருவென அலையும் உடல். துள்ளல்தான் அதன் மொழி. சிரிக்கும் கண்கள். அச்சம் துறந்த பார்வை. குட்டி நாயோ முயலோ வெள்ளை எலியோ பிறந்த குழந்தையோ எனப் பிரித்தறிய முடியாத தோற்றம். அதுதான் வசீகரமேறி எல்லோரையும் ஈர்த்தது. யாரும் வெறுக்க முடியாத முகம். பார்க்கும்போதே குதூகலமாய் மனதில் இறங்கும். யாரும் துள்ளியின் கட்டளைகளை மீற முடியாது. துள்ளி நமக்கு அப்படிப் பட்ட ஏவல்களை வழங்கமாட்டாளா என்று பார்க்கும் கண்கள் ஏங்கும்.

துளி ... இந்தக் குட்டிக் கம்பீர ராணிக்குப் பணிபுரி யும் ராட்சஸ மிருகம். பழக்கப்பட்ட எந்த முகமும் அதற்கில்லை. புலியும் சிங்கமும் கலந்த முகமோ எனத் தோன்றும். மனம் அப்படி யோசிக்கும்போதே வேறு விலங்கின் தோற்றம் காட்டி வியப்பில் ஆழ்த்தும். கொடிய விலங்காய்த் தோற்றமளித்துச் சட்டென்று சாதுவாய் மாறிப் பரிதாபமாய்த் துள்ளியின் முன்னால் நிற்கும். தன் எஜமானி துள்ளியைப் பார்க்கும்போதெல்லாம் அச்சமும் அதீத பணிவும் உடல் முழுவதும் ஓடும். துள்ளி மாதிரி பத்துமடங்கு உடல். கதாதான் துள்ளி துளி இரண்டையும் கண்டறிய உதவினாள். அடுத்து வரும் கார்ட்டூனுக்குச் சித்திரங்கள் தீட்ட ஒரு மாதிரி

முயற்சியாக இருக்கட்டும் என்றாள். தாங்கள் முயலும் புதிய கார்ட்டூன் பற்றிச் சிறிதே என்னிடம் பேசினாள்.

பரபரப்பாக இயங்கிக்கொண்டிருக்கும் பெரிய நகரம். திடுமென ஒரு வீட்டில் வினோத மாற்றங்கள். பார்த்திராத உயிர்கள் சட்டெனப் பெருகிப் பெரிது பெரிதாகப் பார்வையில் மோதுகின்றன. காணும் கண்கள் திணறும்படியான மாற்றங்கள். அந்தச் சிறிய வீட்டிலிருந்து பல கோடி உயிர்கள் பெருகிக்கொண்டேயிருக்கின்றன. தரை, கம்பளங்கள், திரைச் சீலைகள் போன்ற இடங்களில் படிந்திருந்த தூசிகளிலிருந்து டைனோசார் போன்ற பெருத்த உடல்களுடன் உயிர்கள் வெளிவந்துகொண்டேயிருக்கின்றன. வீட்டிலிருந்த மைக்ரோ உயிர்கள் மேக்ரோ அளவில் மாறியபடியிருக்கின்றன. மேக்ரோ உயிர்கள் மைக்ரோ வடிவில் சுருங்கி அடையாளமற்றுப் போகின்றன. வீட்டிலிருந்த மனிதர்களும் சிறுத்துப் பார்வைக்குப் பிடிபடாது போகிறார்கள்.

நுண்ணுயிர்கள் தொடர்ந்து பெருகிக் கண்ணுக்குத் தெரிகின்றன. அந்த வீடு உடைந்து சரிகிறது. மேக்ரோ அளவில் மாறிய பல கோடி உயிர்கள் நகரின் பரபரப்பான நேரத்தில் பெருத்த உடல்களுடன் தெருக்களில், அலுவலகங்களில், அவை போன்ற பிற இடங்களிலும் நுழைகின்றன. பைக்கில் யாரோ உட்கார்ந்திருப்பதாக உணர்ந்து ஒருவன் திரும்புகிறான். பருத்த உடலில் அதுவரை கண்டிராத விலங்கைப் பார்த்துப் பயந்து வண்டியை விட்டு ஓடுகிறான். மனிதர்கள் இடம் தேடிப் பதுங்குகிறார்கள். பேருடல் பெற்ற நுண்ணுயிர்கள் கண்டு பயந்து ஓடுகிறார்கள். மனித அறிவு செயலிழக்கிறது.

அதிசய நிகழ்வு நடந்த அந்த வீட்டிலிருந்த சிறுவன் மட்டும் மாற்றமில்லாது இருக்கிறான். சுற்றியிருக்கும் எல்லா வற்றையும் கவனமாகப் பார்க்கிறான். பாட்டி கனவில் கூறியவை நினைவுக்கு வருகின்றன.

பாட்டிமீது அலாதிப் பிரியம். இரவில் பாட்டியோடுதான் தூங்குவான். அந்த நேரங்களில் அவள் கூறும் கதைகளால் விரியும் உலகம் அவன் கனவிலும் விரியும். அற்புதக் கதைகளைக் கூறிய பாட்டி ஒரு நாள் இறந்துபோகிறாள். ஆனாலும் அவள் அவன் கனவில் தினமும் வந்து அவனோடு பேசுகிறாள். ஒரு கனவில் பாட்டி அவனிடம் நீர் நிறைந்த கண்ணாடிப் புட்டி ஒன்றைத் தந்து அதைப் பத்திரமாக வைத்துக்கொள்ளச் சொல் கிறாள்.

"புட்டியிலிருக்கும் நீர் மந்திரநீர் அது கீழே கொட்டினால் மனித வாழ்க்கை தலைகீழாய் மாறும். ஆனால் அந்த நீரை

நீ விரும்பும் ஒருவர் கொட்ட வேண்டும். அப்போது நீ இந்தப் பூமிக்கே ராஜாவாக இருப்பாய். உலகம் உன் சொல்லுக்குக் கட்டுப்பட்டு நடக்கும். மனிதர்களின் பிடியிலிருந்து பூமி மீட்கப் படும். எல்லா உயிர்களுக்கும் பொதுவான உலகைப் படைப் பாய். நீ விரும்பினால் அப்போது நீ உச்சரிக்கும் ஒரு வார்த்தை உலகை மீண்டும் பழைய நிலைக்குக்கொண்டு வரும். அந்த நேரத்தில் அந்த வார்த்தையை நான் உனக்குக் கூறுவேன்" என்கிறாள். புட்டியிலிருக்கும் மந்திரநீர் தன்னை ராஜாவாக்கும் என்பதை நம்புகிறான். அதனால் அந்தப் புட்டியைப் பத்திர மாகப் பாதுகாக்கிறான்.

பாட்டி கனவில் கொடுத்தாள் என்பதை வீட்டிலிருந்த யாரும் நம்பவில்லை. பாட்டிலை அவன் எல்லா நேரமும் தன்னோடு வைத்திருப்பது பிடிக்காத அவன் அம்மா ஒரு நாள் அதைத் தூக்கி வீட்டு மூலையில் எறிகிறாள். கண்ணாடிப் புட்டி உடைந்து சிதறுகிறது. உடைந்த புட்டியிலிருந்து வழிந்த நீர் ஆவியாகிப் புகையாக வீட்டைச் சூழ்ந்து பின் இந்த மாற்றம் நிகழ்கிறது. பன்மடங்கு பெருத்த உயிர்கள் சிறுவனின் சொல்லுக்குக் கட்டுப்பட்டு நடக்கின்றன. சிறுவன் அதீத ஆளுமை கொண்ட உடல் பெறுகிறான். அறிவும் ஆற்றலும் மேன்மையும் அந்த உடலில் வளர்ந்தபடியிருக்கின்றன.

தெருவின் நடுவில் நின்று ஆகாயம் தொடும் உடலுடன் மனிதர்களிடம் ஒரு உயிர் இப்படிப் பேசுகிறது. "நீங்கள் வாழும் மண் எங்களுடையது. இனி நாங்கள் சொல்வதைத்தான் நீங்கள் கேட்க வேண்டும். உங்களைவிட மேலான அறிவும் சிந்தனை யும் கொண்டவர்கள் நாங்கள். வெளியையும் பூமியையும் பாழ்படுத்திவிட்டீர்கள். நாங்கள் மண்ணையும் வானையும் காக்க வந்துள்ளோம். சுயநல வெறிகொண்டு அலைகிறீர்கள். பூமி பொதுவானது. நீங்கள் தோன்றுவதற்கு முன்பே பல கோடி ஆண்டுகளாய் வாழ்ந்துகொண்டிருப்பவர்கள் நாங்கள். ஒரு இனம் எண்ணிலாக் கோடி இனங்களை ஆள்வதா?" அதன் உரத்த சப்தம் மனிதக் காதுகளைப் புண்ணாக்கியது.

ஒரு வீட்டிலிருந்த மைக்ரோ உயிர்களே மேக்ரோ அளவில் வளர்ந்து இத்தனை மாற்றங்கள் என்பதை நீண்ட ஆய்வுக்குப் பின் அறிந்த விஞ்ஞானிகள் செயலிழந்து போகிறார்கள். அச்சம் மக்களைப் பீடித்து எரிக்கிறது. தேசக் கோடுகள் மறைகின்றன. மதங்கள் மதிப்பிழக்கின்றன. இன வேறுபாடுகள் அழிந்து ஒரு குரலில் கதறுகிறார்கள். மனித வினையால் மறைந்துபோன உயிர்களின் பெயர்களைச் சொல்லி அதுபோலப் பூமியில் நீங்களும் அழிக்கப்படுவீர்கள் என்று பேருடல் கண்ட உயிர்கள் மனிதமொழியில் பேசுவது கேட்டுப் பயந்து நடுங்குகிறார்கள்.

மனிதர்களைக் கொண்டே அவர்கள் கட்டிய வீடுகள் கட்டடங்கள் இடிக்கப்படுகின்றன. அந்த இடங்களில் மரங்கள் நட அவை ஆணையிடுகின்றன. அணைகளை இடித்துத் தரை மட்டம் ஆக்குகின்றன. சிறு குளங்களைத் தோண்டி அதில் நீரைத் தேக்கத் தூண்டுகின்றன. வாகனங்களை அள்ளிச் சுருட்டிச் சிறிதினும் சிறிதாக்கிக் கடலில் எறிகின்றன. மண்ணைக் கெடுக்கும் மக்காத பொருட்களை ஒன்றுவிடாமல் பொறுக்கச் சொல்லித் தங்களின் திறமையால் மக்கச் செய்கின்றன. மண்ணைக் கெடுக்கும் ரசாயனக் கழிவுகளை உற்பத்திசெய்து பயிர்களை நஞ்சாக்கிய மனிதர்கள் அடையாளம் காணப்படுகிறார்கள். அவர்களைத் தங்களின் பருத்த கைகளில் அள்ளிவந்து ஓரிடம் குவித்து மரங்கள் நட ஆணையிடுகின்றன. ஒருவேளை உணவும் ஓய்வில்லாத வேலையும் என அம்மனிதர்கள் தண்டிக்கப்படு கிறார்கள்.

மக்களுக்கு அவர்கள் செய்த தீமைகளுக்கு ஏற்பத் தண்டனைகள். பூமி முழுவதும் காடுகள் பெருகி, விலங்குகள் சுதந்திரமாகத் திரிகின்றன. சிறுவன் தலைமையில்தான் எல்லாமும் நடக்கின்றன. சிறுவர்கள், குழந்தைகளை அவை ஒன்றும் செய்யாது இயற்கை வேளாண்மையைச் சொல்லித் தருகின்றன.

மதிப்பிழந்து காடுகளில் அலையும் மனிதர்களை விலங்குகள் விரட்ட அவர்கள் பூமியில் அகதிகளாகிறார்கள்.

மண்ணில் இப்போது கட்டடங்கள் இல்லை. மனிதக் கட்டுமானங்கள் அறிவியல் கண்டுபிடிப்புகள் எதுவும் இல்லாது பிற உயிர்களின் ஆளுமையில் பூமி. சிறார்கள் மகிழ்ச்சியாய் இருக்கப் பருத்த மைக்ரோ உயிர்கள் அவர்களுக்கு உதவுகின்றன.

சிறுவன் தன் வீடு இருந்த இடத்தில் நின்று அழுகிறான். அப்பா அம்மாவைக் காண ஏங்குகிறான். பாட்டி இப்போது அந்த மந்திரச் சொல்லை இரவு அவன் கனவில் வந்து சொல் கிறாள். சொல்லை உச்சரித்தால் எல்லாம் பழைய நிலைக்கு மாறும் என்கிறாள்.

சிறுவன் எழுந்து வெளியில் வந்து தன்மீது பிரியமாக இருக்கும் பெருத்த உயிர்களைப் பார்க்கிறான். அவனைப் பார்த்தவாறு புதிய உயிர்கள்.

கதையை நிறுத்தி என் முகம் பார்த்தாள் கதா. கலங்கிய கண்களை அவள் அறியாது துடைத்துக்கொண்டேன். கதாவின் இந்தக் கதையிலிருந்து உருவிய வடிவங்கள்தான் துள்ளியும் துளியும் என்றாள் ழ. பெரிய உடலுக்குத் 'துளி' எனப் பெயரிட்டு

அழைத்தாள். சிறியது பெரியதை ஆளும் கதைப் பொறியில் சிக்கிய வலைப் பிரியர்கள் பின் அதிலிருந்து வெளியேறவே முடியாது.

வாழும் உலகத்தை விழுங்கி நகரும் கதை வாய்.

துளியைக் காட்சிப்படுத்துவதே வெகு ரசனையாக இருக்கும். நாயகி 'துள்ளி' மழையில் விளையாடிக்கொண்டிருப்பாள். பெரும் தூறலாக மழை. வானில் அலையும் மின்னலைக் கை நீட்டி வாங்கிக் கயிறாகப் பிடித்து ஸ்கிப்பிங் ஆடும் அழகைப் பார்த்துக்கொண்டேயிருக்கலாம். புதுப்புது மின்னல்கள் பிடித்து ஆடுவாள். மழையில் நனைந்தவாறு ஆடும்போது உடலில் பட்டுத் தெறிக்கும் மழைத்துளி ஒன்று பெரிதாகிப் பார்வையை ஈர்க்கும். அப்படியான துளிகளில் ஒன்று கண்ணாடிக் குமிழாகி வண்ணச் சிதறலாக வெடிக்க, அதிலிருந்து பெருத்த உடல் நடுங்கத் துளி துள்ளியின் முன் பயந்து நிற்கும்.

"என்ன வேடிக்கை பார்க்கிறாய்? மழையில் நனைவது தெரியவில்லையா?" அப்போதுதான் காட்சியான துளி பயந்து விழிபிதுங்கி நிற்கும். சற்றே யோசித்து உள்ளே ஓடிக் குடையைக் கொண்டுவந்து விரிக்கத் தெரியாமல் தடுமாறும். பிறகு சமாளித்து விரித்து ஸ்கிப்பிங் ஆடும் துள்ளி நனையாதிருக்க மேலே பறந்தவாறு குடைபிடிக்கும். பெருத்த உடல் அங்கும் இங்கும் அலையும். மழை நீர் உடலில் படக் கோபமாகிச் சரியாகப் பிடிக்கச் சொல்லி அதட்டுவாள். விளையாடி முடித்த துள்ளியின் முன்பு அவளைவிடப் பெரிதான கப்பில் ஐஸ்க்ரீம். சாப்பிட்டு முடித்ததும் துளியைத் தன் சுட்டுவிரலால் அதிகாரத்தோடு அழைப்பாள். அச்சம் படிந்த உடலோடு துளி நெருங்கி வரும். ஆடுநாற்காலியில் உட்கார்ந்துகொண்டு லாலிபாப் சுவைக்கும் தன் எஜமானி எதிரில் மண்டியிட்டு வாய்பொத்திக் கொஞ்சமே கிடைக்கப்போகும் லாலிபாப்பிற்குக் காத்திருக்கும். கரையும் லாலிபாப்பைப் பார்த்தவாறிருக்கும் அதன் ஏக்கமுகத்தில் பூவின் படைப்பு முகம் தெரியும்.

துள்ளி எழுந்து பள்ளிக்குப் போகும்வரை பயந்து பயந்து பல வேலைகள் செய்யும். பள்ளிக்கு அழைத்துப்போவது – பள்ளிக்கூடத்தில் நடக்கும் குறும்புகள் – அதற்கு உதவும் துளி – பிள்ளைகளின் விளையாட்டு – பிக்னிக் போவது – இப்படி நீளும் கதையில் துள்ளியைப் பிடிக்காத ஒருத்தி துளியைத் துள்ளிக்கு எதிராகத் திருப்பிவிட்ட பிறகு வரும் காட்சிகள் அமர்க்களமாய் நகரும்.

பெருத்த உடல்கொண்ட துளி துள்ளியிடம் படாதபாடு படும். சிரிக்கவைக்காமல் ஒரு காட்சியும் நகராது. துள்ளி

மாதிரியான உடலில்தான் எல்லாப் பிள்ளைகளும். ஒரு கட்டத்தில் சிரிப்பு தாங்காமல் எழுந்துகொண்ட என்னைக் கொஞ்சம் காத்திருந்து மேலும் பார்க்கத் தூண்டினான் வியன். "விலா எலும்புகள் வலிக்கின்றன. போதும் விடு" எனக் கெஞ்சினேன். பிரமாண்ட தோற்றம்கொண்ட துளியின் பரிதாப முகமும் பயந்த உடலுமே சிரிக்கப் போதுமானவை. ழுவின் நுட்பமான கோடுகளின் வெற்றியாகத்தான் அதைச் சொல்ல வேண்டும்.

ஆனால் ழ சொன்னாள் "கதாவின் கதைதான் இதன் மூலபலம். அவளால் இவர்களைக் கொண்டு மேலும் நூறு கார்ட்டூன்களுக்கான கதைகளைச் சொல்ல முடியும். தொழில் நுட்பம்தான் இந்தப் பாத்திரங்களுக்கு உயிர் ஊட்டுகிறது. கதிர், சுடர் இருவரும் அந்தப் பெருமைக்குரியவர்கள். கணினியைக் கருவறையாக மாற்றியவர்கள். இவர்களது விரல்களின் தீண்டலில் நிகழும் விநோதங்களைப் பார்த்த கண்கள் பார்த்தவாறிருக்கும். கதை நகரும் பின்புலத்தை வனாதான் தீர்மானித்தாள். இதற்கான மென்பொருள் மாற்றங்களைத் தேவைக்கேற்பச் செய்யவல்ல வியனின் மூளைதான் இதை முழுமை ஆக்கியது. ஆனால் இந்த வெற்றிக்கு மிக முக்கியக் காரணமாக நாங்கள் அனைவரும் கருதுவது பெரும் கலைஞன் கவின் எங்களோடு கலந்து கோடுகளுக்கு உயிரூட்டியதே." கவின் பங்களித்த மற்றொரு கார்ட்டூன் படத்தைப் பார்க்க என்னை வேண்டினார்கள்.

திரையில் கார்ட்டூன் ஓடத் தொடங்கியது.

துள்ளியின் கையில் அழகிய வண்ணப்பந்து. அதைப் பலவிதமாகச் சுழற்றுகிறாள். வித்தை காட்டுவதுபோலத் தூக்கிப் போட்டுப் பிடிக்கிறாள். துளி ஆச்சரியத்துடன் பார்ப்பதறிந்து மேலும் சாகசங்கள் செய்கிறாள். எல்லாம் முடிந்து பெருமையாக முகத்தை வைத்துக்கொண்டு பந்தைத் தூக்கித் தூர எறிகிறாள். கீழே விழுமுன் துளி அதைத் தன் வாயில் கவ்வி அவளிடம் சேர்க்க வேண்டும். தவறினால் தோப்புக்கரணம்தான். சரியாகத் தோப்புக்கரணம் போடத் தெரியாமல் விழிக்கும் துளியைப் பிரம்பால் அடிப்பதுபோல மிரட்டுகிறாள். துளியும் அடிவிழுந்த மாதிரி பெரிதாய் அலறுகிறது.

துளிக்குச் சிரமம் தோப்புக்கரணம்தான். இடதுகை வலது காதைப் பிடித்துக்கொள்ள வேண்டும். வலதுகை இடதுகாதை. அப்படிப் பிடித்தவாறே பெரிய உடம்புடன் உட்கார்ந்து எழ வேண்டும். எந்தக் கை எந்தக் காது? பெரிய குழப்பம்தான். துளிக்கு இந்த இரண்டையும் சேர்த்துச் செய்ய வராது. அதைவிடத் துளிக்குப் பந்தைப் பிடிப்பதே எளிது.

மேலே தூக்கி வீசும் பந்தைப் பாய்ந்து பிடிக்கிறது. பிடிக்கும் ஒவ்வொரு பந்திற்கும் துளிக்கு ஒரு பிஸ்கட். பந்தை உயர உயர எறிகிறாள். தவறாது பிடித்துவிடும் துளிமீது இப்போது சற்றே கருணை வந்து குச்சியில் சிறிது ஒட்டிக்கிடக்கும் லாலி பாப்பைக் கொடுக்க அது உற்சாகம்கூடிப் பந்தைப் பாய்ந்து பாய்ந்து பிடிக்கிறது. ஒரு தருணத்தில் மேலே துள்ளி எறிந்த பந்து காணாது வானில் அலைகிறது துளி.

மேலே மேலே எழும்பிப் பறந்து பயந்த முகத்துடன் துளி பந்தைத் தேடுகிறது. துள்ளி அதைக் கீழிருந்து விரட்டு கிறாள். பந்தை எடுக்காமல் துளி திரும்பாது என்ற முடிவுக்கு நம்மைத்தள்ளிவிடுகிறது. ஆகாய வீதியில் துளி பரிதாபமாக அலைகிறது. துளியின் கோபமுகம் கண்டு நட்சத்திரங்கள் அஞ்சுகின்றன. துளி அவற்றை மிரட்டுகிறது. நட்சத்திரங்கள் ஓடி ஒளிகின்றன. வானில் அலையும் துளியைத் துள்ளி கீழிருந்து விடாமல் விரட்டுகிறாள். துளிக்குச் சூரியன் வண்ணப்பந்தாகத் தோன்றுகிறது. உற்சாகமாகப் பாய்ந்து சூரியனை வாயில் கவ்வி மறுநிமிடம் துள்ளி முன்பு வெற்றிகரமாக நிற்கிறது துளி.

இப்போது துளியின் வாயில் சூரியன். வெளி இருட்டுகிறது. சூரியன் பயத்தில் எண்ணை விளக்காகச் சுடர்மங்கி எரிகிறது. கோள்கள் குழந்தைகளாக வானத்திலிருந்து இறங்கித் துளியிடம் கெஞ்சுகின்றன. துளியோ அவர்களைக் கவனிக்காமல் சூரியப் பந்தைக் கவ்வியபடி துள்ளி தரப்போகும் லாலிபாப்பிற்காக மண்டியிட்டுக் காத்திருக்கிறது. கோள்கள் இப்போது துள்ளியிடம் கெஞ்சுகின்றன. அவளோ ஆடுநாற்காலியில் அசைந்தவாறு லாலிபாப் சுவைக்கிறாள். லாலிபாப் குச்சியில் குறைந்ததும் தூக்கி மேலே எறிகிறாள். சூரியனைத் துப்பி மேலே பாய்கிறது துளி ... லாலிபாப்பைப் பிடிக்க.

பயந்தவாறே சூரியன் வானில் மீண்டும் பதிகிறது. நட்சத் திரங்கள் குதித்துக் கும்மாளமிடுகின்றன. துள்ளியின் பந்து அவள் காலடியில் மௌனமாய்.

இளைஞர்களையும் குழந்தைகளையும் காந்தமாகக் கட்டிப் போட்டது இந்தக் கார்ட்டூன். வியனின் வலைத்தளம் மிக அதிக ஹிட் கொண்ட பெருமையை விரைவில் அடைந்தது. முன்னணியில் இருக்கும் தேடுபொறியைக் கொண்ட நிறுவனம் எந்த விலையும் கொடுக்கத் தயாராக இருந்தும் வியன் அதை மறுத்து எல்லோருக்குமான சொத்தாக மாற்றினான். வியன் சுயமாக அறிமுகம் செய்த தேடுபொறி மிகுந்த கவனம்பெற்றது.

'க' செயல்பட வலுவான அடித்தளமாகப் பொருளும் மனமும் அமைந்தன.

ஆதியோடு வாழ்ந்த இல்லம் அனைவருக்குமான வீடாயிற்று. வியன் தலைமையில் ஈட்டிய பொருள் கொண்டு அதிகமான நிலம் வாங்கினோம். அடிப்படைக் கட்டமைப்பில் கவனம் செலுத்தினோம். காடு கெடாது எல்லாமும் நடந்தன. வெளியில் செல்ல வேண்டிய அவசியமில்லாத வாழ்தலுக்கான அடிப்படைத் தேவைகள் முதல் கவனம்பெற்றன. அதிநவீனத் தொழில்நுட்பம் இளையரின் விரல்களில் கசிந்தபடியிருந்தது. வியன் தலைமையில் இயங்கும் தொழிற்கூடம் வீடு தாண்டி வெளியே அமைக்கப்பட்டது. மனிதக் கண்படாத இடத்தில் 'க'.

11

விதையொன்று முளைவிடத் தொடங்கியது. மற்ற தாவரங்கள்போலவே தோற்றமளித்ததால் அதை யாரும் அறியாதிருந்தனர். மரங்களுக்கு மத்தியில் மரமே போன்று கவனத்தைத் தன் பக்கம் ஈர்க்காமல் வேகமாக வளர்ந்த வாறிருந்தது. தனது இடத்தில் இருந்தபடியே இளையர் யாரையும் அடையவல்ல வாசனையாகவும் இருந்தது. அழியாத ருசியாக உள் இறங்கக் காத்திருந்த அபூர்வ விதைகள் அதன் பழங்களில் மறைந்திருந்தன. பழத்தைக் கொத்திப் போகப் பறவை ஒன்று பறந்தபடியிருந்தது. பறவையும் அது கொத்திவரும் விதையும் இளையரை முற்றாக மாற்றிப்போடக் காத்திருந்தன. அந்த மரத்தின் விதையை இளையர் மனதில் தூவ நிகழ்ந்த எல்லாமும் கதைகளாயின.

சகமனிதர்கள் பற்றிய யாதொரு பிரக்ஞையும் இல்லாமல் விழிப்பிலிருந்து எழுந்த அந்த இளைஞன் தன் கனவு உலராதிருக்க அலைந்தான். நிகழ் உலகிலும் மேலான வாழ்தலை உணர்த்திய கனவின் வசீகரம் அழியாதிருக்க விரும்பினான். நிஜத்தைவிடக் கனவின் தீண்டல் அதிகம் பிரக்ஞைபூர்வமாக இருந்தது. கனவும் இன்னொரு வாழ்க்கையாக இருக்கவே அதிகமான கனவுகளுக்கு ஏங்கினான். ஒரு உடலுக்கு இரு வாழ்தல்கள் என்பதான உயிரின் இருப்பு நினைத்துப் பெருமிதம் கொண்டான்.

கனவின் பிரதேசம் நிஜ உலகோடு எந்தத் தொடர்பும் இல்லாத வாழ்வைத் தந்தது. வாழும் உலகின் பிரக்ஞையோடு கனவுப் பிரதேசத்தில் புதிதாகப் பிறந்ததாகவே நினைத்தான். கனவிலிருந்து மீண்ட பின்பும் கனவில் இறங்கிய ருசி கொஞ்சமும் குறையாதிருந்தது. கனவில் உறக்கத்தின் சுவடே இல்லை. உருவில் சிறைபடாத வேறு உடல் உணர்ந்தான்.

ஆதிரை

கனவுக்கு முந்தைய நிகழ்வுகள் அதிமனித விநோதங்களாகத் தோன்றின. இரவு உணவுக்குப் பின் மொட்டைமாடியில் நடந்தவாறு நண்பனோடு மொபைலில் பேசிக்கொண்டிருந்தான். உறங்கப் போகுமுன் உரையாட விரும்பும் வெகுசிலரில் அவனும் ஒருவன். அன்று ஏனோ அவனால் நீண்ட நேரம் பேச முடிய வில்லை. நண்பனும் அதை உணர்ந்தேயிருந்தான். சற்றுமுன் நடந்தவற்றைக்கூட இவனால் எளிதாகச் சொல்ல முடியவில்லை. முக்கியமான ஏதோ ஒன்றை நண்பனிடம் சொல்வதற்காகத் தான் அவனை அழைத்திருந்தான். அவனிடம் சொல்ல ஏதோ ஒன்று இருந்தது என்பதைத் தாண்டி எவ்வளவு முயன்றும் வேறு எதுவும் இவன் நினைவிற்கு வரவில்லை. மௌனம் பிறகு கொஞ்சமான வார்த்தைகள் என்பதாகப் பேசிய இவனை "உனக்கு என்ன ஆயிற்று?" என்று நண்பனும் கேட்டான். சம்பந்தமில்லாமல் அவனிடம் தான் ஏதோ பேசுவதையும் உணர்ந்தேயிருந்தான். இருவரும் எப்பொழுதும் பேசும் சாதாரண செய்திகளைக்கூடப் பேசிக்கொள்ள முடியவில்லை. "தூக்கம் நெருக்குகிறதோ? சரி... நாளை பேசலாம்" என்று நண்பனே கூறி உரையாடலைத் துண்டித்துக்கொண்டான்.

தனக்கு என்ன ஆயிற்று என்று தனக்குத்தானே கேட்டுக் கொண்டான். சமீப காலமாகவே இரவு நெருங்கும்போது தன்னால் இயல்பாக இருக்க முடியாமல் போவதை இப்போது நினைத்தான். உடல் ஒரு வகையான அசதியில் விழுவதையும் அப்படியான இருப்பைத் தான் விரும்புவதையும் கூடவே நினைத்தான். தூக்கத்தை நோக்கிச் சதா தான் அலைவதாக எண்ணிப் பயப்படவும் செய்தான். தூக்கமா? தூக்கத்தில் வரும் கனவா? பிரித்துப் பார்க்க முயன்றான். தூங்கும்பொழுது தனக்கு இன்னொரு வாழ்க்கை என்பதால் அதைத் தேடி அலையும் மனதைக் கட்டுப்படுத்த இயலாதிருந்தான்.

மொட்டைமாடியில் நின்றுகொண்டிருந்த அவன், தனது வீடும் காணும் வெளியும் தான் பார்ப்பதாக அல்லாமல் வேறு யாரோ பார்ப்பதாகத் தனக்கு ஏன் தோன்ற வேண்டு மென்னும் கேள்விக்குக் கவிந்த இருட்டில் விடை தேடினான். பகலில் அன்று தன்னைத் தேடிவந்த அவளை நினைத்தான். தன்னிடம் ஆசையாகப் பேசவந்த அவளிடம் எப்போதும் போலப் பேச முடியாது போனதை நினைத்து வருந்தினான். இரவுக்கு ஏங்கியதால்தான் அப்படி இருந்திருப்பேனோ என்றும் நினைத்தான். தன் மனம் இரவை நோக்கியே சமீபகாலமாக நகர்ந்ததையும் அறிந்துகொண்டான். ஒருவகையான விடையைத் தேடி அடைந்ததாக நினைத்து ஆறுதல் அடைந்தான். அவளிடம் தன் இப்போதைய மனநிலையை, பிரக்ஞை தீண்டும் கனவைக்

கூறலாமென யோசித்தான். அதீத உணர்வென அவள் ஒதுக்கலாம். இது பற்றி ஏதும் சொல்லாதிருப்பதே சரி என முடிவுசெய்தான்.

அந்த நேரம் அவன் சட்டைப்பையிலிருந்த மொபைல் சிணுங்கியது. அவள்தான் பேசுகிறாள் என்று அறிந்துகொண்டான். சற்றே தயங்கிப் பின் பேசினான். “நேரில் வந்தபோது சரியாகப் பேசவில்லையே, உனக்கு என்ன ஆனது?” என்றாள். கேள்விகளுக்குப் பதில் தரும் நிலையில் அவன் இல்லை. நீண்ட மௌனத்திற்குப் பிறகு அவளிடம் சொன்னான் “ஒன்றுமில்லை.” முன்பு தான் பரவசம்கொண்ட அவளது வார்த்தைகளில் இப்போது ஆர்வம் இல்லாதிருந்ததையும் அறிந்தேயிருந்தான். அதை அறிந்தும் அவளிடம் சமாதானமாக எதையும் பேசவில்லை. “கவனமாகப் பார்த்துக்கொள் . . . சற்றே பயமாக இருக்கிறது” என்ற அவள் வார்த்தைகள் அவனைத் தீண்டவில்லை. சில நாட்களாகவே அவன் அப்படித்தான் இருந்ததால் “சரி தூங்கு. நாளை பேசலாம்” எனத் துண்டித்துக்கொண்டாள். ஒரு வகையான விடுதலையை உணர்ந்து மகிழ்ச்சியடைந்தான். கனவில் சிறைபடத் துடித்த மனதை மெல்ல வருடினான்.

அங்கும் இங்கும் நடந்து பின் ஆழ்ந்து மூச்சிழுத்தான். காற்றில் கலந்த வாசம் ஒன்று நாசியில் இறங்கியதை உணர்ந்தான். முன்பரிச்சயமில்லாத வாசம்தான். ஆனால் அது மலரின் மணமாகத்தான் இருக்க முடியுமென நம்பினான். அதை விரும்பி மேலும் நுகர்ந்தான். உடலும் மனமும் வாசனையில் மூழ்கி மிதப்பதுபோலப்பட்டது. வாசம் அழியாதிருக்க ஆசைகொண்டான். வாசமாக மட்டும் அல்லாது அதை ஒரு வெளியாகவும் இடமாகவும் உணர்ந்தான். இந்த வாசனையைத் தீண்டத்தான் இன்று எல்லாமும் நடந்ததோ என்று தனக்குள் கேட்டுக்கொண்டான்.

வாசனை உள்ளிறங்கியதும், உடல் மெல்லத் தனது விளிம்பிலிருந்து வெளியேறியது. தான் என்ற பிரக்ஞையும் அதே நேரத்தில் தன் உடலும் எதிர் திசைகளில் விலகுவதை வெளியிலிருந்து அவனே பார்த்துக்கொண்டிருந்தான். அப்பொழுது உள்ளிருந்து ஒலித்த குரல் அவன் தினமும் காணும் மரத்தைப் பார்க்கத் தூண்டியது. கண்கள் மரமிருந்த இடத்தை ஊடுருவின. தெளிவாக அறிய முடியாத உருவாக ஆரம்பத்தில் தோன்றிப் பிறகு பார்க்கக்கூடிய வஸ்துவாகத் தெரியவே கண்களை அகல விரித்து அந்த இடத்தையே பார்த்துக்கொண்டிருந்தான்.

முதலில் பேரொளியின் தெறிப்பாகத் தோன்றிய அது பல விநோத வடிவங்களைக் காட்டிச் சட்டெனப் பறவையின்

வடிவில் அடங்கியது. தோட்ட நடுவில் இருள் போர்த்திய மரத்தின் கிளையில் இறுகிய சூரியனாக இப்பொழுது ஒளிர்ந்தது பறவை. ஆச்சரியத்துடன் அதைப் பார்த்துக்கொண்டிருந்த போது பறவையிடமிருந்து மெல்லப் பரவிய ஒளி தாவரங்களைத் தாண்டி அவன் வீட்டின் மீது படர்ந்தது. கிளையிலிருந்து இறக்கை விரித்து அவனை நோக்கிப் பறந்த பறவையின் அலகில் விதை போன்ற ஏதோ ஒன்று மின்னியது. அது இன்னதென்று அறிய முயன்றான். அதற்குள் பறவை தன் வாயிலிருந்த பொருளை அவன் வீட்டு மாடியில் போட்டுச் சட்டென மறைந்தது. அப்பொழுது வெளி முற்றாக இருண்டது. நொடியும் தாங்கிக் கொள்ள முடியாது தூக்கம் கனக்க வேகமாக இறங்கிப் படுக்கையில் விழுந்து உறங்கிப்போனான். ஆனால் உறக்கம் கலையாத கனவொன்றில் பிரக்ஞையின் முழுவிழிப்பிலிருந்தான். இரு வேறு உலகில் வாழ முடிகிற இருப்பிற்குக் காரணம் தேடி அலையவில்லை.

மறுநாள் எழுந்த அவனோடு இரவின் கனவும் விழித்துக் கொண்டது. அந்தக் கனவை உதற முடியாது தவித்துக்கொண்டிருந்தான். அதீத உணர்விலிருந்த அவன் அதை யாரிடமாவது பகிர்ந்துகொள்ளத் துடித்தான். நண்பனிடம் இரவு தான் பேச முடியாதது நினைவுக்கு வரவே காலைவேளையிலேயே அவனைத் தேடிப்போனான். அதே காலனியில்தான் அவனும் வசிக்கிறான். பெரிய குடியிருப்பு என்பதால் அவனைப் பார்த்து வர மூன்று கிலோ மீட்டர் தூரம் போக வேண்டும். வெளியில் நிறுத்தியிருந்த ஸ்கூட்டரை எடுக்கும் எண்ணமில்லாது வேகமாக நடக்கத் தொடங்கினான். முழுதாக விடிந்திருக்கவில்லை. மக்கள் நடமாட்டம் அவ்வளவாக இல்லை. வழிமீது கவனம் கொள்ளாது நண்பனிடம் பேச வேண்டியவற்றை அசைபோட்ட படி நடந்தான். தனது இரவின் கனவை அவன் எந்த அளவிற்கு நம்புவான் என்பதில் சந்தேகமும் கொண்டான். அப்படியே திரும்பிவிடலாமா என்றும் யோசித்தான். தனக்கு ஏற்பட்ட அனுபவத்தை யாருடைய காதிலாவது போடாமல் மனம் அமைதியுறாது என்பதால் மேலும் வேகம்கூட்டி நடந்தான்.

இரவு கண்ட கனவின் அதிசயத்தில் தெப்பமாக நனைந்திருந்தான். அந்த ஈரமே சட்டையாகத் தோன்றியது. வேறு யாருக்கும் இல்லாத வண்ணம் ஒன்று தன் உடல்மீது படிந்திருப்பதாக உணரவே தன்னையே சற்று வெளியில் நின்று பார்க்கத் தூண்டிய மனதைத் தடுக்காதிருந்தான். அவனால் இப்போது தன்னையே நன்றாகப் பார்த்துக்கொள்ள முடிந்தது. செடியில் அப்போது மலர்ந்த ஒரு பூப்போல அவன் தனக்குத் தோன்றினான். மென்மையாகவும் அழகாகவும் தன்னை உணர்ந்தான்.

அப்போது நாசியில் இரவில் நுகர்ந்த வாசம் நுழைந்தது. அடர்ந்து உள்ளிறங்கிய வாசம் அவனை நிகழ் உலகத்தின் எதன்மீதும் கவனம்கொள்ளவிடவில்லை. எல்லாமும் மறந்து வாசனை மட்டுமே இருந்தது. வாசனையே ஒரு பாதையாக நீண்டு அவனை அழைத்துச் சென்றது. உள்ளே அழியாதுகிடந்த கனவுவெளியில் நடப்பதாகவே உணர்ந்தான். பெண்ணின் தேகம் இடமில்லாது தன்னைத் தழுவியிருப்பது போன்ற ஓர் உணர்வை அனுபவித்தான். அந்த இருப்பில் களித்திருந்த அவனுக்கு வேறு எதுவும் முக்கியமானதாகப் படவில்லை. அந்த இருப்பு குலையாதிருக்கவே விரும்பினான். சூழல்மீதான பிரக்ஞை சிறிதும் இல்லை. வெகுதூரம் நடந்தபின் வாசனை சட்டென மடிந்துபோனதை உணர்ந்து நின்றான்.

நின்றுகொண்டிருந்த இடம் புதிதாக இருக்கவே அதைப் பற்றி யோசித்தான். குடியிருப்பைத் தாண்டி வெகுதூரம் நடந்து வந்திருப்பதை அறிந்து வெட்கப்பட்டான். மென்மையாகத் தன்மீது கவிந்திருந்த பெண்ணின் தழுவல் விலகியிருந்ததையும் தனக்குள் சொல்லிக்கொண்டான். நண்பனைக் காணும் எண்ணத்தை மாற்றிக்கொண்டு வீடு திரும்பும் பாதையில் நடந்தான். ஒருவகையான பரவசம் உள்ளுக்குள் பெருகுவதை உணர்ந்தான். சிறிது தூரம் நடந்த அவனை யாரோ அழைப்ப தாகப்படவே திரும்பிப் பார்த்தான். அவன் சந்திக்க விரும்பிய நண்பன் பின்னால் வந்துகொண்டிருந்ததை அறிந்து நின்றான். கனவைப் பற்றி அவனிடம் எதுவும் பேசுவதில்லையெனவும் இவன் முடிவுசெய்துகொண்டான். அருகில் வந்த நண்பனின் முகம் வேர்த்திருந்ததோடு உடலும் நன்றாக நனைந்திருந்தது. அவன் பேச முயன்ற வார்த்தைகளில் ஒருவிதப் படபடப்பு இருந்ததையும் இவன் கவனித்தான்.

“உன்னைத் தேடிக்கொண்டு உன் வீட்டிற்குப் போனேன். அதிகாலையிலேயே வெளியில் சென்றுவிட்டதாகச் சொன்னார்கள். என்னைத் தேடித்தான் நீ போயிருக்கக்கூடும் என்று சொன்னதால் உன்னைப் பார்க்க வந்துகொண்டிருந்தேன். நம் காலனியைத் தாண்டி வெகுதூரம் வந்துவிட்டதை உணர்ந்து திரும்பிக்கொண்டிருந்தேன்.” மிகவும் சிரமத்தோடுதான் இந்த வார்த்தைகளைப் பேசினான். வேறு ஏதோ சொல்ல முயன்றான் என்பதையும் இவனால் அனுமானிக்க முடிந்தது. அருகிலிருந்த ஹோட்டலுக்குள் நுழைந்தார்கள். எதுவும் பேசாமல் காஃபியைக் குடித்து முடித்த இருவருக்கும் யார் முதலில் பேசுவது என்ற தயக்கம். நேரம் நீண்ட பின்பு அவன் நண்பன்தான் முதலில் பேசினான். அதிகாலை நேரம் என்பதால் ஹோட்டலுக்குள் கூட்டம் இல்லை.

“இரவு நீ சரியாகப் பேசாததை நினைத்துக்கொண்டிருந் தேன். கடந்த இரண்டு நாட்களாகவே அப்படித்தான் பேசுவதாக வும் படவே அது பற்றி யோசிக்கத் தொடங்கினேன். தூக்கம் வராததால் மாடிக்குப் போனேன்” என்று பேச ஆரம்பித்த அவன் இவனுக்கு ஏற்பட்டது மாதிரியான அனுபவத்தைக் கூறக் கேட்டதும் ஆச்சரியத்தில் கொஞ்சநேரம் உறைந்தே போனான். மீண்டும் ஒரு காஃபி வாங்கிப் பகிர்ந்துகொண் டார்கள். நண்பனின் முகத்திலும் இவனுக்கிருந்ததைப் போன்றே வியப்பும் அதை வெளிப்படுத்தும் ஆர்வமும் இருந்ததைக் கண்டான். பின் தனக்கும் அப்படியான அனுபவம் ஏற்பட்டதை யும் அதைச் சொல்வதற்காக அவனைத் தேடி வந்ததாகவும் கூறினான். தனக்கு நேர்ந்த எல்லாவற்றையும் நண்பனிடம் இப்போது இவனால் எளிதாகக் கூற முடிந்தது. பின்னர் வந்த நாட்களில் இருவருக்கும் சொல்லிக்கொள்ள நிறையவே இருந்தன. மீண்டும் மீண்டும் சந்தித்த அவர்களிடம் கலந்து கொள்ளப் புதிது புதிதாகக் கனவுகளும் கேட்டிராத கதைகளும் பெருகிக்கொண்டேயிருந்தன.

இவர்களைப் போலப் பல நகரங்கள் கிராமங்களில் வாழும் கொஞ்சமேயான யுவன்களும் யுவதிகளும் கனவுகளும் கதை களுமாய் வாழ்ந்தார்கள். அப்படியானவர்கள் சந்தித்துக் கொண்டபோது அவற்றைப் பகிர்ந்துகொள்ள முயன்றார்கள். ஒன்றுபோல இல்லாது வெவ்வேறு கனவுகளும் கதைகளுமாய்ச் சொல்லக் கேட்டு மகிழ்ந்தார்கள்.

பறவைகள் வருவதும் அவை தம் அலகிலிருந்து உதிர்க்கும் ஏதோ ஒரு பொருளால் தழுவும் உறக்கமும் பிறகு நிகழும் பிறிதொரு வாழ்க்கையும் இளைஞர்களிடம் மட்டுமே நடந்தன. கனவில் காணக்கிடைத்த பிரதேசங்களும் முன்பார்த்திராத உயிர்களின் தீண்டல்களும் அவர்களைப் பரவசப்படவைத்தன. கேட்டிராத மொழியை, கேட்டிராத இசையை, கேட்டிராத வார்த்தைகளைக் கேட்டவர்களாயினர். கண்டிராத வெளியை, கண்டிராத உயிர்களை, கண்டிராத அதிர்வைக் கண்டவர்களா யினர்.

கனவே பிறிதொரு வாழ்தல் அனுபவமாய்ப் போனதால் புதிய பிரக்ஞை கொண்டவர்களாக மாறிப்போனார்கள். பிரக்ஞையோடு தீண்டப்பட்ட பிம்பங்களும் அதன் அதிர்வு களும் நிகழ் உலக அனுபவங்களோடு கலந்து வேறுபார்வையை இளையரிடம் ஏற்படுத்தியது. ஒவ்வொருவரும் முன்பைவிடப் பிரகாசம்கொண்டவர்களாகவும் செயல்வேகம் மிக்கவர்களாக வும் மாறினார்கள். வாழும் சமூகத்திலிருந்து விலகித் தனித்துத் தெரிந்தார்கள். இப்படியானவர்களை ஒருங்கிணைக்கும்

வேலையை வியன்குழு அலையவிட்ட வெப்சைட் எளிதாகச் செய்தது. வியன்குழு விரித்த வலையில் விரும்பி விழுந்த இவர்கள் பார்க்கவெனக் கனவுகளும் கதைகளும் ஒவ்வொரு நாளும் பெருகி வளர்ந்தன. இவற்றிற்கான ஊற்றுக் கண்ணாக அந்த வலைத்தளம் நிலைகொண்டது. பறவை தந்த கனவுகளும் வெப்சைட் விரித்த கதை விளையாட்டும் இளையரை வியப்பூட்டும் இடத்திற்கு அழைத்துச் சென்றன.

சிறுவர்களின் மென்விரல்களில் இருந்து விடுபட்டு ஓடும் கண்ணாடிக் குண்டுகள், திடுமெனக் கோள்களாக உருண்டு, காட்சிக்கு வந்த சூரியப் புள்ளியில் பாதைகண்ட அதிசயமாகக் 'க'வில் இளையர்.

12

அதிகச் சரிவில்லாது நீளும் மலைப்பரப்பில் காடு செழித்த பூமி 'க'வின் மலைவீடு. மரங்களினூடே நீள் சதுரங்களும் வெட்டப்பட்ட பல்கோண வடிவங்களும் கொண்ட அறைகள் தாண்டிக் கண்ணாடிக் கூரைவேய்ந்த ஹாலில் கனா படுத்திருந்தாள். மலையும் காடும் வெள்ளமாகப் பெருக்கெடுத்து ஹால் முழுவதும் ஓடின. ஆகாயம் கூரையைத் துளைத்துக்கொண்டு மழைபோலப் பொழிந்தது. அந்த வீட்டில் இளையர் உறங்கும் பொது இடம் அது. உருத்திரண்டு உயிர்கொண்ட வானவில்லாக அவர்கள் மத்தியில் கனா உறங்கிக்கொண்டிருந்தாள். அவள்மீது படிந்த வண்ணம் புறத்தே வழிந்து அறையில் நிரம்பி ஒளிர்ந்தது. இளையர் வைரங்களாகப் படுக்கையில் இறைந்துகிடந்தார்கள். வடிவம்கொண்ட இளமையின் வசீகரக் காட்சி. அழகின் உச்சம் உடல்களாக உருக்கொண்டு கிடந்தது. பிறவிகொண்ட ஒரு உடலின் வெவ்வேறு உறுப்புகளாகக் 'க'வின் இளையர். கனாவின் வண்ணம் எல்லோர் மேனியிலும்.

கனா இன்னும் உறக்கத்தில்தான் இருந்தாள். வெளியின் மௌனம் அவள்மீது உறைந்திருந்தது. கனவின் வாசம் காற்றில் கரைந்தபடியிருந்தது. கனவு – கனாவின் மெய்த்தொழில். மனித மனத்தை வளப்படுத்தும் கனவுகளைக் காணும் அவளது உறக்கம் இளையருக்கான புதிய உலகைப் படைத்தது. நேற்றைய பதிவுகள் ஏதுமில்லாது உறங்கிக்கொண்டிருந்தாள். உறக்கம் புதிய படைப்புகளுக்கான கால அவகாசம். கனா உறங்கும்போது வெளி முற்றிலுமாகக் கரைந்து இடமற்றுச் சூன்யத்தில் அலையும். கனாவின் கனவுலகம் மட்டுமே உயிர்த்திருக்கும். வாழும் உலகம் முழுவதுமாக வெட்டப்பட்டு மனிதமாசு படாத புத்துலகம் பிறவிகொள்ளும்.

அன்றுக்கான புதிய மண்ணைப் பூமிக்கு வழங்கும் கொடையாளியாகக் கனாவை இளையர் கருதினர். ஒவ்வொரு உறக்கத்திலும் அவள் புதிதான உலகில் பிறந்து, புத்துலகின் அனுபவங்களை இளையர் கேட்கவெனத் தியானப்பாறையில் அமர்ந்து உச்சாடனம் செய்வாள். எல்லா உயிர்களுக்குமாகப் பேசும் பொதுமொழி கனாவிடம். வெளியும் உயிர்களும் அவள்மீது எல்லா நேரமும் கவிந்திருக்கும்.

இளையர் மத்தியில் வசீகர ஒளி உமிழும் அதி உயிராகக் கனா வலம் வந்தாள். தன் கனவுகளை ஒலி உருவில் அலங்கரித்தாள். அந்த ஒலியில் உருவான வார்த்தைகள் ஒவ்வொன்றும் அழகியல் கண்டு புதுவெளியாக விரிந்தது. விரிந்த வெளியில் கண்டிராத பொருள்கள் அடர்ந்து பெருகி உயிரை உற்சாக நீரில் மூழ்கடித்தன. அதற்கு முன் கேட்டிராத கனவின் அழியாத ஊற்றுக்கண்ணாகக் கனா. வற்றாத நீரின் பெருக்கில் மிதந்து கொண்டிருந்தது 'க'.

கனவையே இன்னொரு வாழ்தலாக ஆக்கிய அவள்தான் 'க'வின் பொதுமனம். அந்த மனம் கண்ட உடல் அவள். இளையரின் ஒரு உடல், கனா. ஆதிரையின் மனம் சுமந்த கனவுலகின் உடல் க. அந்த உடலோடும் உயிர் கனா.

"சுவரில் ஒட்டிக்கொண்டிருக்கும் பல்லிதான் என் உலகைச் சுமந்துகொண்டிருக்கிறது. அதன் மூச்சிழுக்கும் இழையில் என் உலகம் கட்டப்பட்டிருக்கிறது. அதன் கனவில்தான் நான் வாழ்கிறேன். பல்லியைக் கவனமாக யார் பார்த்துக்கொள்வது என்ற கவலை எனக்கில்லை" என்றாள் வனா.

"அப்படியானால் எதன் கனவில் நான்?" வியன் ஆவலாகக் கேட்டான்.

"அதோ அந்த மலரை நெருங்கும் பட்டாம்பூச்சியின் கனவில் ஒருவேளை நீ இருக்கலாம்" என்றாள் வனா.

"வனா, உன் பல்லி அந்தப் பட்டாம்பூச்சியைப் பிடித்து உண்டுவிடுமோ எனப் பயமாக இருக்கிறது?" நடுங்குவதுபோல வார்த்தைகளை உதிர்த்தான் வியன்.

"பல்லியும் பட்டாம்பூச்சியும் கொஞ்சம் காலம்தானே வாழ்கின்றன. அப்படியான உயிர்களோடு கட்டிப்போடுகிறாயே?" மேலும் கேட்பதற்கு நிறையக் கேள்விகள் இருந்தன. வனா அதை அறிந்திருந்ததால் சமத்காரமாய்ப் பதில் தந்தாள்.

"பல்லியும் பட்டாம்பூச்சியும் வேறு யாரின் கனவிலாவது இருந்தால்? அந்த வேறு யாரின் கனவும் இன்னொரு உயிரின் கனவாக இருந்தால்? அப்படியே தொடரும் கனவுச் சங்கிலியின்

முடிவில்? கனவிற்குச் சுவை ஏற்றுவதுதான் இங்கு நாம் வாழும் வாழ்க்கை. இப்போது நீ பார்த்துக்கொண்டிருக்கும் பட்டாம் பூச்சியும் பல்லியின் காலநேரமும் மனிதக் காலநேரத்தோடு பிணைக்கப்பட்டதல்ல. இந்தப் பூச்சிகளின் ஒரு நிமிஷம்... நம் கால அளவில் நூறு ஆண்டுகள். பயப்படாதே. இவை எல்லாமும் கனாவின் கனவில்தான் வாழ்கின்றன. கனவின் நித்யம் கனா. ஆகவே அழியாத கனவில் எப்போதும் அழியாமல் நாம். கனவின் பல்லிகள் பூச்சிகளை உண்பதில்லை. கனாவின் கனவில் வரும் உயிர்களுக்கு உணவு தேவை இல்லை" என்றாள்.

"வனா, நீயும் கதா மாதிரி கதைவிடுகிறாய்" என்று கூறிச் செல்லமாகக் கன்னம் தட்டினான்.

அவன் முகத்தை அன்போடு தடவி "வாழ்க்கையின் சுவையே கதைதான். கதை கேட்கும் குழந்தைகளின் கண்களைப் பார். கதையின் மேன்மை புரியும். கதா நம் வாழ்க்கையின் சுவை" என்றாள். அப்போது அங்கே வந்த கதா அதைக் கேட்டு நெகிழ்ந்தாள். தன்னைப் பற்றிப் பேசுவதை விடுத்துக் கனா பற்றிப் பேசத் தொடங்கினாள்.

"கனா நம் அதிசயம். இந்தச் சாத்தியம்தான் 'க'வின் பலம். கனா நம் எல்லோரின் மனமாக ஆன பின்பு எவ்வளவு மாற்றம். ஒவ்வொரு நிமிஷமும் ஒரு பிறப்பு. ஒவ்வொரு பிறப்பி லும் ஒரு புது உலகம். யாரும் யார் கட்டுக்குள்ளும் இல்லாத சுதந்திரம். நம் உடலைவிட உயிரைவிடக் கனாதான் மேன்மை யானவள். இல்லையா வியன்? தியானப்பாறையில் அமர்ந்து நமக்கான கனவுகள் சொல்லும் கனா... அப்போது அவள் உதிர்க்கும் வார்த்தைகள்... வார்த்தைகளால் விரியும் உலகம்... அதிசயமில்லையா வனா?

மனதைச் செவியில் குவித்துக் கேள். கனாவின் வீணை ஒலி காதில் விழுகிறதா? அது நம் உடலைப் பறவையாக மாற்றிப் போடுகிறது. எளிய பறவையா? பிரபஞ்சப் பறவை. பெருவெளி விசாலம். வாழ்தல் எல்லையில்லா இடத்தில்." கனிந்து பேசிய கதாவை வனா வியப்போடு பார்த்தாள்.

கனா 'க'விற்கு வந்த நாள் என்பதா அல்லது கனா 'க'வில் தோன்றிய நாள் என்பதா? 'க'வில் இருக்கும் எல்லோருக் கும் இன்றும் அதற்கு விடை தெரியாது. நாளையும் தெரியப் போவதில்லை. 'க'வில் நடந்த அதிசயம் என்று அதைச் சொல்வது ஓரளவு பொருந்தலாம்.

எல்லோரும் எப்போதும்போல அன்றும் எழுந்து காரிடா ரில் அமர்ந்து தேநீர் அருந்தக் காத்திருந்தார்கள். ழ அதற்கான வேலையில் கவனம் கொண்டிருந்தாள். தேநீர் கொதித்துக்கொண்டு

க.வை. பழனிசாமி

இருந்தது. கொதிக்கும் நேர அளவு மூவிற்கு மிகவும் முக்கியம். உணவு சமைக்கப்படும் கால அளவு அதன் சுவையோடு சம்பந்தப்பட்டது என்பான் சுடர்.

கோப்பைகளை எடுக்க நகர்ந்த மூ ஜன்னல் வழியே சட்டெனப் பரவிய வாசம் நுகர்ந்தாள். நாசியில் இறங்கிய வாசம் உடலாகத் தன்னைத் தீண்டுவதையும் கைப்பிடித்து அழைப்பதான உணர்தலையும் உதற முடியாது தவித்தாள். முன் எப்போதும் இல்லாத ஸ்பரிசம், ஆனந்தம்.

ஜன்னலை எட்டிப் பார்த்தது ஆவல். நீளும் தோட்டம் அடர்ந்து காடாய் விரிந்தது. புதிதாய் எதுவும் கண்ணுக்குத் தெரியவில்லை. வாசம் மேலும் அடர்ந்து நாசியில் நுழைந்து உடலை அந்த இடத்திலிருந்து விரட்டியது. அடுப்பை அணைத்து விட்டு அந்த அனுபவத்தைப் பகிர்ந்துகொள்ள மற்றவர் தேடி விரைந்தாள்.

காரிடாரின் நீள் பாதையில் வியனோடு ஆதிரை தவிர எல்லோரும் அமர்ந்து செய்தித்தாள் வாசித்துக்கொண்டிருந் தார்கள். ஆதிரையைக் காணாத வியன் கவினிடம் அவளைப் பார்த்துவர வேண்டினான். எப்போதும் இந்த இடத்தில் முதலா வதாக அமர்ந்து செய்தித்தாள் படிக்கும் ஆதிரை அன்று இல்லாததை உணர்ந்தே கவினை அனுப்பினான். காகங்களின் கரைதல் அதிக ஓசையில் இருப்பதைத் தனித்து உணர்ந்த வியன் "விருந்தாளி யாரோ வரப்போகிறார்கள்" என்று கதாவிடம் அவனே அறியாது சொன்னான். கதா அதை ஆச்சரியமாகக் கேட்டாள். இங்குப் புதிதாக யாரும் வந்ததில்லை, வரவும் முடியாதே. வியனுக்கு இந்த உண்மை தெரிந்திருந்தும் அப்படி ஏன் பேசினான் என யோசிக்கலானாள். வியன் மனதில் அப்படி எதுவும் ஓடவில்லை. காக்கைகளின் கரைதல் மங்கி ஒருவித மணம் நாசியில் இறங்குவதை உணர்ந்தார்கள்.

"புதிய மணம் நம் தோட்டத்தில் இல்லாத பூவிலிருந்து வருகிறது. கண்டிப்பாய் இன்று ஒரு அதிசயம் நிகழும்" என்றாள் வனா. "வாசம் மெத்தென்று உடலில் பதிகிறது" என்றாள் கதா.

தோட்டத்தில் அவர்கள் எப்போதும் கவனம்கொள்ளும் அந்தப் பெரிய மரத்திலிருந்து வீணை ஒலி மெல்லியதாகப் பின் சற்றே கூடுதல் ஒலியோடு பெருக்கெடுத்து வந்ததாக அப்போது வியன் உணர்ந்தான். எழுந்து மரத்தருகே சென்ற அவன் ஆதிரை முன்பே அங்கிருப்பதைப் பார்த்தான். அவள் பார்வை குறிப்பிட்ட இடத்திலெனப் பதியாது அலைந்துகொண் டிருந்ததைக் கண்டான்.

“வீணை ஒலி காதில் விழுகிறதா? என் அறையின் ஜன்ன லில் கசிந்த ஒலி இந்த மரத்திலிருந்து வருவதாகப் படவே இங்கு வந்தேன். ஆனால் ஒலி இங்கிருந்து வரவில்லை. வேறு எங்கோ இருந்து வருகிறது. ஏதோ ஒரு வாசம் சட்டெனப் பெருக்கெடுத்து உடலை விரல்களாகத் தீண்டுகிறது” என்றாள் ஆதிரை அருகே வந்த வியனைப் பார்த்து.

வியனும் அதை உணர்ந்து “ஆச்சரியமாக இருக்கிறது. வீணையின் ஒலியும் புதிய வாசமும் விநோதமாகத் தீண்டுகின் றன” என்றான். அதற்குள் அந்த இடத்திற்கு இளையர் எல்லோ ரும் வந்து சேர்ந்தார்கள்.

“உடல் மெல்லிய அணைப்பை உணர்கிறது. இதற்கு முன் கண்டிராத பரவசம் உயிரில் கரைகிறது” ஆச்சரியமும் வியப்பும் கலந்து ஆதிரையை நெருங்கிச் சொன்னான் கதிர்.

ஆதிரையின் தோள்மீது சாய்ந்தபடி சொன்னான் சுடர் “இது நம் மனதின் வாசனையாகத் தெரிகிறதே. என்னை நானே தீண்டுவதாக உணர்கிறேன்” இந்த வார்த்தைகளைக் கேட்ட ஆதிரை அவனை அன்போடு அணைத்துக்கொண்டாள்.

ழ சொன்னாள், “என்னை நானே பார்க்க முடிகிறது. என்மீது எனக்கே பிரியம் வளர்கிறது. பிறந்த குழந்தையின் வாசம் என்மீது.” சட்டென்று நெருங்கி வனாவின் முகத்தில் தன் முகம் தேய்த்தாள். வனாவின் உடலிலும் அதுபோல வாசம் என்று கூவினாள். எல்லோரும் அந்த வாசத்திலும் தீண்டலிலும் தங்களையே உணர்ந்தார்கள்.

தவிப்பும் ஆவலும் ஆதிரையின் கால்களில் இறங்கின.

வாசம் அடர்ந்து பெருகுவதையும் அதுவே ஒரு பாதையாக நீள்வதையும் ழவைப் போல மற்றவர்களும் உணர்ந்தார்கள். விடியலின் முழுமை காணாத காலைப் பொழுது. ‘க’வில் நிரந்தரம் கொள்வதற்கான வாசம் பிறவிகொண்டு வளர்ந்தது. மென்விரல்களின் பிடியில் கட்டுண்டு நடக்கும் அதிசயத்தில் மோதுண்டு சிதறினார்கள்.

பிறந்த குழந்தையின் விரல்கள் பின் எப்படி இருக்கும்?

வாசம் மேலும் நுகர்ந்து உற்சாகத்துடன் தங்கள்முன் நீளும் பாதையில் நகர்ந்தார்கள். வாசம் போதை வஸ்துபோலத் தீண்டியது. ஆழமாக மூச்சிழுத்து மகிழ்ந்தார்கள். உடல் கரைந்து மழைவெள்ளமாய் ஆற்றுப்பெருக்காய் ஓடிய பரவசத்தில் திளைத்தார்கள். கட்டுடைந்த உடல் எல்லையில்லாப் பெருவெளி யில் அனுபவம்கொண்டு திளைக்கும் பேரின்பம். பறவையாக வட்டமிட்டது உடல். மனம் சட்டென ஒரு புள்ளியில் குவி

வதையும் அந்த இடம் யாதெனத் தேடும் அலைதலும் ஒருசேர நிகழ்ந்த பிரக்ஞையில் அவர்கள்.

வீணையின் ஓசை கரைந்து வண்டின் ரீங்காரம் போன்ற தான சப்தம் கூடியதையும் ஓசையும் வாசமும் இப்போது கண் எதிரில் வெளியாகத் தோற்றம்கொண்டதையும் உணர்ந் தார்கள். அடர்ந்த மரங்களின் மலைக்காடு திடுமெனப் பார்வை யில் வெட்டப்பட்டு, கீழிறங்கும் பள்ளத்தாக்கைப் பார்த்தபடி தாங்கள் நின்றதைக் கண்டு வியந்தார்கள். கண்படாத இடத்தில் மனம் இப்போது பார்வைகொள்வதைப் புத்தியில் உணரும் முன்பு கண்பார்த்த உரு ஒன்றில் உறைந்தன பிரக்ஞையின் யாவும்.

அழகின் உச்சம் உருவம் கொண்டு வசீகரப் பெண் உடலில் சுடர்ந்தது. கண்டிராத வண்ணத்தில் மலர்ந்த பூக்கள் தாங்கிய தாவரம் செழித்த பாறை ஒன்றில் கண்மூடி அமர்ந்திருந்த பெண்மீது மலர்ந்த கண்கள் வியப்பில் உறைந்தன. விரிந்து பரந்துகிடந்த பாறையில் இடைவெளிவிட்டு அப்படியே அமர்ந் தார்கள். அந்தப் பெண்ணின் இதழ்கள் மெல்ல அதிர்ந்து வார்த்தைகள் உதிர்ந்தன. இமைக்காது வியந்த அவர்களின் கண்கள் அவள் உச்சரித்த வார்த்தைகளில் மோதி நூறாயிரம் கண்களாய்ச் சிதறின. சிதறியவை ஒவ்வொன்றும் புதிய பிரதேசம் ஒன்றில் விழித்தன. ஓசையைக் கேட்ட காதுகளும் அதுபோல. பார்ப்பதும் கேட்பதும் பல்கிப்பெருகும் இடமொன்றில் இப்போது அவர்கள். அங்கே கனா தன் கனவுகளை வழங்கிக்கொண் டிருந்தாள்.

ஆதிரை நினைத்தாள் தன்னோடு முன்னர் பேசிய குரலின் உருவோ என்று.

கனா யார்? அவர்களுக்குத் தெரியாது. எங்கிருந்து வந்தாள்? அவர்களுக்குத் தெரியாது. எப்போதும் இருப்பது எங்கிருந்து புதிதாய் வரும்?

கனாவைக் காணும் கண் இப்போது அவர்களுக்குச் சாத்திய மாகியிருக்கிறது அவ்வளவுதான். உண்மைமீது கேள்விகள் எழுப்ப நமக்கேது உரிமை? உண்மையை உணரும் இடத்தில் நாம் இருக்க வேண்டும். கேள்விகள் அழியுமிடத்தில் மட்டுமே உண்மை இருக்கும்.

கேள்விகள் எப்போது அழியும்?அறிவு அழியும்போது, நினைவுத் திசுக்களில் சேகரமாகிக்கிடக்கும் எண்ணங்கள் துடைத்து நீக்கப்பட்டு வார்த்தைகள் பயனற்றுப்போகும்போது கேள்விகள் தாமாக மடியும்.

உபதேசிக்கும் ஞானியும் தத்துவமும் கேள்வியின் வடிவங்களே. கேள்விகளைத் துறக்கும்போது இவையாவும் கரைந்து மறையும். அப்படியான இடம் நோக்கி இளையரை நகர்த்திய நிகழ்வு இப்போது.

கேள்விகளை அழித்துக்கொண்டிருந்தாள் கனா. அவள் விரித்த உலகம் பசியாகவும் உணவாகவும் இறங்கியது. ரகசியங்கள் அவிழும் இடமாகக் கனா. யாரும் அடையாத பொக்கிஷம் இளையர் கையில். யார் வழங்கியது? வழங்கப்படும் எளிய பொருளா அவள்? இளையர் தங்களுக்குள் கண்டெடுத்த ஞானமாகவும் இருக்கலாம்.

மேலான அகத்தின் புற உருவாய்க் 'க'வில் கனா. ஆதிரை தெரிந்துகொண்டாள் தன்னைத் தொடர்ந்த குரலின் உடலை. கனாவின் குரல்தான் தன்னிடம் பேசியிருக்கிறது என்பதை அறிந்து ஆச்சரியம் அடைந்தாள்.

க.வை. பழனிசாமி

13

ஆதிரையின் கைகளைப் பற்றி வேகமாக இழுத்து வந்து சோபாவில் உட்காரவைத்தான் வியன். இளையர் எல்லோரும் ஒவ்வொரு திசையில் நின்றிருந்தார்கள். நிகழப்போகும் ஏதோ ஒன்றிற்காகக் காத்திருந்ததாகப் பட்டது. "கண்களை மூடுங்கள்" என்றான் வியன். "நீ சொல்கிறாய். நான் கேட்கிறேன்" என்றாள் ஆதிரை. கண்களை மூடிக்கொண்டு வியனிடமிருந்து வரும் வார்த்தைகளுக்காகக் காத்திருந்தாள். "இப்போது காதில் விழும் ஒலியைக் கேளுங்கள்" என்றான்.

கண்கள் மூடியிருக்க மனதைச் செவியில் சாய்த்தாள் ஆதிரை. இரண்டு மூன்று நிமிஷங்கள் கழிய ஆச்சரியத்தில் குழந்தையாகத் துள்ளிக் குதித்தாள். சற்றே நிதானம் கொண்டு இது எப்படிச் சாத்தியமெனத் தனக்குள் கேட்டு வியந்தாள். வியப்பு அழியும் முன்பே காதில் இறங்கி உடலெங்கும் வியாபித்தது வனம். 'க'விலிருந்து நீளும் காடு அறைக்குள் ஓசையாக வழிந்தது. மனதில் நீராகப் பெருகிய காட்டோசையில் உயிரைக் கரைத்தாள். உடலோடிய உயிர் இப்போது காட்டில் அலைந்தது. கண்கள் திறந்து ஆனந்தம் வழிய நின்ற அவளை மௌன மாகப் பார்த்துக்கொண்டிருந்தான் வியன். ஆதிரையின் அப்போதைய முகம் மகிழ்ச்சியின் விளிம்பில் ஒளிர்ந்தது. காட்டின் ஓசைகள் எல்லாமும் ஹாலில் கேட்கும்படி யான ஒலி அமைப்பு.

அருவியோசை, சருகோசை, காற்றோசை, சிறுத்தை யின் மெல்லிய உறுமல், பறவைகளின் வெவ்வேறு ஓசைகள், முயலின் கீச்சொலி, மான்களின் கூட்டுக் குரல், விலங்கு களின் கேட்டிராத ஒலிகள் எனக் காடு இசையின் சாறாகக் காதில் இறங்கியது. வீடு மெல்ல கரைந்து இப்போது வனாவின் வனத்தில் தான் அலைவதாக உணர்ந்தாள் ஆதிரை.

இப்போது காட்டின் நெருக்கம் எல்லா நேரமும் ‘க’வில். வீடு தாண்டிய காட்டின் தூரவெளியைக் ‘க’வில் பரப்பியது தொழில்நுட்பம். காட்டின் ஓசைகளை வகை பிரித்துக் கேட்கும் படியான ஏற்பாடுகள் ரிமோட்டில் இருப்பதை வியன் அவள் அறியும்படி காட்டினான். கருவியில் விரல்கள் பதிந்த இடங்களி லிருந்து ஒலித்த ஓசைகளில் நனைந்தாள் ஆதிரை. பன்முகப் பரிமாணம் கண்டு நீராகப் பெருக்கெடுத்து ஓடியது காடு. அதில் மிதக்கும் தெப்பமாக இளையர் வாழும் வீடு.

காட்டின் ஓசையைக் காதில் வாங்கிக்கொண்டிருந்த வனா வின் கண்களிலிருந்து கண்ணீர் வழிந்துகொண்டிருந்தது. அப் போதைய அவள் மனம் சிறுவயதில் தன் நெருக்கமான உறவோடு சுற்றித் திரிந்த காட்டில் வேரூன்றியிருந்தது. பிறந்த நாட்டிலிருந்த மனதைப் பெயர்க்க முடியாது தவித்தவளைப் பார்த்து அருகில் வந்த கதிர், அவளை மெல்லத் தன் தோளில் சாய்த்துக் கொண்டான்.

வனாவின் கிராமம் காட்டில் இருந்தது. காட்டுயிர்களோடு கலந்த வாழ்க்கை. ஊரிலுள்ள அவள் வேர்கள் அழியாது இப்போதும் இருக்கிறாள். சிறு வயதின் நினைவுகளை வியனிடம் பலமுறை பேசியிருக்கிறாள். “ஊரைப் பார்க்கும் ஆவல் முதலில் மக்கள்மீதா மண்மீதா?” எனக் கேட்ட வியனிடம் “பிரித்துப் பார்க்கத் தெரியவில்லை. இடமும் மக்களும் சேர்ந்ததுதானே ஊர்” என்றாள். “ஆனால் மண்ணையும் மரங்களையும் உயிர் களின் ஓசைகளையும் பார்க்கவும் கேட்கவும் ஆவல் உண்டு. காட்டில் சுதந்திரமாக அலையும் யானைகளைப் பார்த்துக் கொண்டேயிருக்கலாம். எங்கள் கிராமத்து அருவியைக் காணத் தான் அதிக ஆவல்” என்றாள்.

வனாவின் ஊர் பற்றிய எல்லா விவரங்களையும் வியன் அவளிடம் கேட்டுத் தெரிந்துகொண்டான். இப்போதைய சூழலில் அவளை அங்கே அழைத்துப்போகும் சாத்தியம் இல்லை என்பதால் வேறுவகையில் அதைக் காண்பதற்கான வேலைகளைச் செய்தான்.

எதிர்பாராத நாளொன்றில் உறக்கத்துக்கு முந்தைய கொண்டாட்ட நேரத்தில் இப்போது ஆதிரையிடம் சொன்னது போல வனாவின் கண்களை மூடச் சொன்னான். காதில் விழுந்த வார்த்தைகள் கேட்டுக் கண்கள் திறந்தாள். திரையில் காட்சியான தன் கிராமம் கண்டு வழிந்த கண்ணீரைத் துடைக்கா திருந்தாள். சாத்தியமான அதிசயத்திலிருந்து மீளாதிருந்தாள். பிறந்த மண்ணின் பறவைகளைப் பார்த்துக் கரைந்தாள். அவள் கிராமத்துப் பறவைகளின் ஓசை உயிரில் இறங்கியது. பார்த்த

சிறுபொருளும் அவளை நேற்றின் சிறுமியாக அலையவிட்டது. கால்கள் பரபரத்து அங்கும் இங்கும் ஓடின.

வனா இதைப் பார்ப்பதற்கு முன்பு வியன் பலமுறை யோசித்தான். அவள் மனதிலிருந்த கிராமத்தை இப்போது காணவிருக்கும் காட்சிகள் அழித்துவிடுமோவெனப் பயந்தான். மிகவும் கவனமாக எடிட் செய்தும் மண்ணுக்கு உயிரூட்ட முடியவில்லை. வளமையான மீன் காய்ந்து கருவாடாகக் கரையில் ஒதுங்கியதைப் போல வனாவின் கிராமம் தோற்ற மளித்தது.

கிராமத்திற்குப் போகும் பாதையும் அதைச் சுற்றிய காடு களும் அவள் பார்க்கவென விரிந்தன. வனாவின் கண் கேமரா வின் லென்ஸாக அலைந்தது. அவள் கேட்டுக் கண்டு களித்த எல்லாமும் காட்சிகளாகத் திரையில் உயிர்த்தன. வனா தனது மண்ணில் நடந்துகொண்டிருந்தாள். பாதங்களில் ஒட்டிய மணல் பரவசம் தந்தது. ஊரின் காற்றை நெஞ்சு நிறைய இழுத்தாள். நினைவில் தோய்ந்திருந்த நேற்றின் அனுபவங்கள் உயிர்கொண்டு அலைந்தன. புத்தகப்பை அவள் முதுகில் ஏறிக் கொண்டது. வீட்டிலிருந்து தினமும் நடந்தே பள்ளிக்குச் சென்று திரும்பும் பாதை அவள் பார்ப்பதற்காக விரிந்தது. அவள் தன் ஊரை நினைக்கும்போது இந்தப் பாதைதான் முதலில் மனதில் வரும். ஆனால் திரையில் இப்போது காட்சி யான ஊர் முட்புதராக நெஞ்சில் இறங்கியது. வளமும் அழகும் நெருப்பில் கருகிய சுவடுகள் கண்களில் அனலாகக் கவிந்தன.

வீடுகள் உருக்குலைந்து குப்பைமேடுகளாகக் காட்சி தந்தன. சிதிலமான வீடுகள் கதைகளாய் நீண்டு நெஞ்சில் கனத்தன. நேற்றின் உறவுகள் அலையாய் மோதி மீண்டும் மீண்டும் எழுந்தன. பனை மரங்கள் கொளுத்திய மத்தாப்புக் குச்சிகளாக நின்றன. ஆறு உயிரற்று ஓடிக்கொண்டிருந்தது. அடர்ந்த மரங் களின் வழியாகத்தான் அவள் எதையும் பார்த்திருக்கிறாள். கிராமத்து வெளியே மரங்கள்தான்.

வனா பார்த்து மகிழ்ந்த ஒரு உறவும் இப்போது இல்லை. அம்மாவின் சிறுவயதுத் தோழியின் முகம் நினைவுக்கு வந்தது. பள்ளியிலிருந்து திரும்பும்போது அவள் வழியில் காத்திருப்பாள். தூரத்தில் வரும்போதே ஓடிவந்து இவளைக் கட்டிக்கொள்வாள். அதிரசம், முறுக்கு என்று ஏதாவது தருவாள். நெஞ்சோடு அணைத்து அவள் கொஞ்சிய வார்த்தைகளை அம்மாவிடம் கூடக் கேட்டது கிடையாது. இவள்மீது அவ்வளவு பாசம். அவளுக்கு ஒரு மகன் இருந்தான். அவன் வனாவைவிட மிகவும் மூத்தவன். அந்த ஊரின் மக்கள் அவன்மீது அதிக மரியாதை வைத்திருந்தார்கள்.

ஒரு நாள் பள்ளியிலிருந்து வீடு திரும்பியபோது அவர்கள் வீட்டில் வேன் ஒன்று நின்றுகொண்டிருந்தது. ஊரே பயத்துடன் பார்த்துக்கொண்டிருந்தது. அரசாங்கத்திலிருந்து வரும் யாரைக் கண்டாலும் பயம். விசாரணை என்று அழைத்துச் சென்ற யாரும் திரும்பியதில்லை. அந்த அண்ணனைச் சிலர் இழுத்து வந்து வேனில் தள்ளியதைப் பார்த்தாள். இவள் பயந்து மரங் களின் மறைவில் ஒதுங்கினாள். நான்கு அல்லது ஐந்து பேர்கள் எங்கிருந்தோ துப்பாக்கியோடு ஓடிவந்தார்கள். அண்ணனைப் பிடித்திருந்தவர்களைக் கீழே தள்ளிச் சரமாரியாகச் சுட்டார்கள். அவரை இழுத்து வந்தவர்கள் கீழே அடிபட்டு விழ அந்த அண்ணனும் மற்றவர்களும் வனா மறைந்திருந்த இடத்தைத் தாண்டிக் கையில் துப்பாக்கிகளோடு ஓடினார்கள். ஓடியபோது அண்ணன் இவள் முகத்தைத் தட்டிக்கொடுத்துச் சென்றது மனதில் அழியாதிருந்தது. அந்த அண்ணனைப் பார்த்தபொழுது ஏனோ முருகன் நினைவும் கூடவே வந்தது. முருகன் இவள் உயிர்த் தோழன். பின் அந்த அண்ணன் ஊருக்குத் திரும்பவே யில்லை. அதன்பின் அம்மாவின் தோழியை வனா பார்க்க வில்லை. அவர்கள் வீட்டில் பிறகு யாரையும் வனா பார்க்க வில்லை. அந்த இடத்திலிருந்து வேறு இடத்திற்குத் தன் தோழி யின் குடும்பம் போக வேண்டியிருந்த அவசியத்தை இவள் அம்மா பின் ஒரு நாளில் சொன்னாள்.

அந்த இளம் வயதில் இவளிடம் ஒரு கேள்வி எழுந்து சதா ஒலித்தபடியிருந்தது. “அப்படியானால் இந்த மண்மீது நமக்கு உரிமை இல்லையா? காடும் அருவியும் யாருக்குச் சொந்தம்? ஊருக்கு வெகு அருகிலிருக்கும் அலையாற்றுக் காடு என் பூமி அல்லவா? அதில் கேட்ட பறவைகளின் ஒலி இனிக் காதுகளைத் தீண்டாதோ? இனம் பார்த்தா பாட்டி வைத்தியம் செய்தாள்?” கேள்வியும் பின்னர் நிகழ்ந்தவையும் இவளை அலைக்கழித்தன. நாளைமீதான பயம் உள்ளே வளரு வதைத் தடுக்க முடியவில்லை.

பள்ளிக்குப்போகும் பாதையில் தினமும் பார்த்த மலை வேம்பைக் கண்கள் தேடின. வீட்டிலிருந்து சற்றுத் தூரத்திலேயே மலை வேம்பு இருக்க வேண்டுமே! எங்கே அது? அதன் நிழ லில் நின்று பார்த்தால் தன் வீடும் அம்மாவின் நடமாட்டமும் மரங்களினிடையே தெரியும். பல நேரங்களில் இவள் நின்று பார்ப்பாள் என்பதறிந்தே அம்மா அந்த நேரம் பார்த்துக் கை அசைப்பாள். அந்தக் கணப் பரவசமும் அவளுக்கு ஊர்தான். காட்சியை மீண்டும் மீண்டும் ஓடவிட்டு முன்பு மரமிருந்த இடத்தை உற்றுப் பார்த்தாள். சற்றே தேடி அந்த இடத்தை அடையாளம் கண்டாள். மரம் எரிந்துபோயிருந்தது. அம்மா

வின் நினைவு வந்து வலித்தது. கருகிய வேறு பல மரங்கள் பார்வையில் பட்டன. உறவுகளின் இழப்பைவிடப் பெரிதாக நொந்தாள்.

அடர்ந்த மரங்கள்தாம் ஊரின் அடையாளம். வனாவிற்கு மலைவேம்பு அழிக்க முடியாத அனுபவம். அம்மாவையும் அந்த மரத்தையும் பிரிக்க முடியாத காரணத்தை அறியாதிருந் தாள். மரத்தடியில் அம்மா ஒருமுறை பொங்கல் வைத்துக் கும்பிட்டது நினைவுக்கு வந்தது. இவள் காரணம் கேட்க அம்மா பதில் கூறாது கண்ணீர்விட்டாள். அப்பாவின் கண்களும் கலங்கியிருந்தன. நெற்றியில் நீறிட்டு அம்மா தூக்கிக்கொண்டாள். அன்றிலிருந்து அதனடியில் சற்று நின்றே நகர்வாள்.

எந்நேரமும் மனிதர்கள் நடந்துபோகும் பாதையில் இப் பொழுது வெறுமை உயிர் கண்டு அலைந்தது. மழலைகளை இடுப்பில் தூக்கிக்கொண்டு அலைந்த மனிதர்கள் எல்லாம் எங்கே? திருவிழாவும் கொண்டாட்டமும் இல்லாது ஆண்டு கழியாது. அப்பாவின் தோள்மீது ஏறிக் கூட்ட நடுவில் தேரில் வந்த சாமியைக் கும்பிட்ட நாட்கள் நினைவுக்கு வந்தன. அச்சமும் பயமும் விரட்டச் சிதறு தேங்காயாக மக்கள் எங்கோ ஓடி ஒளிந்த அவலம் முள்ளாகத் தைத்தது.

மேலும் கொஞ்சம் நடந்தால் சவுக்கு மரங்களும் பலா மரங்களும் அடர்ந்து ஒரு பாதை மேலே ஏறும். அதன் தொடக்கத் தில் பெரியபாறை பூத உடலுடன் படுத்திருக்கும். அதன் உச்சியில்தான் இவள் பள்ளித் தோழன் முருகன் காத்திருப்பான். அவனைக் காணும் அந்தப் பொழுதும் கலந்ததுதான் ஊர். அருமைத் தோழனின் முகத்தைப் பாறை உச்சியில் வைத்துப் பார்த்தாள். நிகழ்வுகளின் தொகுப்பாகவும் சில நேரங்களில் ஊர் அர்த்தமாகும். அவற்றை அசைபோட்டால் பெரும் கதையாக ஊர் விரியும். அம்மா பிறந்து வளர்ந்த ஊர். அதிலிருந்த பலரும் அங்கேயே பிறந்து வளர்ந்தவர்கள்.

ஆயிரம் ஆண்டு பழமையான கோயில் ஊரின் சிறப்பு. கோபுரம் பார்க்காது ஒரு நாள்கூடக் கழியாது. அந்த அண்ண னின் அப்பாதான் கோயில் திருவிழாக்களை முன்னின்று நடத்துவார். அம்மாவோடு கோயிலுக்குப் போனால் அதிக மரியாதை கிடைக்கும். திரும்பும்போது தரும் இனிப்புப் பொங்கல் தொன்னையில் நெய்யோடு வழியும். விரல்களில் வழிந்த பொங்கலை ருசிக்க நாக்கு நீளும். அம்மா சிறிதே எடுத்து ஊட்டிவிடுவாள். அம்மாவுக்குத் தன் ஊரைப் பிரிய விருப்பம் இல்லை. அதை உணர்ந்து அப்பாவும் அந்த ஊரிலேயே தங்கி விட்டார். அம்மா கூறிய ஊர்க் கதைகள் ஏராளம். இந்த

இடமிருந்து தேசத்தையே நாம் ஆண்டதாக அம்மா கூறுவாள். வீட்டிலிருந்த ஓலைச் சுவடிகளைச் சான்றாகக் காட்டுவாள். அவை தன் தாத்தா சேகரித்தவை என்பாள். அந்த நேரத்தில் ஒளிரும் அம்மாவின் முகம் மிகவும் பிடிக்கும். வனாவின் மனம் நேற்றில் ஆழமாக வேர்விட்டது.

மலைமீது பாதி தூரம் கடந்தால் ஊர். மலைச் சரிவில் அங்கும் இங்குமாக வீடுகள் இறைந்திருக்கும். மூன்று சிறிய தெருக்களில்தான் வரிசையாக வீடுகள் அல்லது கடைகள் இருக்கும். மலை அடிவாரத்திலிருந்து நீளும் பாதையில் சற்று தூரத்தில் வனாவின் பள்ளிக்கூடம். வகுப்பில் பாடம் கேட்பதை விட மரங்களில் அமர்ந்துபோகும் பறவைகளைப் பார்ப்பதும் அவற்றின் ஓசைகளைக் கேட்பதும்தான் அதிகமிருக்கும். ஜன்னலுக்கு வெளியே பார்த்த பறவைகள் நிறம் அழியாது வனாவின் மனதில் இப்போதும் பறந்தபடியிருக்கின்றன. மரங்கள் அடர்ந்து வகுப்பறை எப்போதும் இருண்டுதான் இருக்கும். வனாவின் அப்பாதான் விளக்குகள் போட்டு எப்போதும் எரியும்படி ஏற்பாடு செய்தார். பின்னர் வந்த நாட்களில் எழுந்த துப்பாக்கிச் சத்தமும் குண்டுகள் வெடிக்கும் ஓசையும் பறவைகளையும் விலங்குகளையும் வெகுதூரம் விரட்டிவிட்டன. அப்போது வனாவின் மனதில் பெருகிய கோபத்திற்கு அளவே யில்லை.

பெரிய வனப்பகுதி பள்ளிக்கு வெகுநெருக்கமாகத் தொடங்குகிறது. சில நேரங்களில் மான்கள் கூட்டமாகச் செல்வது வகுப்பறையின் ஜன்னல் வழியாகத் தெரியும். மாலை யில் யானைகள் வந்ததைப் பள்ளியின் காவலாளி சொல்லக் கேட்டிருக்கிறாள். வழியில் கிடக்கும் யானைச் சாணத்தைத் தோழிகளோடு சேர்ந்து மிதித்திருக்கிறாள். கால்களுக்கு நல்லது என்று சொல்லி நீண்ட நேரம் மிதிப்பார்கள்.

வீட்டிலிருந்து பள்ளிக்கு நடந்து போய்வரவே விரும்புவாள். வண்டிகள் கார்கள் செல்லும் பாதையில் போகமாட்டாள். குறுக்குப் பாதையில் சற்றே அடர்ந்த காட்டு வழியில் நடந்தால் பாதி தூரம்தான். அதில்தான் தினமும் இறங்கி ஏறித் திரும்பு வாள். வழியில் பார்க்கும் பலரும் இவளிடம் பேசிவிட்டுத் தான் நகர்வார்கள். அம்மாவின் உறவு, அப்பாவுக்கான நெருக்கம் என்பதாகப் பலர். இருந்தாலும் வனாவின் பாட்டிமீதிருந்த பெரிய மரியாதைதான் வனாமீதான பிரியம். இவளிடம் மிகுந்த அன்பு காட்டி மகிழ்வார்கள். வனாவிற்காகக் காத்திருப்பார்கள். இவள் வேண்டாமென மறுத்தாலும் தின்பண்டங்களைக் கையில் திணிப்பார்கள். கொஞ்சல் மழையில் நனைந்துதான் வனா வீடு திரும்புவாள். பாட்டியிடம் சொல்லி வெட்கப்படுவாள்.

"என் பேத்தியை அவள் போக்கில் போகவிடுங்கள்" என்று பாட்டி அவர்களிடம் சொன்னாலும் கேட்கமாட்டார்கள். ஊருக்கே உயிரூட்டும் பாட்டிக்கு நன்றி சொல்ல அவர்களுக்குத் தெரிந்த வழி இதுதான்.

வனாவின் பாட்டி கைவைத்தியத்தில் கெட்டிக்காரி. பிரசவம் தொடங்கி வளரும் குழந்தைகளுக்கு ஏற்படும் பல தொந்தரவு களுக்கும் வைத்தியம் பார்க்க அவளிடம்தான் வருவார்கள். ஊரிலிருக்கும் டாக்டர் வீட்டுக் குழந்தைக்கும் அவள் கைமருந்து தான் நிவாரணி. நேரம் காலம் கிடையாது. அலறி அடித்து ஓடிவருவார்கள். பக்கத்து ஊர்களிலிருந்தும் வருவார்கள். பிஞ்சுப் பிள்ளைகளைத் தூக்கிக்கொண்டு பதறி வருவார்கள். பாட்டி முதலில் பயமில்லாது இருக்கச் சொல்வாள். நம்பிக்கைதான் மாமருந்து என்று அவர்களிடம் சொல்லியபடியே தன் பெரிய கைகளில் குழந்தையை வாங்கி மடியில் போட்டுக்கொண்டு கொஞ்ச நேரம் கண்களை மூடுவாள்.

பாட்டியின் வாய் ஏதோ ஒரு பாட்டை முணுமுணுக்கும். அருகில் நின்று கேட்டாலும் வார்த்தைகள் காதில் விழமாட்டா. மந்திரத்தை உறக்கச் சொல்லக் கூடாது என்பாள். தலையிலிருந்து உள்ளங்கால்வரை தடவுவாள். பின் ஒரு இடம் அறிந்து அந்த இடத்தில் எண்ணெய் விட்டு நீவுவாள். குழந்தை பாட்டியின் முகம் பார்த்துச் சிரிக்கும். கன்னத்தில் செல்ல முத்தம் தந்து பெற்றவளிடம் தருவாள். மூன்று பொட்டலங்கள், அதிகப் படியாகப்போனால் ஐந்து பொட்டலங்கள். "தேனில் கலந்து கொடு" என்பாள். பெற்றவர்கள் முகம் நிம்மதியில் மலரும். பாட்டியின் கண்களிலிருந்து நீர் வழியும். சட்டென்று துடைத்துக் கொண்டு முருகன் படத்திற்கு முன் ஒரு பூ வைப்பாள். அருகிலிருக்கும் சிறிய பெட்டியைக் கண்களில் ஒற்றிக்கொள்வாள். அவ்வளவுதான். காலையில் அந்தப் பூக்களை எல்லாம் வீட்டின் பின்னாலிருக்கும் கிணற்றில் கொட்டுவாள்.

பிரசவம் பார்க்க வாரத்தில் ஒருவராவது தேடிவருவார்கள். வீட்டிற்கு வெளியே கிழக்கு பார்த்தபடி ஓடு வேய்ந்த சிறிய வீடு. அந்த இடத்தைப் பார்க்க ஆசையாக இருக்கும். அம்மாவைத் துணைக்கு அழைத்துக்கொண்டு பூஜை அறையில் ஒரு நிமிசம் நின்றுவிட்டு அந்த இடத்திற்குப் போவாள். பாட்டியின் பின் னால் ஓடும் எங்களை உள்ளே விடமாட்டாள். செல்லமாகப் பேசி அனுப்பிவிடுவாள். "வேலன் வீடு. முருக சாமி உள்ளே வேலையாக இருக்காரு" என்பாள். "என்ன வேலை?" தம்பியிட மிருந்து சட்டென்று கேள்வி வரும். பாட்டி சிரித்தபடி சொல் வாள். "குழந்தைகளைக் கொடுக்கிற வேலை" என்ற பதிலோடு நிறுத்திக்கொள்வாள்.

பாட்டி எப்படி வைத்தியம் பார்க்கத் தெரிந்துகொண்டாள் என அறியும் ஆவல் எப்போதுமிருக்கும். பாட்டியிடம் பலமுறை இவள் கேட்டும் புன்னகைதான் பதிலாக வரும். வெட்கச் சிரிப்பையும் கூடவே காண முடியும். ஏதோ ஒரு அந்தரங்கம் பாட்டியிடம் இருக்குமென வளர்ந்த வனா நினைத்திருக்கிறாள். பாட்டியின் தனி அறையில் ஓலைச் சுவடிகள், மருந்துப் புட்டிகள், மூலிகை அரைக்கும் கல் என எல்லாமும் இருக்கும். கையடக்க மான சிறு பெட்டியொன்றைக் கூடவே வைத்திருப்பாள். பாட்டி தவிர வேறு யாரும் அதைத் திறக்கமாட்டார்கள்.

ஒரு காசும் வாங்காது ஓடி ஓடி வைத்தியம் பார்ப்பாள். பாட்டியோடு வளர்ந்த வனாவிற்கு இப்போதும் ஒரு சில வைத்தியங்கள் நினைவில் இருப்பதாக வியனிடம் சொல்வாள். இவளது பத்தாவது வயதில் பாட்டி இறந்துபோனாள். பாட்டி யின் பெட்டியைப் பிறகு யாரும் திறக்கவில்லை. அவள் படத் திற்கு அருகில் மூடியபடியே கடைசிவரை இருந்தது. அந்தப் பெட்டிக்குள் அப்படி என்ன இருந்திருக்கும்?

ஊரைவிட்டு ஓடிவந்தபோது அம்மா அந்தப் பெட்டியை மறக்காமல் எடுத்து வந்தாள். இப்போது அந்தப் பெட்டி கடல் நீரில் எந்த இடத்தில்? எவ்வளவு ஆழத்தில்? தப்பி ஓடிவந்தபோது தான் மட்டும் வேறு படகில் ஏறிய அவலம் வலித்தது. வழிந்த கண்ணீரைச் சுடரின் விரல்கள் துடைத்ததை உணர்ந்தாள்.

திரையில் ஓடிய காட்சிகளைப் பார்த்துக்கொண்டிருந்த வனா பாட்டியின் முகம் தேடினாள். பாட்டியை நினைத்தபோது அவள் எப்போதும் உட்கார்ந்திருந்த இடம் நினைவில் மோதியது. வீட்டின் முன்பு பெரிய திண்ணை இருந்தது. காலை உணவை முடித்துக்கொண்டு வந்து பாட்டி அதில் உட்கார்ந்துகொள்வாள். பகல் நேரங்களில் பெரும்பாலும் பாட்டி திண்ணையில்தான் இருப்பாள். சலிக்காது வைத்தியம் பார்ப்பாள். பாட்டியின் உயிர் வைத்தியத்தில் என்று வனாவின் தந்தை சொல்வார்.

மலைச்சரிவில் வீடு என்பதால் வீட்டைச் சுற்றி நெருக்கமாக மரங்கள் இருந்தன. பழ மரங்கள்தாம் அதிகம். வீட்டிற்கு முன் உள்ள மண்தரை மரங்கள் கவிந்து பகலில் நிழல்படிந் திருக்கும். தினமும் சாணம் தெளித்து மெழுகியிருக்கும். அம்மா தான் காலையில் அந்த வேலையைச் செய்வாள். கயிற்றுக் கட்டில்கள் நான்கு படுக்கை வாக்கிலிருக்கும். பச்சை வண்ணம் அடித்த நீண்ட பெஞ்ச் எப்போதும் வெளியில்தான் இருக்கும். குழந்தைகளோடு வரும் பெற்றோர்கள் இந்த இரண்டிலும் தான் உட்கார்ந்திருப்பார்கள்.

கயிற்றுக்கட்டில் அவ்வப்போது தொங்கிப்போகும். அதைச் சரியாக இழுத்துக் கட்டும் வேலையைப் பாட்டிதான் செய்வாள். அப்பா வலியச் சென்று உதவினால் செல்லமாகக் கோபிப்பாள். அந்த வித்தை தனக்குத்தான் தெரியும் என்ற பெருமை முகத்தில் தவழும். அருகில் நின்று பாட்டி பின்னுவதைப் பார்த்த நாட்களை வனா நினைத்துக்கொண்டாள். பாட்டிகூட அந்த மாதிரி கட்டிலொன்றில்தான் தூங்குவாள். இரவில் கதை கேட்டபடி பாட்டியின் பரந்த முதுகில் சாய்ந்து வனா தூங்கிய நாட்கள் பல. பாட்டி பெரும் கதையாய் வனாவின் நினைவில் விரிந்தபடியிருந்தாள். பாட்டி சொன்ன கதைகள் முழுவதையும் ஒரு நாள் கதாவிடம் சொல்லும் ஆவல் வனாவுக்கு வளர்ந்துகொண்டிருந்தது.

பாட்டி எல்லோரையும் பெயர் சொல்லித்தான் அழைப்பாள். குரலில் அன்பும் பரிவும் கலந்திருக்கும். எலுமிச்சை கலந்த தேநீர் எந்த நேரத்திலும் இவர்கள் வீட்டில் கிடைக்கும். பனைவெல்லம் கலந்து செய்த இனிப்பைப் பாட்டி குழந்தைகளின் கையில் திணிப்பாள். வனாவின் அப்பா சொல்லுவார் "குழந்தைகளுக்கு வைத்தியம் செய்வதுதான் உண்மையான வழிபாடு. அதை உன் பாட்டி செய்கிறாள். அது உன்னைக் காப்பாற்றும்" என்று. அப்பாவை அம்மாவை தம்பியைக் காக்காத உண்மை உள்ளே வலித்தது.

வனாவின் கண்கள் தாங்கள் வாழ்ந்த பகுதியில் படிந்தது. வனக்கிராமத்தில் இப்போது ஒரு வீடும் முழுதாக இல்லை. எரிந்து தீய்ந்த வீடுகள் அணையாத நெருப்பாகக் கண்களில் இறங்கின. வாழ்ந்த வீட்டைப் பார்க்கப் பயந்தாள். மக்கள் இல்லாத கிராமம். நேற்றின் உடலில் உயிர் இல்லை. மண் பிணமாகுமா? ஊர் பிணமாக விழுந்துகிடக்கிறதே! பிணத்தைக் கொத்திப்போக ஊன் தின்னும் வெறியில் வல்லூறுகள். மண்ணையே பிணமாக்கவென நிகழ்ந்த எல்லாம் எதற்காக? சேர்ந்து வாழ முடியாத மக்கள்மீது வெறுப்பு வளர்ந்தது. தான் தினமும் பார்த்துப் பழகிய முருகன் இனி என்றும் இல்லை. அனுபவங்களின் அரூப அலைகள் தனித்து அலைந்தன. யாருமற்ற பிரதேசத்தில் இவள் பார்வை மட்டும் வெளிமீது கவிந்திருந்தது. மனிதர் நோக மனிதர் செய்த வினைகள் கிராமத்து வேர்களை அடியோடு பிடுங்கி எறிந்திருந்தன.

கண்கள் அப்பாவின் கடையைத் தேடின. தூரத்தில் கோபுரம் மங்கலாகத் தெரிந்தது. கேமராவின் விழி அந்தப் பாதையில் நகர்ந்தது. கோயிலுக்கு அருகில்தானே கடை இருக்க வேண்டும்? கோபுர வாசலில் இருந்து நேராக நீளும் வீதி

கடைவீதி. கோபுர வாசலின் அருகில் பெரிய மரங்கள் இரண்டிருக்கும். அவற்றின் அடியில்தான் பூஜைக்கான பொருள்களை விற்பார்கள். கோலில் கட்டிய வண்ணப் பலூன்கள் ஆடும்.

கடையிலிருக்கும்போது தனியாகவே கோயிலுக்குள் சென்றுவருவாள். சில நேரங்களில் இவள் அப்பாவும்கூட வருவார். கோயில் பிரசாதமென விலைக்கு விற்கும் அதிரசம் நினைவுக்கு வந்தது. பிரசாதப் பையைப் பிரிக்காது அப்படியே கொண்டுபோய் அம்மாவிடம் தருவாள். பாட்டி அந்த வயதிலும் கெட்டி முறுக்கை வாயில்போட்டுக்கொண்டு சிரிப்பாள்.

கோயில் நெருக்கமாகத் திரையில் தெரிந்தது. கோபுரத்தில் வண்ணங்கள் இல்லையே. கலசங்கள் இல்லாத கோபுரம். மதில் சுவர்கள் பல இடங்களில் இடிந்திருந்தன. கோயிலைச் சுற்றி வளர்ந்திருந்த மரங்கள் தரையில் சாய்ந்திருந்தன. உள்ளிருந்த முருகக் கடவுளும் மக்களோடு கலந்து வெளியேறியிருப்பாரோ! போராடும் மக்களின் உயிரில் கலந்துவிட்டதாகத் தேற்றிக்கொண்டாள். தன் தோழன் குருதியில் வினை வேலன் இருப்பதாக எண்ணிச் சமாதானம் கொண்டாள்.

கடைகள் பெருகிக்கிடந்த தெரு இடிபாடுகளின் குவியலாக இருந்தது. எங்கே எங்கள் கடை? அப்பாவின் மடியில் உட்கார்ந்து அழகு பார்த்த வீதியில் இப்போது ஒன்றுமில்லை. சுற்றியிருந்த பத்து வனக்கிராமங்களின் தேவைகளுக்கான கடைவீதி. ஜனங்கள் அந்த வழியாகப் போவதும் வருவதுமாக இருப்பார்கள். யாராவது ஒருவர் அப்பாவிடம் நின்று பேசிவிட்டு நகர்வார்கள். அந்த நேரங்களில் அப்பாவின் அருகில் உட்கார்ந்திருப்பது பெருமையாக இருக்கும்.

தைப்பூச நாளில் அணிவகுத்துச் சென்ற காவடிகள் நிழலாடின. காற்சலங்கைகளின் ஓசை காதில் விழுந்தது. தாத்தா காலத்துக் காவடிக்கு அப்பா தினமும் செய்த பூஜையை நினைத்துக்கொண்டாள். காவடியின் இருபக்கமும் செதுக்கப்பட்டிருந்த சிற்ப முகங்கள் பசுமையாக மனதில் இப்போதும். நீர்விட்டுக் கழுவிச் சிற்பங்கள்மீது எண்ணெய் பூசி மெழுகுவார். காவடியின் குறுக்கே ஓடும் திடமான மூங்கிலைப் பிடித்துத்தான் தூக்க வேண்டும்.

அப்பா ஒரு கையில் தூக்கி வந்து திண்ணையில் வைத்து எல்லாமும் செய்வார். தம்பியும் கூடவே இருப்பான். நீளமான வெள்ளிவேலைக் கழுவித் திருநீறு பூசிச் சந்தனத்தில் பொட்டு வைப்பார். நடுக்கோட்டிலிருக்கும் சந்தனப்பொட்டின் மீது

வனாதான் குங்குமம் வைப்பாள். தம்பி தன் சிறிய கைகளில் சந்தனம் குழைத்துக் காவடியிலிருக்கும் சிற்ப முகங்களுக்குச் சரியாகப் பொட்டுவைப்பான். சந்தனக்கல்மீது முன்பே அரைத்த சந்தனமிருக்கும். பெரிய வட்டமான சந்தனக்கல். கூடவே உள்வளைந்த சந்தனக்கட்டை. அரைத்து அரைத்துச் சந்தனக் கட்டை நடுவில் தேய்ந்துபோயிருக்கும். இருவரும் அடம்பிடித்து அந்தக் கல்லில் சந்தனம் எடுக்க அரைப்பார்கள். சந்தனம் வராது அழும் அவர்களைப் பார்த்து அப்பா தன் கையையும் சேர்த்துவைத்து அரைக்கச் சந்தனம் குழைந்து வரும். அள்ளிக் கொண்டு வீட்டில் எல்லார்மீதும் பூசுவார்கள்.

பாட்டி முன்பே எழுந்து குளித்து எதிர்த் திண்ணையில் அமர்ந்து பார்த்துக்கொண்டிருப்பாள். முருகன்மீது பாடல்களை மெல்லிய குரலில் பாடிக்கொண்டே அப்பா இந்த வேலைகள் செய்வார். அப்போது பாடும் அப்பாவின் குரல் வேறு மாதிரி யிருக்கும். மூக்கிலிருந்து பாடுவார். கோதுமை நிற முதுகு. அகன்ற தோள்கள். பெரிய நெற்றியில் திருநீற்றுப்பட்டைத் துலக்கமாகத் தெரியும். முடியைத் தூக்கி வாரியிருப்பார். இவளும் தம்பியும் அப்பாமேல் சாய்ந்தபடி பாட்டைக் கேட்பார்கள். எல்லாம் முடிந்தபின் இருவரும் சேர்ந்து காவடியைத் தூக்க முயல்வார்கள். காவடியைத் தான் தாங்கிக்கொண்டு இவர்கள் தோள்களில் வைத்து அப்பா அழகு பார்ப்பார். எல்லாம் முடிந்து அப்பா சாப்பிடும்போது 'ஆ' காட்டி உட்கார்ந்திருப் பார்கள். அந்த நேரம் அப்பா ஊட்டும் உணவில் திருநீறு வாசமும் சேர்ந்திருக்கும்.

தைப்பூச நாளில் மட்டும் காவடியின் வில்மீது கட்டும் பட்டுத்துணியை வெளியில் எடுப்பார். சுத்தமாக அலசிக் கம்பிமீது காயப்போடுவார். அதில் தொங்கிய பட்டுக்குஞ்சங் களைப் பார்த்துக்கொண்டேயிருப்போம். மஞ்சளும் சிவப்பும் கலந்த நிறம். காவடியின் கால்களில் கட்டுகிற மயிலிறகுக் கற்றைகளும் அன்றுதான் வெளியில் வரும். அப்போது கீழே விழும் மயிலிறகை நானும் தம்பியும் எடுத்துப் புத்தகத்தின் நடுவில் பத்திரப்படுத்துவோம். அடுத்துவரும் தைப்பூசம்வரை கூடவே இருக்கும்.

மனதிலிருக்கும் பாரத்தின் குறியீடு காவடி. பாரத்தைச் சுமந்து சென்று முருகன் சன்னதியில் இறக்கிவைப்பதாகப் பாட்டி சொல்வாள். காவடியை இறக்கி முருகனுக்கு முன் நின்றால் மனதிலிருக்கும் பாரம் முழுதாக நீங்கும் என்பாள். இப்போது முருகனும் இல்லை, காவடியும் இல்லை. பாரத்தை மக்கள் எங்கே இறக்குவது?

அப்பாவின் கடைக்கு நேர் எதிரில் இனிப்பு விற்கும் கடை. அந்தக் கடைக்காரர் அப்பாவின் நண்பரும்கூட. கடையிலிருப்பதை அறிந்து அப்பொழுதுதான் செய்த இனிப்பிலிருந்து ஒரு பொட்டலம் கட்டி அவரே வந்து கையில் கொடுப்பார். மெல்லிய சிரிப்பு, கன்னத்தில் செல்லமாகத் தட்டு. அவ்வளவு தான். அங்கிருந்து நகர்ந்துவிடுவார். சற்றுப் பெரியவளானதும் வேண்டாமென்று மறுத்திருக்கிறேன். அப்பா சொல்வார் "அவன் என் சகோதரன் மறுக்காதே" என்று. கலவரம் முற்றித் தீவைத்து ஊரையே கொளுத்தினார்கள். அவர்தான் அப்போது குடும்பத்தையே காப்பாற்றினார். அவர்கள் இனம் என்பதால் அவர் சொல்லுக்குக் கட்டுப்பட்டு அந்த நேரம் விலகினார்கள்.

பாவாடை கால்களைத் தடுக்கத் தடுமாறி நடந்துகொண்டிருந்தாள். வழியிலிருந்த பனைமரங்கள் கருகிக்கிடந்தன. குண்டுகள் சிதைத்த வீடுகளின் சிதிலங்கள் பாதங்களில் அழுந்தின. கிராமம் இப்போது இவள் மனதில் மட்டுமே இருந்தது. பள்ளிக்குச் செல்லும் வழித்தடம். அன்று பார்த்து நகர்ந்த தாவரவெளி. இவள் ஆசையாகச் சொல்லி மகிழ்ந்த அருவி. எல்லாமும் திரையில். பாதையிலிருந்து விலகி ஒற்றையடிப்பாதையில் நடந்த கேமரா சட்டென மேலே எழும்பி அருவி நீரில் நனைந்தது. அந்த இடம் போகும் பாதையைத் தெளிவாகப் பார்க்க முடிந்தது.

அருவிக்குப் போகும் பாதையில் ஏறிக்கொண்டிருந்தாள் வனா. சிறிய மலை. அதன் பின்னால் நீளும் வனம். தாவரங்களாலும் பாறைகளாலும் இறுக்கமாகப் போர்த்தப்பட்டிருந்தது வனாவின் மலைக்காடு. அருவியைக் காண மரங்களின் கிளைகளைப் பற்றிக்கொண்டுதான் மேலேற வேண்டும். இவள் சிறு வயதுத் தோழன் முருகன் இவளுக்கு முன்பாகவே அடுத்த பாறைமீது நின்று இவள் ஏறுவதற்கு உதவுவான். பத்துப் பதினைந்து பெரும் பாறைகள். அவற்றைக் கடந்துவிட்டால் சமதளத்தில் கொஞ்சம் தூரம் ஓடிக் கடக்கும் அருவி நீரைப் பார்க்கலாம். கண்ணாடிக் கரைசலாய் ஓடும் நீர். முருகன் அதைப் பாட்டிலில் சேகரித்துத் தருவான். வீட்டிலிருக்கும்போது கொஞ்சம் கொஞ்சமாக அந்த நீரைப் பருகுவாள். அப்பாவிற்குச் சிறிதே தந்து மகிழ்வாள். அந்த நீர் தீர்ந்துபோனால் வருந்துவாள். முருகனின் பிரியம் அந்த நீரில் இருப்பதாக எண்ணம். முடிந்த வரை கொஞ்சமாவது மிச்சம் வைத்திருப்பாள். நீர் நிரம்பிய பாட்டிலை ஆசையாகப் பார்த்தபடியிருப்பாள். நீரின் சுவை இப்போதும் மனதில் இறங்கியது. எச்சில் கூட்டி விழுங்கினாள்.

மேலிருந்து வழிந்து விழும் ஓசைதான் அருவி என்பான் முருகன். அதிக ஆழமில்லாது ஓடும் நீரில் இறங்கித் தண்ணீரை

க.வை. பழனிசாமி

முகத்தில் இறைத்துக்கொண்டு வயிறுமுட்டக் குடிப்பார்கள். அடர்ந்த காட்டு மரங்களின் நிழலில் உட்கார்ந்துகொண்டு வீட்டிலிருந்து கொண்டுவந்த தின்பண்டங்களைக் கொறிப் பார்கள். முருகனுக்காகவே அவற்றைக் கொண்டுவருவாள். அதை அவன் அறியாதபடி கொடுப்பாள். இவள் அம்மா செய்யும் தேன்குழல்மீது அவனுக்கு அலாதிப் பிரியம். வனா விற்கோ காட்டின் பொருள்கள்தான் பிடிக்கும். பெரிய இலைகள், எப்பொழுதும் உதிராத இலைகள். அது அந்தக் காட்டின் தனித்துவம்.

நுங்கு வனாவின் பிரிய பண்டம். பனந்தொட்டியைச் சீவிக் கொண்டுவருவான். தொட்டியில் நுங்கு கண்கள் மாதிரி விழித்திருக்கும். பெருவிரலில் லேசாய்க் கீறி உள்ளிருக்கும் நீரை முதலில் சுவைப்பாள். அதில் ஒரு கண் நீர் முருகனுக்கு. நீரைக் குடித்து முடித்ததும் உள்ளிருக்கும் நுங்கை விரல்களால் அழகாய் எடுத்துச் சாப்பிடுவார்கள். விடுமுறை நாட்களில் முருகன் அநேகமாக இங்குதான் இருப்பான். அவனைத் தேடிப் பல நாட்கள் அருவிக்கு வந்திருக்கிறாள். ஒரு முறைகூட அவள் ஏமாந்துபோனதில்லை.

பள்ளி இறுதி வகுப்புவரை இருவரும் ஒன்றாகவே படித் தார்கள். புல்லாங்குழல் அவன் பிரிய வாத்தியம். மரக்கிளை களில் அமர்ந்து வாசிப்பான். இவள் கண்மூடிக் கேட்டுக் கொண்டே இருப்பாள். புத்தகப் பையில்தான் அதை எப்போதும் வைத்திருப்பான். வனா தவிர வேறு யாரையும் தொட அனுமதிக்கமாட்டான். சரியான முரடன். யானைகளின் வாழ் விடம் அவர்களின் காடு. கொஞ்சமும் பயமில்லாமல் யானை களைப் பார்த்துத் திரிவார்கள். சிறுவயதிலேயே பயத்தை அழித்தவன் முருகன். புல்லாங்குழல் எடுத்து அவன் வாசிக்கும் போது ஒருவகையான மௌனம் குவியும். கண்மூடிக் கேட்டுக் கொண்டேயிருப்பாள். அந்த இசை காற்றில் கரைந்து காடு முழுவதும் விரவும். அந்த ஓசைதான் காட்டுயிர்களுக்கு முருக னின் உருவம்.

அடிக்கடி காணாமல் போனான். எங்கே போனாய்? ஏன் வரவில்லை? அப்படியான கேள்விகளைக் கேட்கமாட்டாள். அவன் எங்கே போயிருப்பான்? என்ன செய்துகொண்டிருந்திருப் பான் என்று இவள் அறிவாள். அவனால் இனித் தன்னோடு அதிக நேரம் செலவிட முடியாது என்பதையும் விரைவில் ஊரிலிருந்தும் வெளியேறிவிடுவான் என்பதையும் உணர்ந்தே யிருந்தாள். எந்த நேரமும் அது நிகழலாம் என்பதால் அதற்கான துணிவை வளர்த்துக்கொண்டாள். அவனிடம் பேச அவளுக்கு நிறையவே இருந்தன. ஆனாலும் எல்லாவற்றையும் பேசத்

தயங்கினாள். உள்ளே வேரூன்றிவிட்ட பயத்தை அழிக்க முடிய வில்லை. தரையில் கிடந்த மண்ணைக் கையில் எடுத்துப் பார்த்துக்கொண்டிருந்தாள்.

"என்ன பார்க்கிறாய் வள்ளி?" என்றான் முருகன். வனாவுக்குப் பாட்டி வைத்த பெயர் வள்ளிதான்.

"காலூன்றி நிற்கத் தேவையான மண். மூதாதையர்களைத் தாங்கிய மண். அம்மாவின் வழி வந்த எல்லோரும் இங்குதான் பிறந்து வளர்ந்தார்கள். கிராமத்தில் உள்ள பலருக்கும் இது பொருந்தும். நாளை நம் பிள்ளைகள் இதில் காலூன்றுமா? இந்த அருவியும் மலையும் என் பிள்ளைகளுக்குச் சொந்த மில்லையா? மூச்சிழுத்து வளர்ந்த இந்த வனம், சற்றுத் தூரத்தி லிருக்கும் கடல், ஆசை ஆசையாகப் பார்க்கும் அலையாற்றுக் காடுகள் இனி யாருக்குச் சொந்தம்? பயமாக இருக்கிறது முருகன். தோழிகள் சொல்லும் உண்மைகள் கேட்டு உடல் நடுங்குகிறது. அறிய முடியாத அச்சம் உள்ளே திரண்டு அடைக்கிறது. ஆண்டுகளாய் நாம் போராடிவருவதை அப்பா கூறக் கேட்டிருக்கிறேன். அம்மாவின் தோழியின் குடும்பத்தைப் போல நாளை எல்லோரும் வனம் நோக்கி ஓட வேண்டுமா?

"நீ என்ன செய்கிறாய் என்பதையும் அறிவேன். சுதந்திரம் உயிரைவிட மேலானது. அதை எல்லாருக்கும் பெற்றுத்தரும் காரியத்தில் ஈடுபட்டிருக்கிறாய். உன் நெருக்கத்தைவிட அதை அதிகம் விரும்புகிறேன். ஆனாலும் ..."

யோசனையில் ஆழ்ந்து தயங்கிக் கேட்டாள் "சமாதான மாகப் போக வழியில்லையா? மனம் பதைக்கிறது. யாருமற்றுக் கடலில் தத்தளிப்பதான கனவு வந்து வந்து போகிறது. கடலின் உள்ளே உள்ளே போகிறேன். கடல் தாவரங்களின் நடுவே மக்கள் உறைந்துகிடக்கிறார்கள். நம் கிராமமே கடலுக்கடியில் அசைவின்றிக் கிடக்கிறது. என்னிடம் பேச ஒருவரும் இல்லை. பயம் பற்றி எரிக்க வேகமாய்க் கரைக்கு வருகிறேன். உடலை உதறி விழித்துக்கொண்டேன்.

"ஒவ்வொரு நாளும் கனவு. நம்மைப் பிசாசுகள் மேய்ப்பதாக வும் வீட்டைக் கைகளில் தூக்கிக்கொண்டு எல்லோரும் ஓடு வதுவுமான கனவு. சிங்கங்களுக்கும் நரிகளுக்கும் நடுவில் குருதி கொட்ட ஓடுகிறோம். காடுகளில் அஞ்சி ஒளிந்து அலை வதாகவும் கூட்டம் கூட்டமாகச் செத்துமடிவதாகவும் கனவு. இப்படியான கனவுகள் ஏன் வர வேண்டும்?"

சற்றே தயங்கி அவனிடம் கேட்டாள் "வன்முறைக்கு வன்முறைதான் பதிலா?" முருகன் பதிலேதும் பேசவில்லை. இவளைச் சற்றே அணைத்து விலகினான்.

க.வை. பழனிசாமி

பள்ளி இறுதித் தேர்வு எழுதுவதற்கு முன்பு ஒரு நாள் வனாவைத் தனது சைக்கிளில் அழைத்துக்கொண்டு இங்குதான் வந்தான். முகம் இறுகிக்கிடந்தான். தீர்மானமான முடிவுகள் மனத்துள் திண்ணமாகக்கிடந்தன. சிறிய எவர்சில்வர் டப்பாவில் தேனில் ஊறிக்கொண்டிருந்த பலாச்சுளைகளைக் கொடுத்தான். ஒன்று எடுத்து இவளுக்கு ஊட்டினான். அவனுக்குக் கொடுக்க வள்ளியிடம் ஒன்றும் இல்லை. வருத்தமாக இருந்தது. இவளது கைகளைப் பிடித்துக்கொண்டான். சற்று நேரம் கழித்து அவளிடம் சொன்னான்.

“நான் உன்னை மீண்டும் சந்திக்கப் பல மாதங்கள் ஆகலாம். நம் இனத்துப் பிள்ளைகளுக்காக நமக்கு உரிமையான இந்த மண்ணை வனத்தை விரைவில் மீட்போம்” என்றான்.

வனா உறைந்துபோனாள். அவன் முகத்திலிருந்து கண்களை எடுக்க மனமில்லை. காடு கரைந்து மணல்வெளியாகக் கிடந்தது. யாருமில்லாத மணல்வெளியில் தான் மட்டுமே தனித்து நிற்பதாக உணர்ந்தாள். அவனிடம் அது பற்றி ஏதும் பேசவில்லை. பாட்டி மனதில் நிழலாடினாள். பாட்டியின் கண்களிலிருந்து நீர் நிற்காது வழிந்தபடியிருந்தது. பாட்டி அழுது இவள் ஒரு நாளும் பார்த்ததில்லை.

இறந்துபோன பாட்டி ஏன் அழுதுகொண்டிருக்கிறாள்? வனாவின் உடல் சற்றே நடுங்கியது.

அவன் என்ன செய்யப்போகிறான் என்று இவளுக்குத் தெரியும். மௌனமாக இருந்து பின் அவனை நெருங்கினாள். இறுக அணைத்து அவன் உதட்டில் அழுத்தமாகப் பதித்த இதழ்களை எடுக்கவே இல்லை. அவன்தான் மெல்ல மீட்டுப் பாறைகளிலிருந்து இறக்கி இவளைத் தனது சைக்கிளில் ஏற்றி வீட்டில் கொண்டுபோய்விட்டான். அம்மா அவனைப் பெயர் சொல்லி அழைத்தாள். திரும்பிப் பார்க்காமல் வேகமாகச் சென்றுவிட்டான். அதன் பிறகு அருவிக்கு அவள் ஒருமுறை கூடப் போகவில்லை. முருகனை இறுதியாகப் பார்த்த நாள் மங்காது நினைவிலிருக்கிறது. ஒன்றிரண்டு மாதங்களில் நடந்த கடும் சண்டைக்குப் பின் கடலில் எல்லாமும் இழந்து அகதியானாள்.

திரையில் ஓடிய காட்சிகள் முடிய எல்லோரும் வனாவைப் பார்த்துக்கொண்டிருந்தார்கள்.

அவளைப் பார்த்தபடியே கடலில் மூழ்கிய அப்பாவின் முகம் மனதில் மோதியது. மனம் உடைந்து கதறினாள். கதிர்

நெருக்கமாக அமர்ந்து இவள் கைகளைப் பிடித்துக்கொண்டான். முருகனின் முகம் கண்களில் திரையாக விழுந்தது. அருகில் நெருங்கி அணைத்தபடி வியன் சொன்னான் "வலிதருவதை மனதில் போடாதே. மனம் ஒரு குழந்தை. நீ அதன் தாய். சரியா?"

வியன் அன்று பேசியதை வனா மனதில் அசைபோட்டாள். "மனம் ஒரு குழந்தை. நான் அதன் தாய்." மீண்டும் மீண்டும் சொல்லிப்பார்த்துக்கொண்டாள்.

க.வை. பழனிசாமி

14

வனக்கூரையில் தேநீர் அருந்தும் நேரம். இந்த இடம் இவர்கள் வீட்டிலிருந்து சற்றுத் தள்ளி இருக்கிறது. மாலைநேரத்தில் இளையர் மனம் வனக்கூரை நோக்கித் தான் நகரும். ஒவ்வொரு நாளும் புதுப்புது அனுபவங்கள் தரும் சூழல் வளரும். நீளும் மலைத்தொடரைக் காண மரங்களாலான கூரைதான் இவர்கள் தேநீர் அருந்துமிடம். மரமேனி அழியாது உயர்ந்த இடத்தில் குடில். தாவர வளமைதான் வீட்டின் வண்ணம். காட்டின் இறுக்கமான அணைப்பில் மரங்களின் கிளைகள் தாங்கியதான வனக் கூரை. ஒரு மரமும் அழியாது கிளைகள் பின்னிப் படர்ந்த தாவரக்குடில். இங்கிருந்து காட்டை இன்னும் கூடுதலாகப் பார்க்கலாம். வனக்கூரைக்காகத் தேர்வுசெய்த மரங்கள் பிரத்யேகமானவை. இதில் மணிநேரம் இருந்தால் போதும். உடல்வலி எல்லாம் பறந்துபோகும்.

வியன், கதா இருவரும்தான் இன்னும் வரவில்லை. அவசரமாக முடிக்க வேண்டிய வேலைகள் இருந்ததால் பிறகு வருவதாக ஆதிரையிடம் வியன் சொல்லியிருந்தான். கதா அவனுக்கு உதவியாக இருந்தாள். முன்பே வந்து விட்டவர்கள் ஆதிரையோடு பேசிய பின் காட்டில் சற்றுத் தூரம் சென்றுவர நகர்ந்தனர்.

வனா இந்த இடத்தைக் காட்டுயிர்களின் ஆதிக்க பூமி என்பாள். பட்டாம்பூச்சிகள் கூட்டமாகப் பறந்து போயின. வனாவின் கண்களும் வண்ணத்துப்பூச்சிகளாக மாறிக் கூடவே பறந்தன. வனா அதிர்ந்து சொன்னாள் "கோடிப் பூக்கள் – கோடி வண்ணங்கள்" என்று. "எங்கே...எங்கே?" என்று கேட்டுக்கொண்டே கதிர் அங்கே வந்தான். "அதோ தூரத்தில் அடுத்த மலைமீது" என்றாள். "இங்கிருந்து அவற்றை எப்படிப் பார்த்தாய்?

அந்த மலைப்பக்கம் இதுவரை நாம் போனதில்லையே?" என்றான்.

கதிரின் கேள்விக்கு "பறந்துபோகும் பட்டாம்பூச்சிகளோடு என் கண்களும் போயின! அந்த மலைக்குப் பெயரே பூக்காடு தான். கொஞ்சம் இரு... வண்ணத்துப்பூச்சிகளோடு ஒட்டிக் கொண்ட கண்களைப் பெயர்த்து எடுத்து வருகிறேன். நிற்கு மிடம் இருட்டாக இருக்கிறது. மற்ற எல்லாம் பார்க்க வேண்டாமா?" என்றாள் வனா குழந்தையாகக் குதித்து.

சன்னமான விசில் பாட்டு. யாரோ வருவதாக உணர்ந்து திரும்பிய கதிரின் பார்வையில் மரத்தின் தாழ்வான கிளையில் அமர்ந்திருந்த சிறிய பறவையிடமிருந்து அந்தச் சப்தம். வனா சொன்னாள் அதன் பெயர் ஈப்பிடிப்பான் என்று. தெளிந்த நீராக ஓடிய ஓடையில் கால் நனைத்த வனா கதிரையும் வந்து நிற்கச் சொன்னாள். அவன் கால்சராயைக் குனிந்து மடித்துவிட்டாள். குளிர்ந்த நீரின் தொடுகை. வனாவின் கை களைப் பற்றிக்கொண்டு நடந்தான் கதிர். பிறகு இருவரும் ஓடையின் திட்டில் அமர்ந்து நீரில் கால் நனைத்தார்கள். குறுமீன்கள் பாதங்கள் கடிக்கும் உணர்வு உள்ளுக்குள் இறங்கி யது. காட்டின் நானாவித ஓசைகளை வாங்கிக் காது பிரக்ஞை யின் மேனியில் தெளித்தது. பூச்சி ஒன்றைப் பிடித்த ஈப்பிடிப் பானிடமிருந்து சீழ்க்கை ஒலி தொடர்ந்து கேட்டுக்கொண் டிருந்தது. கூர்ந்து கேட்ட அவர்களின் காதில் மேலும் விதவித மான காட்டுயிர்களின் ஓசைகள். வனா அவற்றை வகை பிரித்துக் கேட்கவைத்தாள்.

வனா எப்போதும் தன் உடலைச் சற்றே மண்ணில் கிடத்துவாள். மல்லாந்து படுத்திருப்பாள். கண்களை மூடி மண்ணுக்கும் வானுக்கும் நன்றி சொல்வாள். எழுந்து குனிந்து மண்ணை முத்தமிடுவாள். கண்களிலிருந்து நீர் வழியும். வனா வின் கண்ணீரில் கலந்திருக்கும் வலி அறியுமோ மானுடம்?

பள்ளத்தாக்கின் விளிம்பிலிருந்த பாதையில் நடந்த அவர் களால் கீழிருந்த மரங்களை முழுவதுமாகப் பார்க்க முடிந்தது. இந்த இடம் வரும்பொழுது வனாவிற்குப் பிறந்த மண்ணும் ஊரும் எப்போதும் நினைவுக்கு வரும். மரங்களின் மறைவில் தான் வனாவின் கிராமம். தெருக்களில், வீட்டின் கொல்லையில் என்று எல்லா இடங்களிலும் மரங்கள்தாம். அவற்றுக்குப் போக மீதமுள்ள இடத்தில்தான் மக்களுக்கான வாழ்விடம். ஒரு மரம்கூட வெட்டப்படாத கிராமம் என்று பெருமையாகச் சொல்வாள். கிராமத்தை இரண்டாகப் பிரித்து அருவி சிறிய ஆறாக வழிந்துபோகும். மலையிலிருந்து வழியும் அருவி வனா வின் ஊரைத்தான் முதலில் நனைக்கும்.

க.வை. பழனிசாமி

அருவி நீரின் ருசி நாவில் இறங்கியது. அருவியின் வெகு அருகிலிருந்து நீரைப் புட்டியில் பிடித்துத் தரும் முருகன் மனதில் வந்தான். இருவரும் அடிக்கடி சென்ற மலை அருவியை நினைத்துக்கொண்டாள். வழித்தடத்தில் காணும் மரங்களையும் பறவைகளையும் பெயர் சொல்லித்தான் முருகன் அழைப்பான். வனாவுக்கு விலங்கியல் தாவரவியல் அறிவைப் புகட்டிய ஆசிரியர் முருகன்தான். விதவிதமான பூச்சிகள் காட்டுவான். அவற்றின் மீது அலாதிப் பிரியம்கொண்டவன். கால்சராயின் பாக்கெட்டில் லென்ஸ் ஒன்றை வைத்திருப்பான். அதன் வழியாகப் பூச்சிகளையும் தாவரங்களின் நுண்ணிய பாகங்களையும் காட்டுவான். வண்ணமும் வடிவமும் மனதை ஈர்க்கும்.

காட்டின் எந்தப் பகுதிக்கும் முருகன் துணையிருந்தால் போக முடியும். காட்டில் எப்படித் திசைகளை அறிந்து அழைத்துப்போகிறாய் எனக் கேட்டால் சிரிப்பான். அந்தச் சிரிப்புக்கான பொருள் வனாவிற்கு அப்போது புரியவில்லை. அந்தக் காட்டில்தான் அவர்களின் முகாம் இருந்ததைப் பிறகு தான் தெரிந்துகொண்டாள். அவன் போன்றவர்கள் அல்லாது வேறு யாரும் காட்டில் அவ்வளவு தூரம் போக முடியாது. காடு அவர்களுக்கு அரணாக இருந்தது. முருகனைப் பின் தொடர்ந்து போவது அவ்வளவு எளிதல்ல. அப்படியான வேகம்.

ஒரு நாள் காட்டில் அவனோடு போய்க்கொண்டிருந்த போது புதரில் அசைவு. இடுப்பிலிருந்து எதையோ உருவினான். கையிலிருந்த ஆயுதம் கண்டு சற்றே அதிர்ந்தாள். யானை ஒன்று மரங்களின் வழியே கடந்துபோனது. கையில் எடுத்ததை மீண்டும் உள்ளே வைத்தான். ஆச்சரியம் அதிர்ச்சி. சிறிய கைத்துப்பாக்கி. மெல்ல அவன் கைவிரல்களைப் பற்றினாள். மௌனமாக அவளைப் பார்த்துப் புன்னகைத்தான். மாவீரன் ஒருவனைப் பார்ப்பதுபோல அவனைப் பார்த்தாள்.

முருகன் இப்போது எங்கே இருப்பான்? உயிரோடு இருப்பானா? ஊர் மீண்டும் உயிர்த்தெழுமா? கேள்விகள் ஜனித்த இடத்திலேயே மடிந்தன. யாரும் எதிர்பாராத நாளில் எல்லாமும் நடந்து நிரந்தரப் பயத்தை மனதில் பற்றவைத்துவிட்டுப் போனார்கள். அணையாத நெருப்பாய் இன்றும் எரிகிறது. அந்த நிகழ்விற்குப் பின் காணும் எல்லாவற்றின் மீதும் இருள் கவிந்தது. வெளிச்சம் துளியும் இல்லாத பாதையில் முடிவில்லாது நடப்பதான அச்சம்.

கதிரோடு நடந்தவாறு நேற்றின் நிகழ்வுகள் நினைவில் தங்காதிருக்க வேறு எண்ணம் வளர்த்தாள். அந்தப்பொழுதில்

பறவைகள் மரங்களில் அடர்ந்திருந்ததைக் கதிருக்குச் சுட்டிக் காட்டினாள். பறவைகள் வண்ணங்களாக உள்ளுக்குள் இறங்கின. யானைகள் கூட்டமாய்க் கடந்து சென்றதை எளிதாகப் பார்க்க முடிந்தது. "மூன்று புலிகள் இந்தப் பகுதியில் இருக்கின்றன. புலி நடந்து செல்லும்போது ஒரு நெடியைத் தாவரங்களின் மீதும் தரையிலும் விட்டுச் செல்லும்" என்றாள்.

வாசம் நுகர்ந்து சொன்னாள் "அருகே வெகு அருகே புலி இருக்கிறது." புலி தனியே பார்வையில் பட்டாலும் அது தனிமையில் இருக்காது என்று கூறியபடி கவனமாகக் கதிரை அழைத்துப்போனாள். சற்றுத் தொலைவிலேயே ஒரு புலி படுத்திருந்தது. அவன் கைகளை இறுகப் பற்றிச் சிறிது தூரம் நடந்து மேலும் இரண்டு புலிகளைக் காட்டினாள். அவற்றை மிக நெருக்கமாகப் பார்க்கவும் உதவினாள். "புலியின் செவி நம்மைவிடக் கூர்மையானது. புலிகளுக்குக் கேட்காதவாறு மெத்தென்று அடியெடுத்துவைத்து இங்கிருந்து விரைவாக நகர்வோம்" என்றாள்.

ஆதிரையிடம் ஆதி எப்போதும் கூறுவான் "மனம்தான் வாழ்தலுக்கான பரப்பை விரிக்கிறது. புறத்தே முடிவில்லாது விரிந்துகிடக்கும் வெளி உன் வாழ்விடம் அல்ல. அப்படியான வெளி உன்னுள் தோற்றம்கொள்ள வேண்டும். நிலம் வாங்குவது போல உரிமையுள்ள உனக்கேயான பரப்பு மனதில் விரிய வேண்டும். நூறு ஆண்டுகள் மண்ணில் நிற்கும் மரம்போல அந்த இடம் வசப்பட வேண்டும். எண்ணம்தான் மனதை ஆளுகிறது. உன் ரசனையில் இறங்கிய பலவும் எண்ணங்களாய் உள்ளுக்குள் இறங்கும் பரப்பே உண்மையில் உனக்கான வாழ்விடம். மனதைச் சதா செப்பம் செய்துகொண்டேயிரு. உன்னுள் கண்ட அந்த மண்ணை, அந்தக் காற்றை, அந்தப் பயிரை யாரும் மாசுபடுத்த முடியாது."

ஆதிரையும் இளையரும் அதைத்தான் செய்கிறார்கள். வசீகரமானதும் மனம் ஆசைப்படுவதுமான எண்ணங்களை வளர்க்கிறார்கள். அதற்கான எல்லாமும் செய்கிறார்கள். ரசனையை வளர்க்கும் தருணங்களில் ஒன்று இந்தத் தேநீர் நேரம். இடமும் பொழுதும் பொருள்களும் எண்ணமாய் மனதில் இறங்கி அவர்களின் வாழ்தளத்தைச் செப்பனிட்டு உன்னதமாக்குகின்றன.

"தூர வெளியிலிருந்து காற்று அள்ளி வரும் யாவும் மொழியாகத் தாவரங்களோடு கலந்திருக்கின்றன. தாவரங்களைக் காணும்போது இந்த மொழிகளையும் கண்கள் தீண்டுகின்றன. கேட்டிராத வார்த்தைகள் அதிர்ந்து காடே நம்மிடம் பேசுகிறது"

க.வை. பழனிசாமி

என்பாள் வனா. வனக்கூரையில் நின்று கைகளை விரித்துக் காற்றை அணைப்பாள். அந்த நேரம், காற்று ஒரு உடல் கண்டு தழுவும். ஆழமாக மூச்சிழுத்து, "காற்றே! என் தோழனே ... உயிரே" என்பாள்.

"ஒலியும் வாடையும் காற்றின் கரங்கள். காற்று பல நேரங் களில் தாய்போலத் தழுவும் – தந்தையாய்க் கூட்டிப்போகும் – முரடனாய் அடித்து எறியும் – வாசம் தந்து கிளர்த்தும். பன் முகம் கண்டு ஒளிரும் அரூப வசீகர உரு காற்று. சருகின் சிற்றோசை – மரங்களின் பேரோசை – ஆற்றின் மெல்லோசை – அருவியின் திமுதிமுப்பு – பத்து நூறாயிரம் காட்டுயிர்களின் உயிரோசை. எல்லாம் காற்றின் மாயம்" என உரக்கச் சொல்லி, "காற்றே உன்னை வணங்குகிறேன்" என்பாள்.

உடலோடும் உயிரோடும் காடு பின்னிக்கிடந்தது. வனத்தின் உடலையும் உயிரையும் 'க'வில் சதா காணும் முயற்சியில் தாங்கள் வெற்றி அடைந்ததாகப் பெருமைப்பட்டார்கள். இந்த வெற்றி நிலைத்திருக்கும் செயல்களில் மட்டுமே கவனம்கொண் டார்கள். புறமும் அகமும் பின்னிப்பிணைந்து ஒன்றான பொருள் கொண்ட இருப்பு.

மழை கொஞ்சம் நீண்டு கொட்டி அடங்கியிருந்தது. மழை யோசை ஆதிரைக்கு மிகவும் பிடிக்கும். மழையின் தனித்த ஓசை அல்லவே அது. அப்போது கேட்கும் ஓசைகள் காட்சி யாகும் மழைக்குப் பொருள் கூட்டிப் பார்க்கத் தூண்டும். மழைக்கு ருசி சேர்க்க மனதில் எண்ணங்கள் வளர்க்கத் தூண்டு வாள். மழை பெய்து முடியும்வரை அவள் மனம் அந்த ஈரத்தில்தான் படிந்திருக்கும். மழையைக் காட்சியாகவும் ருசிப்பாள். பல உடல்களில் அலையும் அதன் தோற்றம் திடு மெனப் பூமியின் மொத்த உருவாய் மாறும் அதிசயத்தை வியப்பாள். மழை கூரையில் விழும் சப்தம், இலை தழைகளில் விழும் சப்தம் எனச் சிறுபிள்ளையின் விளையாட்டாகத் தொடங் கும் மழை அவள் பார்த்திருக்கவே அசுர உடல்கண்டு நெருங்கும். அந்த உடலின் காலடிச் சத்தம் மலையெங்கும் கேட்கும்.

கண்களை மூடிக்கொண்டு காதில் விழும் மழையின் காலடி ஓசையை மட்டும் தனித்துக்கேட்பாள். மழைமகளின் நாட்டியமாய் உணர்வாள். மழையும் காற்றும் உடலாகவும் உயிராகவும் கலந்து திரியும். அந்த உடல் தீண்டி மர உடல்கள் சில சரிந்து விழும். மலையின் சரிவில் உச்சியில் என்று விரியும் அவளது ஆட்டத்தளம். ஓர் உடல் மறைந்து இப்போது பல உடல்கள் முளைக்கும். பெருகிய உடல்கள் நெருங்கி மேலும் நெருங்கி மழையாய், மழையாய் மட்டும் தெரியக்கிடக்கும்.

காணும் எல்லாமும் மழைதான். அப்போது தாவரங்கள் இல்லை, விலங்குகள் இல்லை, வானம் இல்லை. மழையைக் காணும் ஆதிரைதான் இருப்பாள். அந்த ஒன்றில் தானும் கரைந்து மழையாய் எல்லா இடத்தும் இப்போது ஆதிரை என்பாள் வியந்து.

"மழையாய் என்மீது இறங்கு" என்பான் ஆதிரையின் ஆதி. ஆதிரையிடம் எல்லாம் அதீதம்தான். அதீத வெறி அதீதக் கோபம் அதீதக் காமம் அதீத ஆசை அதீத அன்பு. அதீத உணர்வுகளின் மொத்த உருவாக அவள். பேருணர்வாளப் பெண் ஆதிரை. பெருமழையாய் அடித்து ஆதியை வெறுமையின் இடத்தில் எறிந்துவிட்டு வந்ததையும் அவள் அறியாள்.

க.வை. பழனிசாமி

15

கொதிக்கும் நீரில் தேயிலையைக் கொட்டினாள் ஆதிரை. நீரிலிருந்து மேலெழுந்த வாசம் முகர்ந்தாள். சற்றே நகர்ந்து ஜன்னல் ஊடாக வெளியே பார்த்தாள். அந்த இடத்திலிருந்து காட்டை வெகுதூரம் பார்க்கலாம். அடர்ந்த காடு வெகு அருகில் என்பதால் வனம்வாழ் காட்டுயிர்கள் வனக்கூரைக்கு எளிதில் வரும் போகும். ஆதிரைதான் இங்கு முதலில் வருவாள். அவள் இருக்கத் தீங்கேதும் நிகழாது எப்போதும். காணும் மிருகமும், தாவரமும் தானும் ஒன்றென உள்ளுக்குள் சொல்லியபடி பார்ப்பாள். பிறகு மேலும் உரக்கச் சொல்லுவாள் "இந்த வெளியும் நான்தான்" என்று. பார்ப்பது மட்டுமே இருக்கும். அரூபத்தின்மீது புற அசைவுகள் என்ன செய்யும்? அந்த மனசோடு இப்போது எல்லாவற்றையும் பார்த்துக் கொண்டிருந்தாள்.

பழுப்பு நிற முதுகு தெறித்த வரையாட்டைப் பின் தொடர்ந்த அவள் பார்வை, காட்டின் அடர்த்தியில் செருகி மீள மறுத்தது. காட்டெருதின் நீள்கொம்பை முட்டி மீண்டது பார்வை. காட்டையே அள்ளிவந்து தன்முன் கொட்டி மகிழ்ந்தாள். சட்டென உருமாறிய காடு சிறுகுழந்தையாக வனக்கூரையில் அங்கும் இங்கும் ஓடியது. கைதட்டி ஆர்ப்பரித்து ஆதிரையும் அதன்பின் ஓடினாள். குழந்தை மறைந்து ஒளிந்து போக்குக்காட்டியது. ஆதிரை அந்தக் குழந்தைக்குள் கரைந்தாள்.

நினைவு கண்டு விழித்த ஆதிரை சற்றே வெளியில் வந்து கீழிறங்கும் படிகள் ஒன்றில் உட்கார்ந்து வியன், கதா இருவரின் வருகைக்காகக் காத்திருந்தாள். காற்று அடர்ந்து உடலைத் தீண்டியது. ஈரமான காற்று நாசியிலும்

காதிலும் இறங்கியதை விரும்பி ஏற்றாள். காடு கரைந்து நீராய் ஓடத் தெப்பமாய் நனைந்திருந்தாள். குழந்தமைக்குள் கரைந்து கண்ட காடு உள்ளே விரித்தபடியிருந்தது.

தூரக் கிளைகளில் குயில்கள் கூவிப் பின் துணையைக் கண்ட சந்தோஷத்தில் மேலும் வசீகரமாய்க் கூவும் ஓசை பருகவிருந்த தேநீரில் கலந்தது. இரவு நோக்கிய மாலையின் நகர்தல் தீவிரம்கொள்ளத் தொடங்கவில்லை. காட்டின் எப்போது மான இருள்தான் அங்கு ஒளியாகப் படர்ந்திருந்தது.

சமைத்த உணவை யாரும் பார்க்காத இடத்தில் வனா மறைத்துவைத்திருந்தாள். தேநீர் அருந்துவதற்கு முன்பாக உண்ணும் சிற்றுண்டி இன்று அவள் பொறுப்பு. சமையல்கூட வேலைகள் குறிப்பிட்டு யாருக்கும் ஒதுக்கப்படவில்லை. எல் லோரும் சமைப்பார்கள். வாரம் ஒருவருடைய சமையல். தேவையான உதவியை மற்றவர்களும் செய்வார்கள்.

சுடர் சொல்லுவான், “சமையல்தான் உண்மையான கலை. தனித்துவம்தான் கலையின் தொடக்கம். ஒரே உணவை ஒவ் வொருவரும் அவரவர் பாணியில்தான் சமைப்பார்கள். ஒரே ருசியை எல்லோரிடமும் எதிர்பார்க்க முடியாது. இதுதான் உணவில் முதல் ருசி. உணவகங்கள் கவனம்பெறுவதும் இதனால் தான். கல்மீது வடிவம் காண முயலும் சிற்பியின் லயிப்பு சமைப்பதிலும் தேவை. பாட்டி வைக்கும் ரசம் வேறு யாருக்கும் வராது என்பதே தனித்துத் தெரிவதைத்தான் சுட்டுகிறது. ஒன்று இன்னொன்றுபோல இருக்க முடியாது என்பதன் பொருள்தான் தூக்கலாகத் தெரிகிறது. இதில் பாட்டியின் கெட்டிக்காரத்தனம் இரண்டாமிடம்தான்” என்று. ஆனால் சுடரின் நளபாகம் யாருக்கும் வராது. வனா காட்டில் இருப்பதுபோலச் சுடர் விரும்பிச் சமையல்கூடத்தில் இருப்பான். ஒவ்வொருநாளும் புது ருசி ஒன்றை அவனால் வழங்க முடியும்.

“படைப்பில் பல ஆயிரம் கோடி உயிர்கள் இல்லையா? அதுபோல உணவையும் படைக்க முடியும்” என்பான். தோட்டத் திலிருந்து பறித்த புதுக்காய்களை வெவ்வேறு வடிவில் வெட்டிப் பிரமிக்கவைப்பான். “எனக்கே தெரியாது இன்று என்ன சமைப் பேன் என்று. அந்த நேரத்து மனம்தான் அதை முடிவுசெய்கிறது” என்று அவன் சொல்வது உண்மை. கவிதை மாதிரி அந்த நேரத்தில் யாரோ வந்து சுடரிடம் சொல்லிப்போகிறார்கள் என்பாள் வனா. சுடர் சமைக்கும்போது கூடவே இருந்து பல நேரங்களில் கவனித்திருப்பதால் சுடருக்கு அடுத்த இடம் வனாவிற்குத்தான். உண்ணுவதில் முதல் இடம் தனக்குத்தான் என்பான் வியன்.

மேசைமீது எல்லாவற்றையும் கொண்டுவந்து வைத்தாள் வனா. தள்ளி நின்று எல்லாமும் ஒழுங்கில் இருக்கின்றனவா எனப் பார்த்துக்கொண்டாள். உட்கார்ந்த பின் யாரும் எதற்காகவும் எழுந்து போகக் கூடாது. வேண்டியதை அவர்களாகவே எடுத்துக்கொள்ள வேண்டும்.

வனா அண்ணாந்து பார்த்தாள். கூரையின் அழகு மனதில் நீராக இறங்கி நிரம்பியது. மரக்கிளைகள் அடர்ந்து மேற்கூரையாக ஆன அதிசயத்தை வியந்தாள். ஆதிரை சொல்லித் தேர்ந்த இந்த மரம் ரப்பர்போல வளையக்கூடியது. ஆனால் அது எல்லோருக்கும் சாத்தியமாகாது. மரத்தின் மீது காட்டும் பொய்யில்லாத அன்பும் பிரியமும்தான் இதனை எளிதாக்கும். வனா ஒரு மாத காலம் மரங்களோடு பழகிப் பின்தான் வனக்கூரைக்கான வேலைகள் செய்தாள். வனாவிற்கு அந்த நாட்கள் நினைவுக்கு வந்தன.

மரங்கள் அறியாது பூமியில் எதுவும் நடப்பதில்லை. எல்லா மரங்களும் பேசமாட்டா. சிலதே பேசும். அதில் ஒரு மரம் அவளிடம் பேசியது. பலமுறை முயன்றும் பிறகு அந்த மரம் பேசவில்லை. மீண்டும் பேசும் என்ற நம்பிக்கையை இழக்காதிருந்தாள். அதை இளையர் யாரிடமாவது பகிர்ந்துகொள்ள விரும்பினாள். இது நாள்வரை இது குறித்துப் பேசாதிருந்த வனா இன்று பேசலாமெனத் துணிந்தாள்.

ஆழமாக மூச்சிழுத்து வெளியில் வந்த வனா மரத்தின் கிளையொன்றைப் பற்றி நின்றாள். மரத்தில் ஊர்ந்து நகர்ந்த எறும்பு ஒன்று வனாவின் கைகளைக் கிளையாகக் கருதி நகர்ந்தது. அதைப் பற்றிய பிரக்ஞையின்றி வனாவின் பார்வை காட்டில் கிடந்தது. தாவரங்களையும் பூக்களையும் கண்ணில் தெரிந்த உயிர்களையும் பார்த்தாள். காட்டைப் பார்த்து ரசித்துக் கொண்டிருந்த வனாவைச் சிங்கவால் குரங்கு தன் இடத்திலிருந்து நகராமல் பார்த்துக்கொண்டிருந்தது. சற்று நேரம் கழித்து அருகில் மேலும் அருகில் வந்து அப்போதுதான் பறித்த வால்பேரியை அவள் கையில் போட்டுவிட்டு நகர்ந்தது. வனாவின் கண்களில் ஈரம் படர்ந்தது. தன்னிடம் அப்படிக் கொடுத்து நகர்ந்தது முருகனோ என மயங்கினாள்.

மரம் தன்னிடம் சொன்ன ரகசிய வார்த்தைகளை உள்ளே வைத்துக்கொள்ள முடியாது தவித்தாள். அந்த மரம் இருந்த இடத்திற்கு மீண்டும் செல்ல மனம் தூண்டியது. வனக்கூரையிலிருந்து சிறிது தூரம்தான் அந்த இடம். கால்கள் பரபரக்க வேகமாக நகர்ந்தாள். மரத்தின் உள்ளே மறைந்திருந்த வாசம் வனாவின் நாசியில் இறங்கியது. வீட்டுத் திண்ணையில் அம்மாவின் மடியில் படுத்திருப்பதான நெருக்கத்தை உணர்ந்தாள்.

மனம் நேற்றின் நினைவில் தோய்ந்தது. தோட்டம் பார்த்த வாறிருந்த திண்ணையில்தான் எல்லோரும் ஓய்வாக அமர்வார்கள். அப்பா கடையிலிருந்து திரும்பினால் சற்று திண்ணையில் அமர்ந்துவிட்டே வீட்டில் நுழைவார். திண்ணைதான் அப்பாவுக்கு முதல் உறவு. சாலையிலிருந்து மேலேரும் பகுதியில் வீடு. வனமும் கடலும் அவர்கள் கிராமத்திற்கு வெகு அருகில். காற்று எந்நேரமும் திண்ணையில் அலையும். திண்ணையில் பாட்டியோ அம்மாவோ அப்பாவோ இருக்கும்பொழுது ஓடிப் போய் அவர்கள் மடியில் படுத்துக்கொள்வாள். மடியும் காற்றும் சேர்ந்தது வனா வீட்டுத் திண்ணை.

மரம் அப்படியொரு நெருக்கத்தை மனதில் இறக்கியது.

"என் பிரிய மகளே வா... அருகே வா. என்னைச் சற்றே அணைத்துக்கொள்." வார்த்தைகளின் அர்த்தமாக மரம் அவளைத் தீண்டியது. ஓடிச் சென்று மரத்தை அணைத்தாள். கடலில் மடிந்துபோன அம்மா உயிர்கொண்டாள். வீட்டுத் திண்ணையில் அம்மாவின் மடியில் இருப்பதான சுகம். எதிர்த் திண்ணையில் அமர்ந்து பாட்டி தன்னையே பார்ப்பதாக நினைத்தாள். தூரத்தே நடந்து வரும் அப்பா. பாட்டியின் முதுகில் சாய்ந்து தம்பி. முருகனின் குழல் ஓசை காதில் விழுந்தபடியிருந்தது.

மரம் அவளை நேற்றில் கரைத்தது.

மரத்தோடு மரமாக நின்றுவிட நேரம் சிறிதே நீண்டு மரம் சொன்னது "மகளே உன்னிடம் கூறியதை யாரிடமும் சொல்லாதே. நீ வனத்தின் மகள். ரகசியங்களைப் பாதுகாக்க வேண்டும். இப்பொழுது நடக்கும் எல்லாமும் உனக்காகத்தான் நடக்கின்றன. நீ மகிழ்ச்சியாக இருக்க வேண்டும். உன் காலடி படும் இடமெல்லாம் உன் தேசம். பிரக்ஞை தீண்டும் கனவில் வாழ்வதை நீ மட்டுமே அறிந்திருக்கிறாய். வனம் இதை உனக்கு வழங்கியிருக்கிறது. அதன் காரணத்தை நீ அறிவாய். இதை ஆதிரை அறிய வந்தால்... துவண்டுபோவாள். நீ எப்பொழுது வேண்டுமானாலும் என்னைத் தேடி வரலாம். உயிரை... உடலை... இந்தக் கணத்திற்கு அர்ப்பணித்துவிடு" என்ற மரத்தின் வார்த்தைகளைக் கேட்டு உறைந்தாள்.

உண்மையில் மரம்தான் பேசியதா? அல்லது மனம் அப்படி நினைத்துக்கொண்டதா? மரத்தைப் பார்த்தாள். மெல்ல அசைந்து நெருங்கி விலகியது. மறைபொருளாய் மரம். வேகமாக நடந்து வனக்கூரைக்குத் திரும்பினாள்.

காட்டெருதுகளின் கறுத்த முதுகுகளின் உயரங்களைத் தாண்டி ஓடும் முயல்களைக் கண்ட ழ கவினை அழைத்துக் காட்டினாள். முயல்களின் அசைவு அவனுக்கு மிகவும் பிடிக்கும்.

க.வை. பழனிசாமி

மறைந்திருக்கும் முயலைக் கண்கொட்டாது பார்ப்பான். சிறிது தூரம் நடந்த கவின் மலைச்சரிவில் மல்லாந்து படுத்தான். ழ அவன்மீது முகம் தெரியப் படுத்துக்கொண்டாள். வசீகரம் அழுந்த இறுக்கமாக அணைத்தான். அவன் பெரிய உடலில் கரைந்தபடியிருந்தாள். தன் உள்ளுக்குள் ஓடும் ழவைத் திசுக் களில் நிரப்பிக்கொண்டான். இப்பொழுது அவள் அவனுக்கு உள்ளேயும் வெளியேயும்.

கண்களை மூடும்படி ழவை வேண்டினான். விழிகள் மூடாமல் தன்னையே பார்த்துக்கொண்டிருந்த அவள் இமை களை விரல்களால் வருடி மூடினான். மேலும் இறுக்கமாக அணைத்துக் காத்திருந்தாள். காட்டில் அப்போது எழுந்த ஓசைகளை வகை பிரித்துச் சொல்லத் தூண்டினான். ஓசையைக் கேட்டு அதற்கான வடிவத்தை மெல்ல அவன் காதில் முணு முணுத்தாள். மைனா இனத்தைச் சேர்ந்த நையாண்டிக் குருவி யிடம் ழ ஏமாந்து போனாள். மற்ற பறவைகள்போலவும் விலங்குகள்போலவும் ஓசை எழுப்பிய பறவையை அவளுக்குக் காட்டி மகிழ்ந்தான். நேரம் உணர்ந்து இருவரும் வனக்கூரைக்குத் திரும்பினார்கள். இன்று ழவிடம் கவினோடு கூடுதல் நெருக்கத் திற்கான மனம் வளர்ந்தபடியிருந்தது.

வியன் அப்போதுதான் கதாவோடு படிகளில் ஏறி வந்து ஆதிரையின் தோள்கள் பற்றி “க . . . டீயோடு கொறிக்க என்ன இருக்கிறது? பசிக்கிறது” என்றான். “வனா மட்டுமே அறிவாள். சாப்பிட வரும்போதுதான் மூடிய பாத்திரத்தைத் திறப்பாளாம். அறியும் ஆவல் வளர்கிறது. ஏதாவது சுவையாகக் கிடைக்கும் வா” என்று வியனின் கைகளைப் பற்றி இழுத்துப்போனாள். அருகில் அவனை உரசியபடி நின்ற மானுக்கு ஆதிரை கொஞ்சம் கேரட் துண்டுகள் கொடுத்தாள்.

உணவருந்தும் மேசையைச் சுற்றி எல்லோரும். கவினின் தோள் சாய்ந்தபடி வந்தமர்ந்தாள் ழ. “வனா பசிக்கிறது. ரெசிபியை மறைத்திருக்கும் திரையை விலக்கு” என வியன் சொல்லி முடிப்பதற்குள் அவன் தட்டில் வெஜிடபுள் சாண்ட்விச் அதைச் சுற்றி வேகவைத்த பலவண்ணக் காய்களும் பழங்களும்.

“வனா உன் ரெசிபியைப் பார்த்துக்கொண்டேயிருக்கலாம் போல இருக்கிறது” என்ற வியனை இடைமறித்த கதா, “பார்த்துக் கொண்டே இரு, நாங்கள் சாப்பிடுவதையும் சேர்த்து” என்றாள்.

“உணவு பார்க்க வண்ணமயமாக இருக்க வேண்டும். ‘பசியும் உணவும்’ காமம் ஈர்க்கும் காதல் கொண்ட ‘ஆண் பெண்’ கலப்புபோல. கலை எதிலும் இருக்கிறது என்பதை வனா தன் உணவில் காட்டியிருக்கிறாள். சுடரின் முதன்மை

பறிபோய்விடுமோ என அச்சமும் எழுகிறது." வியன் எழுந்து வனாவைத் தழுவித் திரும்பினான்.

"உணவின் சுவையில் கரைய அனுமதி வியன். இறங்கும் சுவையில் வனாவை ஆராதிக்கிறோம்."

தனது தட்டில் இருந்த உணவில் கொஞ்சம் எடுத்துக் கதா வியனுக்கு ஊட்டினாள். வனாவின் உணவை ருசித்தபின் தேநீர் அருந்தும் நேரம் தொடங்கியது. அப்போது எல்லோரும் தரையில் அமர்ந்திருந்தார்கள். அவரவர் விருப்பம்போல உட்கார்ந்துகொள்ளலாம். பேச்சு துளியும் இருக்காது. காட்டின் அந்த நேரத்து ஓசை மட்டுமே காதில் விழும். மெல்ல அதையும் விலக்கச் சொன்னாள் வனா. மனம் இப்போது அருந்தும் தேநீரில் மட்டுமே இருக்க வேண்டினாள். நேரம் நீண்டது. மனம் தேநீரில் இருந்து வெளியில் வந்தபோது உடலில் இரு மடங்கு சக்தியை உணர்ந்தார்கள்.

16

வண்ணம் ஒன்று மனதில் தோன்றிக் கவினை அலைக்கழித்தது. கண்கள் அந்த வண்ணத்தை வெளியே தேடின. காணும் எதுவும் மனம் தேடும் வண்ணமாக இல்லை. வண்ணம் உள்ளேயா? வெளியேயா? குழப்பமாக இருந்தது. உள்ளே வெளியே என்று பிரித்துப் பார்க்கவும் முடியவில்லை. கேன்வாஸ் பரப்பில் தீட்டும் ஏதோ ஒரு வண்ணம் என்பதாகச் சமாதானம் செய்துகொண்டான். பெயரிட முடியாததாகவும் அதேசமயம் நெருக்கமானதாகவும் அதை அவனால் உணர முடிந்தது. வாசனை போலவும் ஒரு வெளிபோலவும் உருவமற்று உயிரில் நிரந்தரம்கொண்ட ருசியாகவும் உள்ளே பெருகிக்கொண்டிருந்தது. அடர்ந்து பெருகிய 'வண்ணம்' அவனை வேறு எங்கும் நகர முடியாது கட்டிப்போட்டது. எதன் விளைவு இதுவென்ற தேடலுக்கு நகர்ந்த நிகழ் இருப்பு பிடித்திருந்தது. கோட்டுருவத்திலிருந்து வண்ணத்திற்கு மாறிய போதிருந்த அதே மனம் இப்போது அவனிடம். ஒருவிதப் பரவசம் வளர்வதும் அதில் மிதப்பதுமான லயிப்பு. தான் அதன் நிறம் தேடி அலையும் உடலாகத் திரிவதாகத் தன்னளவில் அறிந்திருந்தான்.

கண்மூடி மனதிலிருந்த நிறத்தின்மீது படிந்தான். உடல் தீண்டுவதுபோல முதலில் உணர்ந்து வியந்தான். அதை முழுதாக உணர்வதற்குள் வண்ணத் திரவமொன்றில் அமிழும் திளைப்பு. அவன் கைகள் கேன்வாஸ்மீது அலைந்தன. உள்ளிருந்த வண்ணத்தை அப்படியே கொண்டுவர முயன்றான். அந்த வண்ணம் அதில் இல்லை யென உள்ளிருந்து குரல் ஒலித்தது. மேலும் அதில் ஈடுபடாது வெளியில் வந்தான். தோட்டம் முழுவதும் மழை

ஈரம். வெளியே கண்ட வண்ணங்களில் எதுவும் உள் ளிருந்த வண்ணத்தோடு பொருந்தவில்லை. ஒவ்வொரு பூவிலும் செடியிலும் மரத்திலும் அந்த வண்ணத்தைத் தேடினான்.

நேற்று இரவில் தான் கண்ட அபூர்வக் காட்சியை மீண்டும் நினைத்துப் பார்த்தான். தன்னை இப்படி அலைக்கழிக்க அப்படி என்ன நடந்ததெனக் கவனமாக யோசித்தான். இரவு பெய்த மழையில் மின்னலின் நடுவே பார்த்த பூமீதான வண்ணம்தான் தன்னை இப்படி விரட்டுவதாகப் பட்டது. அப்படியானால் அது பூவின் வண்ணமா? அதற்கு முன் பார்த்திராத வண்ண மாகத் தனக்கு ஏன் அது தோன்ற வேண்டுமெனவும் யோசித் தான். இருட்டில் மின்னல் வெளிச்சத்தில் கண நேரமே தெரிந்த செடியின் பூவில் பார்த்த வண்ணம் தன்னை இந்த அளவிற்குப் பாதிக்குமா எனவும் தனக்குள் கேட்டுக்கொண்டான். செடியும் அந்தப் பூவும் நினைவுக்கு வர அந்த இடத்திற்குச் சென்று அதன் வடிவத்தையும் நிறத்தையும் காண முயன்றான்.

அதே இடம், அதே செடி. ஆனால் இரவு மழையின்போது மின்னலில் பார்த்த பூவும் இல்லை வண்ணமும் இல்லை. அப்போது பார்த்த எல்லாமும் கொஞ்சம் கொஞ்சமாக நினை வுக்கு வந்தன. மின்னல் அப்போது மழைத்துளிபோலச் செடி மீது விழுந்துகொண்டிருந்தது. இவன் விரும்பிக் காணும் பெரிய மரத்திலிருந்து சற்றுத் தள்ளியிருந்த செடிகளில்தான் பூக்கள் அதிகமிருக்கும். பூக்களுக்காகவே வனா அந்த இடத்தைத் தேர்வுசெய்திருந்தாள். வனா அந்த இடத்தை நிறங்களின் வீடு என்பாள். அங்கிருந்த ஒரு செடியில்தான் நேற்று இரவு அந்தப் பூவைப் பார்த்திருந்தான். வண்ணம் மட்டும் பெயரிட முடியாத ஏதோ ஒன்றாக நழுவுகிறது.

மின்னல் மழைத்துளியாக விழுந்த அதிசயம் உலருவதற்குள் ஒளியில் எல்லாமும் மறைந்து அந்தப் பூ மட்டும் தெரிந்தது. சற்று நேரத்தில் அதுவும் தன் வடிவம் அழிந்து இன்னதெனக் கூற முடியாத வசீகரத் தோற்றத்தில் நெருங்கிப் பிறகு வண்ண மாக மனதில் இறங்கியது. மனம் அப்படிப் பார்த்ததா? வெளியில் அப்படி நிகழ்ந்ததா? செடியிலிருந்த பூக்கள்மீது மீண்டும் பார்வை சென்றது. அதில் நேற்று இரவு பார்த்த பூவைத் தேடினான். பரிச்சயமான நிறம்தான் எல்லாப் பூக்களிலும்.

அப்படியானால் இரவில் இந்தச் செடியில் பூத்த பூ எது? பார்த்த கணத்தில் பூத்த பூ செடியின் பூ அல்லவோ? யாரோ பின்னாலிருந்து நகைப்பதாக உணர்ந்து திரும்பினான். யாரும் இல்லை. ஆனால் நகைப்பின் ஈரம் செவியில். அருகிலிருந்து ஏதோ வாசம் எழ அந்த இடத்தைக் கவனமாகப் பார்த்தான்.

மாற்றம் எதுவும் வெளியில் இல்லை. வாசம் அடர்ந்து தன்னைத் தீண்டுவதாக உணர்ந்து நாசியால் அதன் வடிவம் தேடினான். கழுத்தில் மார்பில் விரல்கள் அலைவதைப் பிரக்ஞைபூர்வமாக உணர்ந்தான். கண்மூடி ஸ்பரிசத்தைத் தன்னுள் நிறைத்துக் கொண்டான்.

வாசம் இப்போது கொஞ்சமும் இல்லை. தனக்கு மிகவும் நெருக்கமான உடலின் தீண்டலை உணர்ந்தான். மார்பில் அலைந்த விரல்களின் வழியே உருவம் பிடிபட ஆச்சரியத்தில் மூழ்கினான். "பூஆ ..." எனச் சத்தமாகவே கத்தினான். அதே கணத்தில் நேற்று இரவு பார்த்தச் செடியில் அந்தப் பூ முன்பு பார்த்த வண்ணத்தில் மலர்ந்திருந்தது. வண்ணம் நிரந்தரம் கொண்டு காட்சியில் அழியாதிருந்தது. கவின் அதன் வண்ண மானான். கேன்வாஸ் பரப்பில் அதை இறக்க மேலுமான அனுபவம் விழைந்தான். கால்கள் பூவிடம் செல்லப் பரபரத்தன. ரகசியம் பிடிபட்டதும் அவளைக் காணும்வெறி வெடித்துப் பெருகியது. உடனடியான அனுபவத்திற்கான வேட்கை.

ஓவியம் முழுமை காணாததின் உண்மை பிடிபட்டது.

வானம் வண்ணமாகத்தான் மனதில் இறங்குகிறது. பார்ப் பது, சுவைப்பது எல்லாமே அவனுக்கு நிறங்களாகவே தோன்று கின்றன. பார்க்கும் எதுவும் வண்ணமாக மாறித்தான் மனதில் இறங்கி அனுபவமாகிறது. அதனால்தான் கேன்வாஸ் முன் மிக எளிமையாக இயங்க முடிகிறது. பூவை அப்படிப்பட்ட வண்ணத்தில் கொண்டுவரத்தான் உள்ளே ஏதோ நடந்துகொண் டிருந்தது. பூ அபூர்வ வண்ணம் என்பதால் எளிதில் பிடிபட வில்லையோ!

வண்ணக் கலவையாகத் தோற்றமளித்த பூவைக் கேன்வாஸ் மீது வடிவமாக்கும் எண்ணம் தீவிரம்கொண்டு வளர்ந்தது. அதே மனத்தோடு வெளியில் வந்த கவின் தோட்டத்தில் ஆதிரையைப் பார்த்ததும் அவளருகில் சென்று அமர்ந்தான். வாசிப்பில் மூழ்கியிருந்த ஆதிரை கவின்மீது மெல்லிய புன்னகை ஒன்றைத் தெறித்துவிட்டு மீண்டும் வாசிக்கத் தொடங்கினாள். முந்தைய மனநிலையில் இருந்திருந்தால் அவள் படித்து முடிக்கும் வரை காத்திருந்திருப்பான். இந்தப் பொழுதின் மனம் பூவிடம் இருந்தது. கோடி வண்ணங்கள் கண நேரத்தில் தோன்றி மறைவதுபோலப் பிடிபடாத காட்சியாக உள்ளிருந்த வண்ணம் அவனை அலைக்கழித்தது.

"க ... படித்துக்கொண்டிருங்கள். கொஞ்சம் நடந்துவிட்டு வருகிறேன்" என்று சொல்லிவிட்டுக் கீழிறங்கும் காட்டில் நடக்கத் தொடங்கினான். சிறிது தூரமே நடந்திருப்பான்.

"கவின்" என்று உரக்கக் கூவியபடி ழ மரத்தின் பின்னா லிருந்து குதித்து வழிமறித்து நின்றாள்.

"எங்கே போகிறாய்? இருவரும் போவதாக முன்பே பேசி யிருந்தோமே, மறந்துவிட்டாயா?" என எகிறிக் கழுத்தில் கைகளைக் கோத்து ஆடினாள். அகன்ற அவன் மார்பில் அவள் ஆடியது ஹாலில் கட்டிய ஊஞ்சலின் ஆட்டம்போல விரிந்திருந்தது. நிமிர்ந்து நெடிதாக நின்று அவளை ஆடவிட் டான். மாலைபோலக் கழுத்தில் கிடந்த அவள், உடலாக அல்லாமல் வண்ணமாகப் படிந்தாள். கலையின் முழுமை பிரக்ஞையில் இறங்கும் தீண்டல். அரூப உடலாகவும் கையில் அகப்படாத பொருளாகவும் அவன்மீது படிந்துகொண்டிருந் தாள். பெண்ணுடலின் சாதாரண ஈர்ப்பாக அவளை அவன் நினைக்கவில்லை. மனம் அப்போது எதை விரும்பியதோ அதைத் தந்துகொண்டிருந்தாள். அவளை அப்படியே அணைத்துத் தீண்ட முயன்றான். அவள் கவின் கைகளுக்கு அகப்படவில்லை. அவன் கைகள் வண்ணச் சேற்றில் அலைந்தன. தன் உடலை அப்படியே அந்தச் சேற்றில் எறிந்தான்.

தன் வண்ணமேறிப்போன அவனைப் பார்த்துப் பரவச மடைந்தாள். கவினுடைய கைகளைப் பற்றிக்கொண்டு நெருங்கி அவன் கண்களைப் பார்த்தாள். கண்கள் மட்டும் தெரிந்தன. இறுக்கமாக அணைத்து இன்னும் தீவிரமாகப் பார்த்தாள். கண்களாகத் தெரிந்தான் கவின். உடலை அந்தக் கண்களில் இறக்கினாள். உள்ளே மேலும் உள்ளே என்று பயணித்தாள். இப்போது அவன் இல்லை. அவளும் இல்லை. கரைவது மட்டுமே நடந்துகொண்டிருந்தது. கரைபொருளும் கரைப்பானும் தம் பெயர்கள் இழந்து கரைசலாக மாறிய இடமொன்றில் உணர்வு திரும்பும்வரை அப்படியே இருந்தார்கள்.

இப்படியான ருசியைத் தீண்டும்போதெல்லாம் இந்த வாழ்வு நிஜம்தானா எனும் ஐயம் எல்லோருக்கும் அவ்வப் பொழுது வரும். ஏதாவது ஒரு வகையில் அதைத் தீர்த்துக்கொள்ள முயல்வார்கள். ழ கவின் முதுகில் சட்டென்று ஏறிக்கொண்டு தோட்டம் முழுவதும் அப்படியே சுற்றச் சொல்லி அடம் பிடித்தாள். "இது என்ன சிறுபிள்ளை விளையாட்டு" என்றான் கவின்.

"உனக்கு அது புரியாது. நான் சொல்வதைச் செய்" என்றாள். அவன் உடல் சாய்ந்த தீண்டலோடு "கனவல்ல உண்மை... வாழும் இந்த நொடி நிஜம்" என்று தனக்குள் சப்தமாகவே சொல்லிக்கொண்டாள்.

க.வை. பழனிசாமி

"என்ன சொல்கிறாய் நீ?" என்ற கவினிடம் தனக்கு வந்த சந்தேகத்தைக் கூற, "எனக்கும் அப்படித்தான் தோன்றுகிறது. கீழே இறங்கு உன் சந்தேகத்தைத் தீர்க்கிறேன்" என்றான் கவின்.

இறங்க மறுத்த ழ, தோள்மீது இறுக்கமாகச் சாய்ந்து "தோட்டமெல்லாம் சுற்றிவா" என்றாள். அவன்மீது அவள் உடல் உடும்பாக இறுகியது. "ஆனந்த இறுக்கம்" என்றான். அப்படியே அவளைச் சுமந்துகொண்டு அங்கும் இங்கும் அலைந்தான்.

கவின் அவளைத் தூக்கிக்கொண்டு நடந்ததைப் பார்த்த ஆதிரை "பெரிய மூட்டையைச் சுமக்கிறாய் முதுகு பிடித்துக் கொள்ளப்போகிறது. கவின் ஜாக்கிரதை" என்றாள்.

உடல்கள் இரண்டும் பின்னிப்பிணைந்து புது உடல் கண்டுகளித்தன. களிப்பின் தீ வான் தொட்டு எரிந்தது. எரியும் நெருப்பால் உடல்களில் கதகதப்பு ஏறியது. அப்போது அவளிடம் கால்கள் இல்லை கைகள் இல்லை. ஒவ்வொன்றாய் இழந்து இறுதியில் ஆகாய வெளியாக நின்று கோடி நட்சத்திரங்களைப் பெருக்கினாள். புது உடல், புது உயிர் ஜனித்துக் 'க'வில் திரிந் தார்கள்.

குதிரைமீது பயணிப்பதுபோல உடலைக் குலுக்கி ழ அவன் காதுகளைப் பிடித்து ஆட்டினாள். ருசியேறிய உடல் அவன் மீது பதிந்து கரைந்து உடலெங்கும் ஓட "சீக்கிரம் இறங்கு" என்று தரையில் தள்ளிக் கீழே விழுந்த ழமீது கவிந்து முத்த மிட்டான் கவின். யாரின் இருப்பும் தீண்டாது அப்போது ஜனித்த பிரக்ஞையின் உடலாக இருவரும் இருந்தார்கள்.

கண்படாத வண்ணமாக ழ கேன்வாஸ் பரப்பில் இறங்கினாள்.

17

வனா மிகவும் விரும்பும் காடு வெகு அருகில். வண்டியைத் தூரத்தில் நிறுத்திவிட்டு மலைக்காட்டின் ஊடாக நடக்க வேண்டும். பரவசம் பற்றி எரிக்க நடந்து கொண்டிருந்தாள். மலைக்காடு என்பதால் ஏறி இறங்கி நடக்க வேண்டியிருந்தது. தடம் எனத் தனியாக ஏதும் இல்லை. வனாவின் மனம்தான் பாதை. வனாவின் பெரும்பசிக்குக் காடே உணவு. தான் சுவைத்த எல்லா வற்றையும் ஆசை ஆசையாகப் பகிர்ந்தவாறு நடந்தாள். அவள் கால்தடம் பற்றி மற்றவர்களும் நடந்தார்கள். பார்த்த ஒவ்வொரு பூவிலும் அவளுக்குச் சொல்ல ஆயிரம் செய்திகள் இருந்தன. மரங்கள் அடர்ந்திருந்த இடத்தில் நின்று உறவுகளைப் பார்ப்பதுபோல ஆசையாகப் பார்த்தாள்.

"விண்ணையும் மண்ணையும் மரங்கள்தாம் இணைக்கின்றன. அவற்றுக்குத் தெரியாமல் பேரண்டத்தின் எந்தப் பகுதியிலும் எதுவும் நடக்க முடியாது. மரங்கள் மறை பொருளின் கண்கள், காதுகள். மலைமக்களுக்கு மரங்கள் தாம் தெய்வம். மனித மொழிக்குள் வராத அர்த்தங்கள் மரங்களில்தாம் சேகரமாகிக்கிடக்கின்றன. மரங்களின் மொழி வசப்பட்டுவிட்டால் பெருவெளியின் பிரஜை யாகத் திரியலாம். மரங்களை அழிக்கும் மனிதர்களின் உடல் சிதையில் சாகாது எரியுமென என் சிறு வயதில் பாட்டி பலமுறை கூறியிருக்கிறாள்" என்று கூறி மரங் களின் மீது பயத்தையும் அதீத நெருக்கத்தையும் ஒருசேர ஏற்படுத்தினாள்.

வனா காணும் மரத்தை வேறு யாராலும் பார்க்க முடியாது. சற்றுத் தூரத்தில் நின்று பள்ளத்தாக்கின் கீழே எதையோ பார்த்துக்கொண்டிருந்த கதிரைச் சத்தமாக

அழைத்தாள். அருகில் வந்த அவனிடம் "அங்கே என்ன பார்த்தாய்?" என்றாள். "என்னைத்தான் பார்த்துக்கொண் டிருந்தேன்" என்றான். வனா தனக்குள் சிரித்துக்கொண்டாள்.

"பார்த்தல் என்பது தொடர்பாக ஏதோ சொல்லத் தோன்று கிறது" என்றாள் கதிரைப் பார்த்து. அவளே பேசட்டும் எனக் காத்திருந்தான். "உன்னிடம் கேட்க நிறையவே வைத்திருக்கிறேன். இருந்தாலும் எல்லாவற்றையும் கேட்டுத் தொல்லைப்படுத்த மாட்டேன். கேட்காமல் இருக்க முடியாது என்று தவிக்கும் போது கேட்பேன். இப்போது அப்படித்தான் இருக்கிறேன்" என்று அவனை நெருங்கிச் சொன்னாள்.

"பார்வையும் பார்க்கப்படும் பொருளும் ஒருபோதும் முழுமையாகச் சந்திப்பதில்லை. பார்க்கப்படும் பொருள் முழு தாகப் பார்க்கப்படாமலேயே இருக்கிறது. சரிதானா கதிர்?" சிந்தனையிலிருந்து விடுபடாமல் கேட்டாள்.

கொஞ்சம் யோசித்த கதிர் "சரிதான் வனா. எந்தப் பொரு ளும் யாராலும் முழுமையாகப் பார்க்கப்படுவதே இல்லை. பார்ப்பதாக நாம் பேசுவதெல்லாம் நம்மைத்தானே தவிர அந்தப் பொருளை அல்ல."

"சிறு சந்தேகம் அதை மட்டும் கேட்கிறேன். பார்க்கப்படும் பொருள் உண்மையில் அதுவாக எப்போது பார்க்கப்படுகிறது?"

கதிர் சிறிதே யோசித்தான். பார்ப்பது என்பது மனிதர் களோடு மட்டும் தொடர்பானதா? இருத்தல் என்பதே பார்க்கப் படுவதுதானோ! 'இருத்தல்' யாருடைய கூற்று? கேள்விகளைத் தனக்குள் கேட்டுக்கொண்டான்.

"மரம் தெரிகிறது. இந்த இடத்தில் நின்று பார்த்தால் யாருக்கும் நான் பார்க்கும் இந்த மரம் தெரியும். ஆனால் இதில் ஆச்சரியம் என்னவென்றால் நான் பார்த்த அல்லது பார்க்கிற மரத்தை, நீ ஒருபோதும் பார்ப்பதே இல்லை. என் கண்படும் இடத்தில் பார்வையாவதை மற்றொரு கண் பார்க்க முடியாது. நான் காணும் நிலாவை நீ பார்ப்பதே இல்லை. இது எல்லாவற்றிற்கும் பொருந்தும். ஒவ்வொருவரும் அவரவர் மனதில் இருக்கும் மரத்தையும் நிலவையும்தான் பார்க்கிறார்கள். ஒரு மரம், ஒரு நிலா பலகோடியாய் பெருகும் அதிசயத்தைக் கவனித்தாயா? ஆனால் மரமும் நிலவும் இன்றுவரை பார்க்கப் படாமலேயே இருக்கின்றன. நீ சொல்ல வந்தது இதுதானே வனா? உன் சந்தேகத்திற்கான பதிலும் இதில் இருக்கிறது. எதுவும் அதுவாக ஒருபோதும் பார்க்கப்படுவதே இல்லை. பார்க்கும் சாத்தியம் இருப்பதாகவும் தோன்றவில்லை" என்றான்.

"ஆம் கதிர். அப்படித்தான் தோன்றுகிறது. பார்க்கப்படுவதால் உள்ளே தோற்றம்கொள்வதைத்தான் பார்க்கிறோம்" என்றாள். கதிர் பேசட்டுமெனக் காத்திருந்தாள்.

"கடலின் ஆழத்தில், பேரண்டப் பரப்பில், பார்வை கொள்ளாத பரப்பு பெரிதினும் பெரிது. முயலின் கண்ணில் படும் மரத்தையோ நிலவையோ என்றைக்கும் நாம் பார்க்க முடியாது. உயிர்கள் தோற்றம்கொள்வதற்கு முன்பிருந்த பெரு வெளி யார் பார்த்து இருந்தது? அந்த வெளியை அந்த வெளியின் பொருள்களை அன்று பார்த்த கண் எது? யாரும் பார்வை கொள்ளாத இருத்தலோ அது? நீ சொன்னதன் மீதான பொருள் கொள்ளும் முயற்சி" என்று கதிர் கூறி முடித்ததும் அவர்கள் பேசியதை மௌனமாகக் கேட்டுக்கொண்டிருந்த ஆதிரை சொன்னாள் "பார்க்கப்படாத இடத்தில்தான் நம்க இருக்கிறது, இருக்க வேண்டும்" என்று.

ஆதிரையின் வார்த்தைகளில் மூழ்கிய வனா வியனின் குரல் தீண்டித் திரும்பினாள். மரங்களைக் கட்டியணைத்துக் காதுகளை மர உடல்களில் பதித்திருந்த வியன் அந்த இடத்திலிருந்தபடியே கூவினான். "வனா காதுக்குள் எறும்பு புகுந்து கடிக்கும் வலிதான் தெரிகிறது. போதிமரம் புத்தனுக்குத்தான் ஞானம் தரும். மரங்கள் உன்னோடு மட்டும்தான் பேசும்" என்றான்.

"மனதை மரத்தில் மட்டும் குவியவிடு. அப்போதுதான் மனம் அதன் உயிரில் கலக்கும். நீயும் அதுவும் ஓர் உயிராகும் கணம் மரத்தின் மொழி பிடிபடும்" என்று வியனின் காது மடலைத் திருகிப் "புரிந்ததா?" என்றாள். தலைசாய்த்துத் தாடையில் கைவைத்து வியன், "புரிந்தது வனா" என்றான் ஏதும் விளங்காமலேயே.

மரத்தின் வாடை வெப்பமாக உயிரில் கலந்து நிலைத்து விடுவதை அவர்கள் உணர்ந்தே இருந்தார்கள். மரங்கள் அடர்ந்த இடத்தைக் கடந்து வெளியே வரும் உடல் புதிதாய்த் தோன்றும். அப்படியாக ஆகவென மனதைச் செப்பம் செய்வாள் வனா. தாவர உலகை விரித்து அதை மனித உலகினும் மேலானதாக ஆக்கும் மனத்தி – வனத்தையே தேசமாக உணரவைத்துக் காட்டுயிர்களோடு அவர்களையும் கலந்துபோகவைப்பாள்.

"எறும்பின் ஒரு நாள் கழிந்த கதை தெரியுமா?" என்று வனா அவர்களிடம் வினவினாள். 'ஒரு நாள் கழிந்தது' என்ற மானுடக் கதைதான் நமக்குத் தெரியும். எறும்பின் ஒரு நாள் கழிந்த கதையை உங்களுக்குச் சொல்கிறேன்" என்றாள். வனா சொல்லச் சொல்ல மனிதர்கள் அறியாத உலகம் ஒன்று விரிந்தது.

க.வை. பழனிசாமி

நடந்துகொண்டே சில இடங்களில் நின்று எறும்பின் இடத்திலிருந்து வார்த்தைகளை உதிர்த்தாள்.

மரத்தின் உச்சிக் கிளையிலிருந்து தொடங்கும் அந்த எறும்பின் வாழ்க்கையை விவரணப்படுத்தும் கதை எழுத்தை வனா சொல்லத் தொடங்கினாள். காணும் எந்த உயிரையும் அக்கறையோடு பார்க்கும் அவள்மீது கவனம்கொண்டு கேட்டாள் கதா. எறும்பைப் பற்றிய தகவல்களும் மற்ற உயிர்களின் இருத்தலுக்கான விவரங்களும் இடையே தெறித்தபடி நகர்ந்தது அச்சில் ஏறாத வனாவின் எழுத்து.

நடந்துகொண்டிருந்த வனா சட்டென ஓரிடத்தில் நின்றாள். அவள் நின்ற இடத்தில் ஒரு கம்பளத்தை விரித்து அமர்ந்தார்கள். பகல்பொழுதை முழுவதுமாகக் கழிக்க எல்லாமும் அருகில் இருக்குமாறு பார்த்துக்கொண்டார்கள். சுள்ளிகள் பொறுக்கி எரித்த நெருப்பில்தான் சமையல். சுட்டுச் சாப்பிட்டதுதான் அதிகம். காய்களும் கிழங்குகளும்தாம் பிரதானம். வீட்டில் தினமும் சாப்பிட்ட உணவைத் தவிர்த்தார்கள். வேர்க்கடலையையும் பலாக்கொட்டையையும் நெருப்பில்போட்டுக் குச்சியால் துழாவித் தேடி ஒவ்வொன்றாக எடுத்து ருசிப்பதும் அந்த ருசியிலிருந்து பேசுவதுமாகப் பொழுது கழிந்தது. வியன் அப்பபடிப்பட்ட நேரத்துக்கான மதுக்குப்பியை எடுத்தான். அருவி நீரில் கலந்து குடிக்கவெனக் காத்திருந்தார்கள்.

தூக்கு ஒன்றைக் காரிலிருந்து சுடர் எடுத்துவந்தான். பெரிய தூக்கு. வனாவை அழைத்துக்கொண்டு அருகிலிருந்த அருவிக்குச் சென்றான். வெகுதூரம் கடந்துவரும் நீர் என்பதால் தெளிந்திருந்தது. குனிந்து கைகளில் அள்ளிப் பருகிய வனா மேலும் உயரத்தில் ஏறிச் சுடரையும் அந்த இடத்திற்கு அழைத்தாள். பாறைகளின் ஈரமும் செடிகளின் அடர்த்தியும் ஏற முயன்ற சுடரைச் சிரமப்படுத்தின. வனா அருகில் வந்து லாவகமாக அழைத்துப்போனாள்.

“சிறு வயதுப் பழக்கம். அதனால் எளிதாக ஏறுகிறாய்” என்றான்.

“ஆமாம் சுடர். அருவியும் இந்தப் பாறைகளும் முருகனை நினைவூட்டுகின்றன. கால்சராயில் பலாக்கொட்டைகள் நிறைய வைத்திருப்பான். சுள்ளிகள் பொறுக்கித் தீ இட்டுச் சுட்டுத் தருவான்.” ஏதோ யோசித்துப் பிறகு கேட்டாள் “ஆண் பெண் உறவுக்குப் பொருள் என்னவென்று சின்ன வயதில் தெரியுமா? முருகனும் நானும் ஆணாகவோ அல்லது பெண்ணாகவோ இருந்திருந்தாலும் இப்படியான நெருக்கம் இருந்திருக்குமா?”

சுடர் கொஞ்சம் சிரமப்பட்டே மேலேறிக் கொட்டிய நீரை நேரடியாகத் தூக்கில் பிடித்துக்கொண்டான். வனாவை

அருகில் அழைத்து அணைத்தவாறு "பால் வேறுபாடுதான் இப்படியான நெருக்கத்துக்குத் தூண்டல். அது இயற்கையானது. சிறு குழந்தைக்கு அது புரியாது. வளர வளரப் புரிந்தும் புரியாமலும் இருக்கும். இதோ இப்படி வளர்ந்த பின்பு ..." எனச் சற்றே நிறுத்தி அழுத்தமாய் முத்தமிட்டு "வசீகரம் தந்து பிணைக்கும்" என்றான். வனா மீண்டும் முருகனின் நினைவோடு பேசினாள்.

"அருவியை ஒட்டியே மேலே மேலே ஏறுவோம். தூரத்தி லிருந்து திரண்டு வரும் நீரைப் பார்த்துக்கொண்டே நடப்போம். பெரிய அருவி அல்ல. காடு சூழ்ந்த சிற்றருவி. மரங்களும் பாறைகளும் அதற்கு அழகு. கண்களை மூடினாலும் அருவி தெரியும். ஓசைதான் அருவி. இப்போதும் கண்களை மூடினால் அந்தச் சப்தம் கேட்கும். அதில் முருகனின் புல்லாங்குழல் ஓசையும் கலந்தேயிருக்கும். அருவி நீரை அள்ளிக் குடிக்கும் போது குழல் இசையும் கலந்தேயிருக்கும். புல்லாங்குழலை இடுப்புப் பட்டையில் செருகியிருப்பான். பாட்டி வாங்கித் தந்ததாகப் பெருமையாய்ச் சொல்லுவான். உயரத்தில் பெரிய மரம் ஒன்றிருக்கும். கொத்துக் கொத்தாகப் பூக்கள் மலர்ந் திருக்கும். பூக்களின் வாசமும் அம்மாவின் உடல் வாசமும் ஒரே மாதிரியாக இருக்கும். அம்மா உடலில் தேய்த்துக் குளித்த வாசனைப் பொடியில் இந்தப் பூவும் கலந்திருந்ததோ?

"பெரிய மரத்தின் கீழே அகலமான பாறை. அதில்தான் அதிக நேரம் உட்கார்ந்திருப்போம். கால்சராயிலிருந்து மாங்காய் எடுத்து அருவி நீரில் கழுவிக்கொண்டு வருவான். உப்பு மிள காய்க் கலவை அந்த நேரங்களில் அவனிடம் இருக்கும். மாங் காயைப் பாறையில் மோதி உடைப்பான். பளீரெனச் சிரிக்கும் மாங்காயில் உப்பு மிளகாய்த்தூள் தூவி 'இந்தா சாப்பிடு' என்பான். அவன் மடியில் படுத்துக்கொண்டுதான் சாப்பிடு வேன். பெரிய வீரன் மடியில் படுத்திருப்பதாக உணர்வேன். நான் கடித்த மாங்காய்க்குக் காத்திருப்பான். அது தெரியாத மாதிரி மென்றபடி கண்மூடியிருப்பேன். தலையில் நறுக்கென்று குட்டுவான். சிரித்துக்கொண்டே பெரிய துண்டாய்க் கடித்து அவன் வாயில் திணிப்பேன். குட்டிய இடத்தை அப்போது அவன் கைகள் வருடும்.

"ஆமாம் பால் உணர்வு சார்ந்த அன்புதான் அது. அற்புத மான நேரங்கள் இல்லையா சுடர்? அப்போது அப்படி நினைத் தேனா என்று தெரியவில்லை. கால்களும் கைகளும் உடலுக்கு உதவியாக இருப்பதுபோல மனசுக்கு அவன்" என்றாள். அவளது இந்த விவரணை சுடருக்கு மிகவும் பிடித்திருந்தது. அப்பழுக் கில்லாத மனம்தான் இப்படிப் பேச முடியும். ஆண் பெண்

உறவின் மீதான கட்டுப்பாடுதான் விபரீதங்களைக் கொண்டு வருகிறதோ எனத் தனக்குள் கேட்டுக்கொண்டான்.

முருகன் நினைவு தீண்டிக் கண்களிலிருந்து நீர் கொட்டியது. அது முருகனுக்கான கண்ணீர் மட்டுமல்ல. சுடர் அதை நன்றாக அறிந்து அவளை அணைத்து அவளாகவே தன் நிலைக்கு வர உதவினான். நீண்ட பெருமூச்சில் அதை வெளியேற்றி "சுடர் வா போகலாம். மதுவுக்கான நீர் இந்தத் தூக்கில் அல்லவா இருக்கிறது" என்றவள் வேகமாக இறங்கிச் சுடரும் இறங்க உதவினாள்.

எதிரில் வந்த வியன் "குப்பிக்குள் காத்திருக்கும் குதிரை பாயத் துடிக்கிறது. கண்ணாடிப்புட்டி உடைந்து மதுவெல்லாம் கொட்டிவிடுமோவெனப் பயந்தேன். மலையின் குளிரும் மலை யிருளும் மதுவின் மீது மோகம்கொள்ளவைக்கின்றன" நடந்து வந்த அவர்களைப் பார்த்து நெருங்கிச் சொன்னான்.

கீழிறங்கும் அருவியை மேலே ஏறிப் பார்த்ததை வியனிடம் சொல்லி "ஸாரி வியன்" என்றாள் வனா. "காடு உன் வீடு. விரும்பும் எதையும் செய்" என்று அவள் முகத்தை மார்போடு அணைத்து நெற்றியில் முத்தமிட்டான். பிரியமான இருப்பில் வனா கரைந்தாள்.

காவடி தூக்காமலேயே பாரத்தை இறக்கும் முருகக்கடவுள் வியன்.

மதுவை அளவாய் ஊற்றி அருவிநீர் கலந்து கதிர் எல்லோ ருக்கும் வழங்கினான். வனா தனக்கான பழச்சாற்றைத் தயாரித்து அவர்களோடு கலந்துகொண்டாள். மது அருந்த வனாவை யாரும் வற்புறுத்துவதில்லை. ஆனால் அந்த நேர இருப்பு வனாவிற்கு மிகவும் பிடிக்கும். அளவான மது இசைபோல ரசனையானது என்பான் கவின். "அளவு கூடினால்..?" என்று கேட்ட வனாவிற்கு "ரசனையோடு நிறுத்திக்கொள்வோம்" என்பான்.

நெருப்பில் சுட்ட வேர்க்கடலையையும் பலாக்கொட்டை களையும் கதா கொடுத்தாள். பின் அவர்களாகவே நெருப்பி லிருந்த அவற்றைத் தேடிக் கொறித்தார்கள். இரண்டு மூன்று கிழங்குவகைகளையும் கதா நெருப்பில் போட்டிருந்தாள். நெருப் பில் வெந்த கிழங்கின் வாசம் மதுவோடு கலந்தது. உணவு முதலில் கண்களால்தான் உண்ணப்படுவதாக ஆதிரை அவர் களிடம் சொல்வாள். 'க'வில் சமையல் எல்லாருக்குமான பொதுவேலை. காட்டிலிருக்கும் இந்தப் பொழுதின் உணவைச் சூழல் அக்கறையோடு சுடரும் வனாவும் இணைந்து செய்து

கொண்டிருந்தார்கள். ஒரே ஒரு வகைதான். காட்டில் கிடைத்தவற்றிலிருந்தே ஆக்கிய உணவு. மண்சட்டியில் காய்ச்சோறு வெந்து கொண்டிருந்தது. எண்ணெய் சிறிதும் இல்லாத உணவு. அரிசியோடு கலந்து வெந்த காய்களின் மணம் மதுவோடு உள்ளே இறங்கிக்கொண்டிருந்தது.

அளவான மதுவும் காய்ச்சோறும் சூழலுக்கு மேலும் வண்ணம் சேர்த்தன. ஆதிரை மரத்திண்டில் சாய்ந்து வானத்தைப் பார்த்துக்கொண்டிருந்தாள். கண்கூசாத வானம். மேகத்தில் தெரிந்த வடிவங்களைப் பார்த்தவாறு மதுவை ருசித்தாள். அருகில் நெருங்கியிருந்த இளையர். அவர்களைப் பார்க்கப் பெருமையாக இருந்தது. இந்த நினைவில் சற்றே மூழ்கிய ஆதிரையின் காதில் அப்போது தோற்றம் கொண்ட கனாவின் வீணை வனத்தின் குரலாக ஒலித்தது.

கண்மூடி மனதை இசையில் குவித்த அவர்கள் நெடுநேரம் கழித்துக் கண்திறக்க, அதிசயம் வெளியாக விரிந்தது. சுற்றிலும் மான்களின் கூட்டம். கால்கள் மடக்கிக் கனாவையே பார்த்த படி யானைகள். சிறுத்தைகளோடு கலைமான்களும் அச்சமின்றிக் கனாவின் அருகில். சத்தம் இல்லாது வண்ணங்களாக மரங்களில் பறவைகள் அடர்ந்திருந்தன. வெண்முயல்கள் கனாவின் காலடியில் மேய்ந்தன. அதுவரை கண்டிராத சில விலங்குகள் பார்வையில் பட்டன. தாவரங்கள் நெருங்கியிருப்பதான தோற்றம். பெருவெளி சிறு வயலாய் அடர்ந்து கனாவின் இசையில் நனைந்தது. ஓசைகள் முழுதாய் மடிந்து கனாவின் வீணை அதிர்வு மட்டும் ஒலித்துக்கொண்டிருந்தது. மனிதர்கள் அல்லாத எல்லாமும் இப்பொழுது கனாவின் அருகில்.

இந்தக் கணத்தின் கனாவை என்ன சொல்லி அழைப்பது? யார் தந்த கொடை இந்தக் கனா? இளையரின் வாழ்தலுக்குக் கிடைத்த இயற்கையின் அங்கீகாரமோ! ஆதிரை ஆனந்தத்தில் திளைத்தாள். கனா நாதமாக வனம் முழுவதும் விரிந்தாள். இளையரைப் பலமுறை காடு காணவென வனா அழைத்து வந்திருக்கிறாள். இப்படிப்பட்ட காட்சியைக் கண்டதே இல்லை. அபூர்வமாகத்தான் கனா தன் இருப்பை வெளிப்படுத்துவாள். க தாண்டி வீணையை முதல்முறையாக மீட்டுகிறாள். மற்ற உயிர்கள்போல இளையரும் கனாவையே பார்த்திருந்தார்கள்.

வனமே நெருங்கி அவர்களை அணைத்திருந்த தோற்றம். வீணையில் இருந்து ஒரு மந்திரக்கயிறு உயிர்களைப் பொதுவில் கட்டிப்போட்டிருந்தது. இருப்பை உண்மையாய் நேசிக்கும் தம் பிள்ளைகள் பார்த்துக்கிடந்தது வனம். கனாவின் வீணை ஒலி தூரிகையாய் இறங்கக் கித்தானாய் விரிந்துகொண்டிருந்தது இளையர் மனம்.

18

ஆதிரை தோட்டத்தில் இருந்ததை அறிந்த வியன் அவளைத் தேடிச் சென்றான். பள்ளத்தாக்கின் கீழிறங்கும் பாதையில் வெகுதூரம் சென்றிருந்தாள். நீண்ட தூரம் நடந்த பிறகே அவளைப் பிடிக்க முடிந்தது. இருவரும் மௌனமாகக் கொஞ்ச நேரம் நடந்தார்கள். ஆதிரை தான் கேட்டாள் "ஏதாவது பேசுவதற்காக என்னைத் தேடினாயா?"

"உங்களைச் சற்று ஆசுவாசப்படுத்திக்கொள்ளுங்கள். மூச்சு வாங்குவது நின்றதும் பேசலாம்" என்றான்.

"வேகம் குறைந்து நடப்பதால் சிரமமில்லை. பேசலாம்" என்றாள்.

வியன் சற்றே தயங்கிப் பின் கேட்டான், "வாழ்க்கை உண்மையில் சிக்கலானதா? சேர்ந்து வாழும் இந்த இடத்தில் அப்படி ஏதும் நமக்குத் தோன்றவில்லையே? பொய்யில்லாமல் வாழ வெளியிலிருக்கும் மக்களைத் தடுப்பது எது?" வியன் நினைவில் அவன் அம்மா வந்து போனாள்.

வியனைக் கைப்பிடித்து அழைத்துவந்த ஆதிரை தான் விரும்பி அமரும் பெரிய மரத்தின் கீழிருந்த பெஞ்சில் அமர்த்தித் தானும் உட்கார்ந்தாள். நடந்துவந்த களைப்பைத் துறக்க வேகமாக மூச்சிழுத்தாள். மரத்திலிருந்த பூக்கள் வாசனையாய் இறங்கின. வியனின் கைகளை வாங்கித் தன் மடிமீது வைத்துக்கொண்டாள். எதையோ நினைத்து வருந்துகிறான். அதற்காகத்தான் தன்னைத் தேடியிருக்கிறான் என்பதை அறிந்துகொண்டாள். அம்மாவைப் பற்றிய நினைவில் அவன் வருந்துவதுண்டு. காரணத்தை ஆதிரையிடம் விளக்கியதில்லை.

"பெண்ணின் அல்லது ஆணின் வாழ்க்கை மனதாலும் உடலாலும் ஒருவரோடு மட்டும் நிறைவடையும் சாத்தியம் இல்லை. இந்த நேரத்து என் மனம் உன்னோடு பகிர்ந்துகொள் வதற்கான ஏதோ ஒன்றை வைத்திருக்கிறது. அதை நான் உன்னோடு பகிர்ந்துகொள்கிறேன். ஆனால் எல்லாவற்றையும் உன்னோடு மட்டுமே பகிர்ந்துகொள்ளும் கட்டாயம் என்மீது திணிக்கப்பட்டால் அது கொடுமைதானே? உனக்கும் அப்படி யான நிர்ப்பந்தம் ஏற்பட்டால் அதே நிலைதான். என்னை என் எல்லா நிலைகளிலும் அறிந்து உள்வாங்குவது எளிதல்லவே. அந்த நேரத்து மனம் அதை யாரிடம் பகிர்ந்துகொள்ள விரும்பு கிறதோ அதை அனுமதிப்பதுதானே நாகரிகம். எதையும் தன்னிடத்தில் மட்டுமே சொல்ல வேண்டுமென்று அடம்பிடிப்பவர் களை அன்பானவர்களென ஏற்க முடியுமா? மண வாழ்க்கை இதைத்தான் திணிக்கிறது. வாழ்க்கை சிக்கலாவது இங்கிருந்து தான் தொடங்குகிறது.

"நாகரிகம் என்று எதைச் சொல்கிறார்கள்? என்னால் இதைப் புரிந்துகொள்ள முடியவில்லை. என் வலியை உணராத சமூகத்தின் நாகரிகம் எனக்குத் தேவையில்லை. நிரந்தர வலி யோடு நான் எப்படி வாழ முடியும்? மனம், உடல் இரண்டையும் தனித்தனியாகக் கூட்டிப்போக முடியுமா? மனதின் வலியைப் போக்கச் சுதந்திரம் இல்லாதபோது மறைத்து வலியிலிருந்து விடுபட எல்லாம் செய்கிறார்கள்.

"பகிர்ந்துகொள்ளும் சுதந்திரம் முதன்மையானது. மண வாழ்க்கை அதை முழுதாகத் தருவதில்லை. காதல் வாழ்க்கையும் ஒரு கற்பனைதான். அது ஒரு கால அளவோடு நின்றுவிடும்.

"தனிமை என்று எதைச் சொல்கிறோம்? எல்லோருக்கும் அது பொதுவான பொருள் தருகிறதா? கூட்டத்தில் அல்லது குடும்பத்தில் இருப்பதால் தனிமை போய்விடுமா? இது ஒவ் வொரு தனிமனிதனையும் சார்ந்த விஷயமாகப்படுகிறது. மனித உறவுகளால்தான் மகிழ்ச்சி வலி எல்லாமும். உறவுகளைத் தேர்வுசெய்வதில் கவனம் வேண்டும். வலியைத் தருகிற உறவு களைத் துறக்கவும் தயாராக வேண்டும். கூடவே பிறந்த உறவாக இருந்தாலும். அப்பா அம்மா கணவன் மனைவி என எல்லா உறவுகளையும் முதலில் வார்த்தைகளின் வழியாகவே வாங்கு கிறோம். வாழ்தலிலிருந்து உறவுகளை அர்த்தப்படுத்துவதில்லை. மொழிவழியாகவே எல்லாவற்றையும் உணர முயல்கிறோம் அல்லது உணர்த்த முயல்கிறோம். இதிலிருந்து எப்படி வெளி யேறுவது?

"மொழி உண்மையில் பெரிய வலி. மொழியால் கட்டமைக்கப்பட்டதே மனம். மொழியால் உருவான பிம்பங்

களை அழிக்க முடியாது. மூதாதையர்கள் தந்த சொத்துகள் அவை. அம்மாவையும் அப்பாவையும் ஏற்றுக்கொண்டதுபோல இந்த வலியையும் ஏற்றுக்கொள்ள வேண்டிய நிர்ப்பந்தம் உள்ளது. சமூகத்திலிருந்து விலகும் கணம் இந்த வலியும் மடிந்துபோகும்."

தொடர்ந்து மேலும் சொல்ல விரும்பினாள்.

"மனதில் இருப்பதைப் பகிர்ந்துகொள்வதற்கு இன்னொரு மனித உயிர் தேவை. எல்லாவற்றையும் எல்லாரோடும் பகிர்ந்து கொள்ள முடியாது. அப்படிப் பகிர்ந்துகொள்ள சாத்தியமுள்ள இடத்தைத் தேடி அலையும் மனதைத் தடுக்க முடியாது. அந்த இடம் தேடி அலைவதுதான் வாழ்க்கை. இது ஆண், பெண் இருவருக்குமான பொதுவலி.

"மனம் இன்னொரு மனதோடு பேசுவதுபோலத்தான் உடலும். மனமோ உடலோ அந்தக் கணத் தேவையின்பாற்பட்டு ஒழுகுவதே ஒழுக்கம். அந்தக் கணத் தேவையின் மீது சரி, தவறு எனப் பார்க்கும் அதிகாரம் மூன்றாவது மனிதருக்கோ சமூகத்திற்கோ கிடையாது. இதைத் தீவிரமாகத் தடுக்க முயலும் போதுதான் ஒழுக்கம் சிதைவதாக நினைக்கிறேன்" என்றாள்.

ஆதிரையால்தான் இப்படியானவற்றை யோசிக்க முடியும் என்று வியன் நினைத்தான். ஆதிரையின் இந்தப் பேச்சு அவனுக்குத் தன் அம்மாவை நினைவுபடுத்தியது. தடுக்க முயன்றும் கண்கள் கசிந்தன. ஆதிரை அதைக் கண்டு பதறினாள்.

"வியன் என்ன ஆயிற்று? நீ வருந்துமளவு ஏதாவது கூறிவிட் டேனா? என் வார்த்தைகளைப் பெரிதாக எடுத்துக்கொள்ளாதே. யோசிப்பதும் எதையாவது சொல்லிப் பார்ப்பதும் என் வழக்கம்" என்றாள் ஆதிரை.

வியன் தன் அம்மாவின் மீது மிகவும் பிரியம் கொண்டவன். மனதின் ஆழத்தில் மூழ்கிக்கிடக்கும் அம்மா மேல்தளத்திற்கு வரும்போது அம்மாவோடு கழித்த நாட்கள் வந்து போகும். அப்படியான நேரங்களில் அந்த நினைவுகளின் கனத்தில் துவண்டுபோவான். அந்தக் கனத்தை இறக்கிவைக்க மனம் ஒரு இடம் தேடும். ஆனால் வியன் அதை யாருடனும் இது வரை பகிர்ந்துகொண்டதில்லை. இன்று ஏனோ ஆதிரையோடு பேச விரும்பினான். இப்போது ஆதிரை கூறிய அனைத்தும் அம்மாவுக்கு மிகவும் பொருந்துமென நினைத்தான். அம்மாவின் வாழ்க்கையை நினைத்து மிகவும் வருந்தினான்.

அம்மாவின் காதுகள் குளிர ஏதாவது பேச வேண்டும். அம்மா மகிழும்படி அவள் விரும்புவதைத் தர வேண்டும். ஆனால் செத்துப்போன அம்மாவுக்கு எதைத் தர முடியும்?

எதையோ நினைத்து வியன் துன்புற்றதை உணர்ந்த ஆதிரை அவனைத் தன் மடிமீது படுத்துக்கொள்ள வேண்டினாள். மெல்லச் சரிந்து அவள் மடியில் படுத்தான். தோட்டத்து மலர்களின் மணம் ஈரக்காற்றில் அடர்ந்து அவன் நாசியில் இறங்கியது. அவன் கண்களிலிருந்து வழிந்த நீரை ஆதிரைத் துடைக்காதிருந்தாள். அவன் அழுது முடியக் காத்திருந்தாள். அவன் சீக்கிரம் இதிலிருந்து மீள வேண்டுமென விரும்பினாள். வியன் ஏதும் பேசாது அவளையே பார்த்துக்கொண்டிருந்தான். கண்ணீர் வழிந்தது. ஆதிரையின் விழிகள் அப்போது வியன்மீது கவிந்தன. அவள் பார்வைத் தீண்டிச் சிலிர்த்தான். ஆதிரையின் கண்கள் அம்மாவின் கண்களாக மலர்ந்திருந்தன. அந்த நேரம் நீள விரும்பினான். அம்மாவின் மடியில் படுத்திருப்பதான எண்ணம். உயிர்கொண்டு எழுந்த அம்மாவின் பிம்பங்களோடு கலந்திருந்தான். ஆதிரையின் விரல்களை அப்போது வியனின் பிஞ்சு விரல்கள் இறுக்கமாகப் பற்றின.

அன்று விடுமுறைநாள். பணிமனை முற்றிலுமாக மூடப்பட்டிருந்தது. நீண்ட நேரம் வியனைக் காணாத இளையர் ஆதிரையைத் தேடிவந்தார்கள். வியனின் நிலை கண்டு உள்ளே எதையோ உணர்ந்து மௌனமாய் நின்றார்கள். வியன்தான் இளையரின் பலம். இந்த வாழ்வைச் சாத்தியமாக்கிய மந்திரசக்தி. அவன் ஏதோ தன் அளவில் பாதிக்கப்பட்டுள்ளான் என்பதறிந்து கலக்கமடைந்தார்கள்.

வியன் ஆதிரையின் முகம் பார்த்துக் கேட்டான், “கூட்டு வாழ்க்கையின் உயரிய பரிமாணம் மணவாழ்க்கை. அது தோற்றுவிக்கும் குடும்பமும் அழகானதுதான். ஆனால் அதில் போலியான, சமூகத்திற்குப் பயந்த வாழ்தல்தானே கூடுதலாய் இருக்கிறது? மனதை ஏமாற்றும் இந்த வாழ்வுமீது மோகம் குறையாதது ஏன்?”

இப்படியான கேள்விகளுக்குக் ‘க’வில் சிறிதும் இடம் இல்லை. வியன் மனதில் வேறு ஏதோ இருப்பதாக உணர்ந்து அவனிடம் பேசினாள் ஆதிரை. “இதில் கிடைக்கும் பாதுகாப்புதான் மிக முக்கியக் காரணம். பெண்ணுக்கு வேறு எங்கும் இந்தப் பாதுகாப்பு கிடைக்காது. அப்படியான உத்திரவாதம் கிடைத்தால் நொடியில் தூக்கி எறியப் பலர் தயாராக இருப்பார்கள். சமூகம் ஒருபோதும் அதை வழங்காது. வழங்கவும் முடியாது. அதனால் மனச்சிதைவும் தவிர்க்க முடியாததாகிறது.”

வியன் கவனிப்பதறிந்து ஆதிரை தொடர்ந்தாள். “பிடிக்காத ஒருவரிடம் நாம் பேசுவதில்லை. அந்த இடத்திலிருந்து ஏதாவது காரணம் சொல்லிச் சீக்கிரம் விலகிச் செல்ல விரும்புவோம்.

அப்படிப்பட்ட மனிதரோடு கட்டாயமாகக் கட்டிப்போடும் நிகழ்வுதான் வாழ்க்கையைச் சிக்கலாக்குகிறது. மனம் ஏற்காத ஓர் உறவை உடலாலும் வாங்கக் கட்டாயப்படுத்தும் உரிமையை ஒழுக்கமானதாக ஏற்பது அருவருப்பானது. கூடி வாழ்வதோ விலகி வாழ்வதோ அல்லது வேறு இடம் அறிந்து சேர்ந்து வாழ்வதோ எளிதாக இருக்க வேண்டும். அதை வழங்க முடியாத சமூகம் நம்மை மேலாண்மை செய்வதுதான் ஆச்சரியமானது” என்றாள் ஆதிரை. அந்த நேரத்தில் ஆதிரையின் மனதில் ஆதி வந்துபோனான். ஆதி அன்று சொன்னதை வியனிடம் பகிர்ந்துகொள்ள நினைத்தாள். வியன் பேசி முடிக்கட்டுமெனக் காத்திருந்தாள்.

வியன் தன் மனதிலிருந்த வலியின் இடத்திலிருந்து பேசத் தயாரானான். “அப்பா அம்மா இருவருக்கும் ஒத்துவரவில்லை. இருவரும் அதைப் புரிந்தே இருந்தார்கள். ஆனாலும் விலகி வாழ்வதைத் தவிர்த்தார்கள். ஒருவர்மீது ஒருவர் சந்தேகம் வளர்த்துக்கொண்டாலும் பிரிந்து தங்களுக்கான வாழ்க்கையை நேர்மையாக அமைத்துக்கொள்ளவில்லை. அம்மா மனநோயாளி யானதுதான் மிச்சம். அப்பாவுக்கு அப்படி ஏதும் நிகழவில்லை. அம்மா தனக்கான இன்னொரு ஆணைத் தேடவில்லை. அப்பா தனக்கான வேறு பெண்ணோடுதான் வாழ்ந்துகொண்டிருந்தார். ஆண் துணிந்து செய்யும் ஒன்றைப் பெண் செய்யும்போது மட்டும் ஏன் இத்தனை கூச்சல்?” வியன் மெல்லிய குரலில் கேட்டான். அவன் மேலும் பேசக் காத்திருந்தார்கள். விய னுடைய கண்ணீருக்கான காரணம் தெரிந்து ஆதிரை சமாதானமானாள்.

“மனம் ஏற்காத வாழ்க்கையை வாழ முடியாத அம்மா கடைசியாகச் செத்துப்போனாள். அம்மா தனக்குப் பிடித்த ஒருவனோடு ஓடிப்போயிருந்தால்கூட எனக்கு இந்த வலி இருக்காது. தற்கொலை செய்துகொள்வதைவிட வேறு எதையும் செய்யலாம். யாரிடமும் அனுமதி கேட்க வேண்டியதில்லை. பாதுகாப்பு கருதி நீண்ட நாள் வாழ்வதைவிடப் பாதுகாப்பில் லாமல் கொஞ்ச நாள் தான் விரும்பியபடி வாழ்ந்து மடியலாம். குழந்தைகளுக்காக என்று மனம் ஏற்காத அல்லது தவறான மனிதனுக்குத் துணைபோவது எந்த வகை நியாயம்? நான் இல்லாமல் போயிருந்தால் அம்மா வேறு முடிவு எடுத்திருப் பாளோ?” மனதிலிருந்ததை வியன் கொட்டினான்.

வியனுக்கு ஏற்பட்ட வலியின் இடம் தெரிந்த ஆதிரை வெகுகவனமாக வார்த்தைகளைப் பயன்படுத்தினாள். “உறுதியாக அப்படிச் சொல்ல முடியாது. அது அந்த மனதின் வலிமை

சார்ந்த விஷயம். அப்படியான முயற்சியில் ஈடுபடும் யாரையும் தொடங்கும் வேகத்திலேயே ஒழித்துக்கட்டப் பல ஆயுதங்களைப் பெருமையோடு வைத்திருக்கிறது சமூகம். மீறிச் செயல்படத் திடமான உள்ளம் வேண்டும். அதைப் பேசி என்ன ஆகப் போகிறது வியன். அம்மாவின் வாழ்க்கையை நினைத்து வருந்துவதை எப்படியாவது நிறுத்து. அம்மாவுக்கு மாற்று இல்லை. மறுக்க முடியாத இந்த உண்மையை ஏற்று நீ வலியைத் துறந்தாக வேண்டும்" வியனின் கைகளை இறுகப் பற்றியவாறு சொன்னாள்.

"பெண்ணுக்குள் ஏற்படும் மனச்சிதைவு கொடூரமானது. அந்த மனதோடு கழிக்கும் ஒவ்வொரு நாளும் கொடுமையானது. தனித்து வாழ முயலும் பெண் மனம் சிதையாது வாழப் பெரிதாகப் போராட வேண்டும். பெண்களின் இந்தப் பயம்தான் ஆண்களுக்குப் பெரும் பாதுகாப்பாக இருக்கிறது. மனம் பேணாது, மனதை ஆளாது ... 'இருத்தல்' இல்லை. அதனால் தான் அம்மாக்கள் மடிந்துபோகிறார்கள். நமது கூட்டுவாழ்க்கை 'க' இதனால் விளைந்ததே" என்றாள்.

"பொதுமனம் ஒரு மனமாய் ஆவது நாம் வாழும் இந்த வாழ்க்கையில்தான் சாத்தியமாகும். அதுவும் சிறுகுழுவில்தான் அர்த்தத்தோடு செயல்படும். இப்படியான வாழ்க்கையை வாழ நினைப்பவர்கள் நாளை, வெவ்வேறு வாழும் முறைகளைப் பயன்படுத்த முயலலாம். அந்த முயற்சிகளுக்குத் தடையேற்படும் போது மனம்சிதைந்த மனிதர்கள்தான் சமூகத்தில் கூடுதலா வார்கள். இதில் ஆண், பெண் வேறுபாடு இல்லை"

ஆதிரை பேசி முடிக்கக் காத்திருந்த வனா, "நம் பொது மனதில் கட்டப்பட்ட இந்தக் கூட்டுவாழ்க்கை இப்போதுபோல எல்லாக் காலமும் நம்மைக் கூட்டிப்போகுமா? தனிமனம் ஆளுமைகொள்வது எப்போது வேண்டுமானாலும் நிகழச் சாத்தியம் இருக்கிறதே? நாம் எல்லோரும் எல்லாக் காலமும் சேர்ந்தே இருப்போமா? இந்தக் கூட்டுவாழ்க்கை ஒரு கால அளவிலானதா? இதில் குழந்தைகளின் 'இடம்' பற்றி யோசிக்க வில்லையே?" என்றாள். மரம் அவளிடம் பேசியவை நினைவுக்கு வரச் சற்றே தளர்ந்தாள். இந்த இடத்தில் அதைச் சொல்லிவிட லாமோ எனவும் யோசித்தாள். பேசியது மரமா அல்லது தன் மனமா என்பதில் எழுந்த சந்தேகம் இப்பொழுதும் அவளைத் தடுத்தது.

வனாவின் இந்தக் கேள்விக்குப் பதில் சொல்லப் பலரும் அவளை நெருங்கியபோது ஆதிரை அவர்களைத் தடுத்தாள். "மிகவும் சிக்கலான கேள்வி. நம்மைப் பலவீனப்படுத்தும் எதன்

மீதும் சிந்தனையைக் கொண்டுபோகாமல் இருப்பதே நல்லது. வனா விரும்பினால் இரவில் நல்ல சூழலில் பேசலாம். ஒரு வார்த்தையும் இதன்மீது இப்போது பேசக் கூடாது. சரியா?" என்று மௌனமான ஆதிரை வனாவின் இடம் நோக்கி நகர்ந்தாள். வியன் மனம் லேசாகி முன்பே எழுந்து ஆடுநாற்காலியில் அமர்ந்திருந்தான். வனாவை இறுக அணைத்த ஆதிரை அவள் நெற்றியில் அழுத்தமாக முத்தமிட்டு அங்கிருந்து நகர்ந்தாள். கதிர் வனாவை அழைத்துக்கொண்டு தோட்டத்திற்குச் சென்றான்.

19

ஆதிரைக்கு அழகான தோழி ஒருத்தி. அவள்மீது இவளுக்கு அளவுகடந்த பிரியமும் பாசமும். பிறந்தபோதே இறக்கைகள் முளைத்த குழந்தை என்று பெருமையாகப் பேசுவாள். பூமி போதாது அவளுக்கு. எதன்மீதும் ஆர்வம். அள்ளி விழுங்கும் அசுரக் கண்கள். தவழ்வது நடப்பது பேசுவது பல்முளைத்தது எல்லாமும் மற்ற குழந்தைகளை விட வெகுசீக்கிரம் நடந்தது என்பாள். உறவுக்காரர்களின் பொறாமைக் கண்கள் சதா அவள்மீது மொய்த்ததால் தினமும் அவள் அம்மா படி மிளகாய் எடுத்துச் சுற்றி, திருஷ்டி கழித்து எரியும் அடுப்பில் போடுவாளாம். படபடவென வெடிக்கும் சப்தம் தெருவரை கேட்கும் என ஆதிரை சொல்லச் சொல்லத் தோழியைக் காணும் ஆர்வம் எல்லோருக்கும் பெருகும்.

    ஆதிரை விவரித்த தோழியின் வாழ்க்கை –

    அவள் பெயர்... அவசியமில்லை. எல்லாவற்றையும் தீண்டிப் பார்க்க அலையும் கண்கள். கண்கள்தான் அவள். வசீகரப் பார்வை. பார்க்கத் தூண்டும் உடல். வண்டிகளின் மீது அலாதி மோகம். இருசக்கர வாகனம் தொடங்கிக் கனரக வண்டிகள் விமானம் என எதையும் ஓட்டிப் பார்க்கும் வெறி. வாகனம் அவளுக்கு அடிமை யல்ல. வாகனம் அவள் காதலன்.

    ஒரு நாள் அவள் வீட்டிற்குப் பொருள்கள் இறக்க வந்த லாரி ட்ரைவரிடம் வண்டி ஓட்டக் கற்றுத்தருமாறு கேட்டாள். அவளது கெஞ்சும் கண்களை மீறி அவனால் எதுவும் செய்ய முடியவில்லை. கண்கள் விரல்களாக வருடியதும் மறுக்காது சரி என்றான். நொடியில் ஜோல்னா பையில் தேவையானதை எடுத்துப் போட்டுக்கொண்டு கிளம்பிவிட்டாள். அவள் மனதில் லாரி ஓட்டப்போகி றோம் என்பது மட்டுமே இருந்தது.

அவளைக் காணாது தேடி அலைந்தார்கள். அவள் அப்பா விடம் கூறப் பயந்தார்கள். அவர் ஊரில் இல்லாதபோது இப்படி நடந்துவிட்டதே என அவள் அம்மா அழுதாள். லாரி ஓட்டப்போனது யாருக்கும் தெரியாது. இரண்டு நாட்கள் கழித்து அவளே ஃபோனில் பேசினாள். "என்னைத் தேட வேண்டாம். நானே வந்து சேருவேன். தோழியின் வீட்டில் இருப்பதாக அப்பாவிடம் சொல்லிவிடு" என்றாள். உற்சாகமாக அவள் பேசவும் அவள் அம்மா ஒருவகையில் சமாதானம் அடைந்தாள். ஆனாலும் உள்ளே எரிந்த நெருப்பை அணைக்க முடியாது தவித்தாள். ஃபோனில் பேசி நான்கு நாட்கள் கழித்து ஊரில் எல்லோரும் பார்க்கவே லாரியை லாவகமாய் ஓட்டிவந்து வீட்டின் முன் நிறுத்தினாள். கேள்விகளால் குடைந்த அவர்களுக்கு மௌனம்தான் பதில். தொல்லைதரும் கேள்வி களுக்கு எப்போதும் அவள் பதில் மௌனம்தான்.

அனுபவங்கள் நினைத்து மனதில் சிரித்துக்கொண்டாள். நெருக்கமாய் அமர்ந்து கற்றுத்தரக் கசக்குமா அவனுக்கு. கூடுதலாக மல்லிகைப் பூ தலையில் சூடி அசத்தினாள். கிறங்கிப் போன இளைஞன் மாய்ந்து மாய்ந்து கற்றுக்கொடுத்ததைத் தோழிகளிடம் சொல்லி மகிழ்ந்தாள். "சிஷ்யைக்குப் பணிவிடை செய்து கற்றுத்தந்த குருவைப் பற்றிக் கேள்விப்பட்டிருக்கிறாயா?" எனச் சமத்காரமாய்ப் புன்னகைத்தாள்.

ஒரு வாரம் அந்த இளைஞனோடு சேர்ந்து வண்டியில் அலைந்திருக்கிறாள். இதில் அதிசயம் அவள் சொன்னதை யெல்லாம் அவன் அப்படியே கேட்டது. "அவன் குறும்பேதும் செய்யவில்லையா?" என்ற தோழிகளிடம் "அது ரகசியம்" என்று ஆவலைத் தூண்டி நகர்ந்தாள்.

அவள் அம்மா தாங்க முடியாமல் தவித்தாள். வார்த்தை களைக் கொட்டியபடியே அவள் பின்னால் வந்தாள். பொங்கிப் பொங்கிப் பேசினாள். "அம்மா கீழே பார். நீ பேசிய எல்லாமும் தரையில். மேலும் பேசி அசுத்தமாக்காதே. நடந்துபோனதை மீட்க முடியாது. நம் பிள்ளை ஒரு வித்தையைக் கற்றுக்கொண்டாள் எனப் பெருமையாக இரு" என்றாள்.

"ஆண்கள் உன்னைப் பார்க்கும் பார்வையை நீ அறிய வில்லையா? ஒரு ஆணோடு இரவில் தங்கி லாரி ஓட்டியது எப்படிச் சரியாகும்? நாளை மற்றதற்கும் இப்படித்தானே துணிவாய்? பயம் வயிற்றில் சுருண்டு கரையாது கிடக்கிறது" என்றாள் அம்மா.

"பாட்டியிடம் சொல்லிக் கசாயம் வைத்துக் குடி. உள்ளே யிருக்கும் பயம் கரைந்துபோகும். தம்பி இதுபோலச் செய்தால்

இப்படிப் பேசுவாயா? அவன் எப்படிப் போய் வருவானோ அதுபோலத்தான் நானும். பார்க்கும் ஆண்களால் உடல் தேய்ந்துபோகாது" என்று கோபமாகச் சொன்னாள். அதுபோல மற்றவர்கள் அவளிடம் கேட்க முயன்றபோது அவளின் பதிலைக் கேட்ட காதுகள் எரிந்திருந்தாலும் ஆச்சரியமில்லை.

யாரோடும் பேசிப் பார்க்க ஆசை. எதையும் தெரிந்து கொள்ளும் தாகம். அவளுக்குத் தெரியாத ஒன்றைச் சொன்னால் ஆவல் வெடித்த கண்களுடன் கேட்பாள். தன்னை அவர்கள் எப்படிப் பார்க்கிறார்கள் என்ற பிரக்ஞை சிறிதும் இருக்காது. வளர்ந்த பின்னர்கூட அப்படித்தான் இருந்தாள்.

"மற்றவர்கள் என்னை எப்படிப் பார்க்கிறார்கள் என நான் ஏன் கவலைப்பட வேண்டும். பார்க்கும் எல்லோரையும் பார்த்துக்கொண்டிருப்பது என் வேலை அல்ல. நான் என்ன பார்க்க விரும்புகிறேன் என்பதுதான் முக்கியம்" என்பாள்.

பெரியவளானதும் மார்புத் துணி போட்டுக்கொள்ளப் பாட்டி வற்புறுத்தினாள். கட்டாயப்படுத்தும் எதன்மீதும் அவளுக்குக் கோபம்தான் வரும். இருந்தாலும் பாட்டிமீது பிரியம் அதிகம். எல்லோரும் இதை ஏன் வற்புறுத்த வேண்டுமென நினைப்பாள். இப்போதுகூட மார்பை மறைப்பது பிடிக்காது. ஆடை வந்த பின்தானே அம்மணம் பற்றிப் பேசு கிறோம் என்பாள்.

"கை மாதிரிதான் இந்த இரண்டும். மேனியின் மீறல் இவை. மீறுவது எனக்குப் பிடிக்கும்" என்று பாட்டிக்குப் புரி யாத பாஷை பேசி மார்பைக் குலுக்கிச் சிட்டாகப் பறப்பாள்.

வழிமறித்து இதையே மீண்டும் பேசிய அம்மாவிடம் "அம்மா இவைமீது கவனம்கொள்ளவைக்காதே. அருவருப்பாய் இருக்கிறது. இவை பெண்ணின் அடையாளம். உயிரை வளர்க் கும் உணவுச் சிமிழ். பிறகுதான் மற்ற எல்லாம். மேலும் பேசினால் துணிகளைக் களைந்து அம்மணமாக வெளியேறு வேன். ஆண்கள் கண்களைக் கட்டிக்கொண்டு வெளியில் வரட்டும். யார் பார்வை தீதோ அவர்களைத் திருந்தச் சொல்" என்றாள்.

அம்மா அவள் வார்த்தைகளைக் கேட்டுப் பயந்து நடுங்கி னாள். ஆணுக்கு உள்ள எந்த உரிமையும் தனக்கு வேண்டும் என்ற பிடிவாதம் அவளிடம் கிடையாது. உரிமையை யாசகம் கேட்பது அருவருப்பானது. மனம் விரும்புவதை ஆண் எளிதாகச் செய்கிறான். பெண் அப்படிச் செய்வதற்கு ஆணிடம் அனுமதி பெறுவதைத்தான் வெறுத்தாள்.

க.வை. பழனிசாமி

அப்பா அவளுக்குக் கடவுள், ஹீரோ, பராக்கிரமசாலி. அவரைப் பார்த்தாலே உற்சாகம் பொங்கி முகத்தில் வழியும். வேகமே பயந்து விலகும் வேகத்தில் வண்டி ஓட்டும் அப்பா அப்படித்தானே தோன்ற முடியும். அப்பாவை வியந்து பார்த்த படியே காரில் பயணம் செய்வாள். அப்பா எது சொன்னாலும் அதை அப்படியே கேட்பாள். சிறு வயதில் அவர் அப்படிச் சொல்லிக் கேட்டதெல்லாம் மகிழ்ச்சியாகவே இருந்தது. அப்பா சொல்வதற்காகவே காத்திருப்பாள். "இவனோடு உனக்குத் திருமணம்" என்றார் ஒரு நாள். அதையும் அப்படியே கேட்டாள். அப்பாவுக்கு எல்லாம் தெரியும். அப்பா பெரிய ஆள் என்ற நம்பிக்கை. வாழ்க்கை பற்றிய எந்தப் புரிதலும் இல்லாத சிறு வயது. அதைவிட அது அப்பாவின் வார்த்தை.

திருமணம் நடந்தது. எல்லாம் தலைகீழாய் ஆனது. அப்பா மீதான மதிப்பும் தகர்ந்தது. வெறும் மாமிச உடலோடு மண வாழ்க்கை. கனவுகள் தீய்ந்து கருகும் வாடை. தனக்குள் இருப்பதைப் பகிர்ந்துகொள்ள முடியாத இடத்தில் அவள் பிணைக்கப்பட்டாள். அவனோடு படுத்து எழுந்த அந்தக் கணங்களை மறக்க உடலில் குளிர்நீரைக் கொட்டி ஈரத்தோடு படுத்தாள். தலையில் இறங்கிய பாரத்தை இறக்க முடியாது வலியில் பல நாட்கள் அழுதாள். அந்த அழுகை தீண்டாது அப்பாவும் அம்மாவும் அவளோடு எளிதாகப் பேசியது அதிகம் வலித்தது. அழுக்கான தன் உடலை வெறுத்தாள். உயிர் வெறுக்கும் உடலை அழிக்கவெனும் வெறி வளர்ந்தது. வாழ்க்கைத் துணை அமையாத இருப்பின் வெப்பம் தாங்காமல் துடித்தாள்.

அவளை அறிந்து கைபிடித்துக் கூட்டிவர அப்போது ஒரு மனித உயிர்கூட இல்லை. அந்த இருப்பில் அவள் தற் கொலை செய்துகொள்வது சரியா? சமூக விதிகளை மீறுவது சரியா? தற்கொலைக்கு நகர்தல். சமூகத்தை மீறுதல். இரண்டு வழிகளும் அவள்முன். அவள் எடுத்த முடிவால் அவளிடம் இப்போது சமூகம் தோற்றுக்கொண்டிருக்கிறது என்று சட்டெனக் கூறி முடித்த ஆதிரை எதுவும் பேசாமல் அறைக்குத் திரும்பினாள்.

கவின் துணையாகச் சென்றான். ஆதிரை அன்று முழுவதும் யாரோடும் பேசவில்லை. அவளால் சொல்ல வந்ததையும் முழுமையாகச் சொல்ல முடியவில்லை. ஆனால் தோழி யாரென்பதை அவர்கள் ஒருவேளை அறிந்திருக்கலாம்.

20

ஆதிரை கவின் மடியில் படுத்திருந்தாள். நேற்றின் நினைவுகள் பெருக்கெடுத்தன. "தோழி என்று அவர்களிடம் சொன்ன எல்லாமும் என் வாழ்க்கைதான் என்பதைக் கவின் அறிவானே! கவின்மீது நான் வைத்திருக்கும் பிரியம் நெருக்கம் 'க'வில் எல்லோருக்கும் தெரியும். ழ அவனோடு பேசும் பொழுதுகளில் தளர்ந்துபோகிறேன். அப்படியான நினைவு வளராதிருக்க முயன்றாலும் முடியவில்லையே! இதிலிருந்து எப்படி மீள்வது. நிகழ் காலத்தில் வேரூன்றி இருக்கிறேனா? கவின் ஒரு நாள் விலகிவிடுவானோ?" – ஆதிரையின் மனம் அந்த இடத்திற்குப் போக அஞ்சியது. தலையையும் உடலையும் கவின் பக்கம் சாய்த்து இறுக்கமாக அணைத்தாள். இளம் உடலின் வெப்பம் தீண்டி வெடித்த மோகத்தைக் கட்டுப்படுத்த முடியாமல் தவித்தாள். ழமீது வளரும் வெறுப்பைத் தூக்கி எறிய முயன்று தோற்றுப்போனாள். கவினுடைய இளந்தோளின் வெப்பத்தை அதிகம் விரும்பினாள்.

அந்த மழை நாள் நினைவுக்கு வந்தது. ஆதியைப் பிரிந்த அந்தக் கணங்களும் அவனோடு பேசிய எல்லாமும் மீண்டும் நினைவுக்கு வந்தன. வெறுமை சட்டெனத் தோன்றி மறைந்தது. ஆதியோடு வாழ்ந்த நாட்களை நினைக்காதிருக்க முயன்று தோற்றாள். இரண்டின் இழுபறியில் கிடந்து தவித்தாள். இது ஆதியின் நினைவா? கவினை இழக்கும் அச்சமா? அறியவராத பயம் கிளைகள் விரித்துப் பரவியது. காலடி மண் சரிவதுபோல உணர்ந்தாள். கவின் தன் எதிரில் இருப்பதை விரும்பினாள்.

முன்பு ஆதி அவளிடம் கேட்ட ஒரு கேள்வி உள்ளுக்குள் ஓடியது. அப்படியான கேள்வியை அவள் எதிர்பார்க்கவில்லை. தெளிவாக விடை தெரிந்த கேள்வியை

அவன் ஏன் கேட்க வேண்டுமெனவும் நினைத்தாள். ஆனால் அவளே அறியாது அதற்கான வேறு பதிலைத் தந்தது ஏனோ இந்த நேரத்தில் நினைவு வந்தது. "இப்பொழுது வாழும் வாழ்க்கையை நிறைவானதாக உணர்கிறாயா? முழுமையாக வாழ்வதாக மனம் சொல்கிறதா?" இதுதான் ஆதி அவளிடம் கேட்ட கேள்வி.

அதிகம் யோசிக்காமலேயே பதில் சொன்னாள். "பெரிய நிலப்பரப்பு எனக்கு வசப்பட்டுவிட்ட மகிழ்ச்சி. பரவசத்தில் திளைத்துக்கொண்டிருக்கிறேன். குழந்தைபோல இங்கும் அங்கும் ஓடுகிறேன். ஆனந்தம் உணர்வில் அழியாதிருக்கிறது. இந்த நேரத்தில் செத்துப்போனாலும் நிறைவோடு சாவேன். ஆனால்... ஏதோ இடிக்கிறது. சொல்லத் தெரியவில்லை. பார்க்காத ஏதோ ஒரு இடம் அந்தப் பெரிய நிலப்பரப்பில் இல்லையோ எனத் தோன்றுகிறது. உற்றுப் பார்க்கிறேன், சற்றுதூரத்தில் ஒரு கதவு மூடியிருக்கிறது. கையில் சாவியும் இருக்கும் உணர்வு. ஆனால் திறக்கும் ஆசையில்லை" என்றாள்.

ஆதி சொன்னான் "ஒருவேளை நீ அதைத் திறந்தால்... இந்த நிலப்பரப்பும் நானும் அப்போது இல்லாது போவோம்..." முடிப்பதற்குள் ஆதியின் வாயைத் தன் இதழ்களால் மூடினாள். இளையர்தான் அந்த வாயில். திறந்துகொண்ட வாயில் கூட்டிப் போன இடம் 'க' என ஆதிரை இப்போது உணர்ந்தாள்.

மடியில் படுத்திருந்த ஆதிரையைக் கவின் பார்த்தான். அவள் கண்மூடியிருந்தாள். முகத்தில் படிந்திருந்த வியர்வைத் துளிகளைத் தன் கைக்குட்டையால் ஒத்தி எடுத்தான். அதன் வாசனையை நுகர்ந்த அவள் அவன் முத்தத்திற்கு ஏங்கினாள். இதழ்கள் பரபரத்தன. துவண்டிருந்த ஆதிரையைக் கவின் மெல்லத் தூக்கிவந்து படுக்கையில் கிடத்தினான். குனிந்து நெற்றியில் முத்தம் பதித்துத் திரும்பிய அவனைப் பார்த்தாள். மேலும் கொஞ்ச நேரம் அவன் இருப்பான் என்று எதிர்பார்த் தாள். அவனோ அவள் தனிமையில் இருக்க விரும்புவாள் என நினைத்து வெளியேறினான்.

திறந்திருந்த ஜன்னல் வழியே காரிடாரில் நடந்து சென்ற கவினைப் பார்த்தாள். சற்றுத் தூரத்தில் அவனுக்காகக் காத்திருந்த ழவைக் கண்டாள். கவினைப் பார்த்ததும் அவள் ஓடிவந்து அவனைத் தழுவினாள். இருவரும் அணைத்தவாறே தோட்டத் திற்குப் போனார்கள். எளிதாக எடுத்துக்கொள்ளத் தன்னுள் முயன்றும் முடியாது தவித்தாள். அப்படி இருக்கக் கூடாது என்று உரக்கச் சொல்லிக்கொண்டாள். படுத்திருக்க முடியாமல் எழுந்து அறைக்குள் நடந்தாள். அறையும் அறைக்குள் இருந்த பொருள்களும் ஜன்னல் தாண்டிய தோட்டமும் ஆதியோடு

கழித்த நாட்களை உயிர்கொள்ளவைத்தன. வானம் இருண்டு கொண்டிருந்ததைப் பார்த்தாள். சற்று நேரத்தில் பலத்த மழை கொட்டியது. தூரத்தில் கவினும் மூவும் நனைந்துகொண்டே வந்தார்கள். தெப்பமாக நனைந்திருந்த அவர்களைப் பார்த்து ஜன்னலை மூடினாள்.

மனம் வேறொரு ஜன்னலைத் திறந்துவிட ஆதிரை பழைய மழைநாளில் நனைந்தாள். அவளும் ஆதியும் மழைநாட்களில் இருந்த கணங்கள் ஈரமாய் அவள்மீது இறங்கின. மழை பெய்தால் கொண்டாட்டம்தான். மழைக்கான காத்திருப்பு அழியாதிருக்கும்.

எப்போது மழைபெய்தாலும் விழித்திருந்தால் குடை பிடித்துக் கொஞ்சதூரம் நடந்து திரும்புவார்கள். குடை பிடித்த படியே பெய்யும் மழைநடுவில் நின்று தேநீர் அருந்த வேண்டு மென்று அடம்பிடிப்பாள். மழையைப் பார்த்த மறுநிமிடம் தேநீருக்காக ஆதி வேகமாக நகர்வான். இருவரும் நனையாது நிற்க ஏதுவான பெரிய வண்ணக்குடை அவள் பார்த்து வாங்கியதுதான். கொட்டும் மழையைப் பார்த்துச் சற்றே நின்று பின் குடையோடு எதிரில் வந்து மழைக்குள் போக இழுப்பாள். குடையை ஆதியிடம் தந்து இறுக அணைத்து மார்பில் சாய்ந்தவாறே நடப்பாள். சற்றே ஓடி மழையில் நனைந்து திரும்பிவந்து முன்னைப் போலச் சரிவாள். சட்டெனக் குடையைச் சாய்த்து அவனையும் நனைப்பாள். ஈர இதழ்கள் வெம்மையாய் அவன்மீது இறங்கும். நீளும் முத்தம் சுவைத்துக் காமம் உவந்து சொல்வான் "வானம் இறக்கிய மழைமகள் நீ."

வார்த்தைகள் மதுச்சாறாய் இறங்கிய போதையில் முழு தாய்ச் சரிந்து பின் தலையை உயர்த்தி "மழையில் குளிப்போமா?" என்று அவனிடம் கேட்பாள். மழைத் துளிகள் வைரக்கற்களாக அவள் உடல்மீது ஒளிரும். அந்த ஒளிமழையில் நனைந்து முடிவதற்குள் உடல் நிஜமழையில் நனைந்துகொண்டிருக்கும். குடை தனியே நனைந்துகொண்டிருக்கும். கற்பாறைபோல இளமை இறுக்கிக்கிடப்பாள் ஆதிரை. ஆதியின் விழிகள் மூடா திருந்த அதிசயம் தீண்டி அவனைக் கரும்பாகப் பிழிவாள்.

அப்போது ஆதிரை அறிந்த ஒரே ஆண்மகன் ஆதிதான். அவனைத் தாண்டி வேறு உலகம் இருப்பது இவளுக்குத் தெரியாது. அவன் இவளைக் காத்தவன். உயிரை மீட்டு உடலை ருசிக்கக் கற்றுத்தந்தவன். அவன் கேட்காமலே அவனுக்கு எல்லாமும் தருவதே தன் வாழ்க்கையென நினைத்தாள்.

"ஆதியும் மனிதன்தானே! ஒரு நாள் செத்துப்போவானே?" என்ற எண்ணம் அவளைப் பாடாய்ப்படுத்தியது. அவன்

மடிந்தால் . . . தனக்கு ஏது உலகம்? அவன் இல்லாத உலகத்தை நினைக்கவே அஞ்சினாள். "நீ செத்தால் நொடி நேரம்கூட நான் இருக்கமாட்டேன்" என்று அவனிடம் சொல்வாள். ஆனால் எல்லாமும் மாறி இன்னொரு வாழ்க்கையை இளைய ரோடு வாழ்ந்துகொண்டிருக்கிறாள்.

இப்படியான இடம் நோக்கி நகர்ந்த அந்த நாள் நினைவுக்கு வந்தது. அந்தரங்க வெளியில் மூழ்கி அதை ருசித்தாள். அந்த முதல் ருசிதான் அவளைக் கனவுகாண வைத்தது. கனவில் அறிந்த விதையை இளையரின் உள்ளங்களில் விதைத்துக் காடாய் விரிய எல்லாம் செய்தாள். கனா பிறவிகொண்டாள். 'க' செழித்து வளர்ந்தது.

"ஆதியை நான் பிரிந்ததுபோலக் கவின் ஒரு நாள் என்னிட மிருந்து பிரிந்துபோவானோ! வனா சொன்னதுபோல எல்லா மும் கால அளவுகளுக்கு உட்பட்டவையா?"

பிரியும் அந்த மழைநாளில் ஆதியிடம் பேசியவற்றை நினைத்தாள். மனதில் இருந்ததை ஒளிக்காது பேசினாள். அந்த வார்த்தைகள் இப்பொழுதும் அந்நியமில்லாது இருந்ததை ஒருவகையில் உணர்ந்தாள். தெளிவாகவும் உறுதியாகவும் அன்று பேசியவை இன்று நிஜமானதை நினைத்து மகிழவும் செய்தாள். தன்னுடைய தோழியின் கதை என்று இளையரிடம் தன்னைப் பற்றிக் கூறியவையும் இணைந்து மனதில் ஓடின. சின்ன வயதிலிருந்து தான் சுமந்த கனவே எல்லாமும் என நினைத்தாள். அந்தக் கனவின் உடலை நிஜ வாழ்வில் தீண்ட உதவிய ஆதி யிடம் அவ்வளவு கடுமையாகப் பேசியிருக்க வேண்டியதில்லை என இப்போது நினைத்தாள். ஆதியின் முகத்தை உள்ளே வெளியே எனத் தேடி அலைந்தாள். இளையர் திணித்த அனுபவப் பிம்பங்கள் நினைவுத் திசுக்களில் அடர்ந்து ஆதியின் முகத்தை மறைத்தன. குற்ற உணர்வு எழாமல் பார்த்துக்கொண்டாள்.

இருவரும் பிரிந்த மழைநாள் வெள்ளம் அறைக்குள் நுழைந்து அன்று நடந்த நிகழ்வில் மூழ்கவைத்தது. உள்ளே உள்ளே என்று சென்றுகொண்டிருந்தாள். அன்றின் ஈரம் முழுதாய் அவள் உடலில் படிந்திருந்தது. அறைக்குள் ஜன்ன லருகில் உட்கார்ந்திருந்தாள். வெளியே மழை பெய்துகொண் டிருந்தது. நீரை முழுதாகக் கொட்டித் தீர்க்கும் மழை. அது பெருக்கிய வெள்ளத்தில் ஆடுநாற்காலியில் ஆதி தோற்றம் கொண்டான். அவனிடம் பேசிய வார்த்தைகள் அவள் கேட்க மீண்டும் ஒலித்தன.

"அனுமதித்தேன். என்னோடு அப்படியெல்லாம் இருந்தாய். அனுமதித்தால் யாரும் அப்படி இருக்க முடியும். உனக்கான

உரிமை என்று நீ பேசுவது நீயாக வளர்த்துக்கொண்ட ஆசை தான்.

“நீ அதீதக் கற்பனையாளன். உன் மனதில் இருக்கும் என்னை வெளியிலும் காண ஆசைப்படுகிறாய். ஆதிரையாக என்னை நீ புரிந்துகொள்ளவில்லை. இப்பொழுதும் அதே தவறைத்தான் செய்கிறாய். உண்மை பெரிதாக வளர்ந்து முட்டும்போது வலிதாங்காமல் கதறுவாய்.

“செத்துப்போகக் கூடாது. வாழ வேண்டும். கவனம் வேறு எதிலும் இல்லை. இந்த நிமிடத்தை முழுவதுமாக வாழ ஆசைப் படுகிறேன். அந்த அளவில்தான் என் ஆசை.

“யார் தோள்மீதும் சாய்ந்து துக்கத்தைப் பகிர்ந்துகொள்ளும் நிலை வேண்டாம். அந்த நிலைமை வராதிருக்கவே விரும்பு கிறேன். நீ வேண்டாம் என்பதல்ல. உரிமை கொண்டு என்னிடம் யாரும் வரக் கூடாது என்கிறேன். எனக்கு நான்மட்டும் போதும். அதீத அன்பும் பிரியமும் சுதந்திரம் சார்ந்தவையல்ல. வேர்பிடித்து ஓரிடத்தில் வளர நான் தாவரம் அல்ல.

“எந்த உறவையும் கூட்டிச்செல்ல விரும்பவில்லை. என்னை சந்தோஷப்படுத்துகிற யாரையும் அப்படியான சூழலையும் பிரியமாக்கிக்கொள்கிறேன். எல்லா நேரமும் இப்படித்தான் இருப்பேன் என்பதும் அவசியம் இல்லை. இந்த நிமிடத்தில் நான் எதுவோ அது, இந்த நிமிடத்திற்கானது அவ்வளவுதான்.

“நான் இப்படி நடந்துகொள்வதற்குக் காரணம் தேடாதே. சட்டெனப் பொருள்மாறித் தோன்றுகிறது வாழ்க்கை. விளக்க வேண்டுமெனக் கட்டாயப்படுத்தாதே.

“சமூகம் தீண்ட முடியாத தூரத்தில் வாழ எனக்குத் தெரியும். நீ இன்னமும் இந்தச் சமூகத்தில்தான் இருக்கிறாய்.

“யோசித்து என்ன ஆகப்போகிறது. ‘யோசனை’ அடுத்த நிமிஷத்தில் வரவிருக்கும் மரணத்தைக்கூட உணர்த்தலாம். யோசிக்காது இருந்தால் மரணம் நினைக்காத அந்த நிமிஷ வாழ்தல் கிட்டுமல்லவா?

“உயிரோடு இருக்கவென எதையும் செய்யப் பெண்ணுக்கு உரிமையுண்டு என்று எப்போதும் நீதான் சொல்வாய். அதைத் தான் செய்கிறேன். என்ன செய்கிறேன் என எட்டிப் பார்ப்பது நீயாக இருந்தாலும் அநாகரிகம் இல்லையா?

“உனக்காகக் காத்திருந்த கணங்களை நீ அறியமாட்டாய். சதா உன்னையே நினைத்திருப்பேன். உன்மீது மட்டுமே பார்வை படவென அடம்பிடித்த அந்தக் கண்களின் வலி உனக்குத்

தெரியாது. நீ எதிரில் இல்லாத கணங்களில் எப்படித் துடித்திருக் கிறேன். உன் முகம் காணவென ஜன்னல் கம்பிகள் தாண்டிப் படிந்திருந்த அந்தக் கணங்களை நினைத்துப் பார்க்கிறேன். வீட்டில் நுழைவேன். கதவு மூடுவேன். உள்ளே நான் மட்டும். அப்போது மனம் யாரிடம் பேசும்?

“அப்படி ஒரு நாளாவது நீ இருந்திருப்பாயா? என் கேள்வி யின் பொருள் உனக்கு மட்டுமே புரியும்.

“தனிமை எவ்வளவு கொடுமையானது தெரியுமா? தற் கொலைகளின் தளம் தனிமைதான். ஆணுக்காக எல்லாக் காலமும் காத்திருந்த பெண்களை நினைப்பேன். நீ ஏமாற்றுக் காரன். இரட்டை வாழ்க்கையை வாழ நினைக்கிறாய். ஒரு வாழ்க்கையும் அமையாது அழிவாய்.

“அன்பு அதுவும் அதீத அன்பு. அதை ஆயுள்கைதியின் வாழ்க்கையாக இப்போது உணர்கிறேன். நீ என்ற ஒரு மையத்தை மட்டும் வைத்துச் சுழன்ற அன்றைய வாழ்தல் நினைத்து வெட்கப்படுகிறேன். ஆண் சார்ந்து வாழவே பெண் கற்றுத்தரப் படுகிறாள். அதை மீற முடியாத சூழல்தான் வாழ்நாள் முழு வதும்.

“என் சுயமும் என் சுயவாழ்தலும் என் சுதந்திரமும் உன் அன்பைவிட உன் அக்கறையைவிட மேலானவை.

“ஆணின் கண்களால் எல்லா நேரமும் பார்க்கப்பட்டு வளர்ந்த சமூகம் இது. பெண்ணின் கண்கள் அந்த இடத்தில் ஒருபோதும் இருந்ததில்லை. சமூகம் என்பதே ஆணின் மேலாண்மை வெளிதான். நீயும் அதே மேலாண்மையைத்தான் செய்கிறாய். ஒரே வித்தியாசம் – அதை நீ அன்பின் பெயரால் செய்கிறாய்.

“அன்பின் உச்சம் நீ. மிகவும் பிரியமாக இருக்கிறாய். ஆசிரியன் மாதிரி எல்லாமும் கற்றுத்தருகிறாய். என் காமம் கூட நீ கற்றுத்தந்து வளர்ந்ததுதான். அன்பானவனே! உனக்கு வலித்தாலும் இதைச் சொல்லாமல் இருக்க முடியாது. நீ என்னும் ஒற்றைப் பரிமாணத்தோடு மடிந்துபோவதா? வீடு பாதுகாப்பானது என்பதால் சதாகாலமும் வீட்டில் இருக்க முடியுமா? அன்பும் பாதுகாப்பும் அம்மாவின் கருவறையில் தான் அதிகம். அதற்காக அங்கேயே இருக்க அடம்பிடிக்க முடியுமா?’

“மனவெளி எவ்வளவு அற்புதமானது. கோடி அனுபவங் களைத் தேடி அலைகிறது மனம். என்னைச் சுற்றி சதா முளைத்துக் கொண்டிருக்கும் ஜன்னல்கள் திறக்கவென நகர்கிறேன்.

"வாசல் தாண்டினால்தான் அருவி, வானம், கடல் எல்லாமும். மேசைக்கு வரும் சூடான உணவை மழையைப் பார்த்துக் கொண்டே சுவைக்கலாம். அதை உன்னோடு மட்டுமே சேர்ந்து சுவைக்கும் நிர்ப்பந்தத்தை வெறுக்கிறேன்.

"பொய்யில்லாத மனம்தான் தூய்மையானது. குழந்தையின் பார்வை போன்று அப்பழுக்கில்லாதது. அந்த மனம் விரும்பும் எதுவும் நேர்மையானது. சாகிறவரை அப்படி வாழ்ந்து மடியவே ஆசை. சமூகம் எதிர்த்தால், நான் விரும்பும் அந்த வாழ்க்கையை ரகசியமாகவாவது வாழ்வேன். அப்படி நான் வாழ்வதை, சாவிலிருந்து என்னை மீட்டெடுத்த உன்னால்கூடப் பொறுத்துக்கொள்ள முடியாது. நேற்றின் ஆண்தான் நீயும். அதனால்தான் இனி என்னோடு நீ பயணிக்க முடியாது.

"எளிதாய்க் கூட்டிப்போக, அழகாய்க் கூட்டிப்போக, மனதிற்குக் கற்றுத்தந்தவாறு இருக்கிறேன்.

"முடிந்தவரை பறப்பேன்... வானம் முடியும்வரை பறக்கும் வெறி. அதை ஏன் தணிக்க வேண்டும்? பறத்தல்தான் பறவை.

"அந்தரங்கம்தான் வாழ்வின் அழகியல். அந்தரங்கம்தான் உண்மையில் மனம். அதற்கு வண்ணம் கூட்டுவதே வாழ்க்கை. அதுதான் வாழும் வெளி. அதை எட்டிப் பார்ப்பது அநாகரிகம். 'அந்தரங்கம் வளர்' என நீதான் சொல்வாய். அழகாய்ப் பேசுவாய். உன்னால் அதன்படி நடந்துகொள்ள முடியாது.

"அந்தரங்கத்தை அறிய முயல்வது கூட்டத்துக்கு மத்தியில் அம்மணப்படுத்துவதைவிடக் கொடியது. அந்தரங்கம் அறியாதவரைதான் எல்லா உறவும்.

"நீ கற்றுக்கொடுத்தவற்றை நடைமுறைப்படுத்துகிறேன். நீ ஏன் தாங்க முடியாமல் தளர்ந்துபோகிறாய். உன் சித்தாந்தம் உயிர்கொண்டு அதிர்கிறது என்று மகிழ்ச்சிகொள். எனக்குத் தெரியும். நான் கேட்பவளாகவும் நீ சொல்கிறவனாகவும் இருப்பதையே நீ விரும்புவாய் என்று. நீ புரட்சிகரமாகப் பேசத் தெரிந்த ஆனால் சமூகத்திலிருக்கும் அதே ஆண்தான். என் சுதந்திரம் உன் வரையறைக்குள் இருக்கவே ஆசைப்படுவாய். என் பாதுகாப்புக் கருதி என்று அதற்கு விளக்கமும் தருவாய்.

"கூண்டிலிருந்து விடுவித்த பறவையைக் கயிற்றில் கட்டி கையில் பிடித்துக்கொண்டு 'விரும்பும் தூரம்வரை பற'" எனப் போதிக்காதே.

அவனிடம் பேசிய எல்லாமும் நடைமுறையில் சாத்தியமான இடத்தில் தான் இப்போது இருப்பதாக உணர்ந்தாள்.

க.வை. பழனிசாமி

இந்த வாழ்தல் சாத்தியமாகவென நடந்த நிகழ்வுகளை மீண்டும் அசைபோட்டாள். இதற்குப் பங்களித்த இளையர்மீது அன்பு பெருக்கெடுத்து ஓடியது. 'க' தனது கனவின் மண் என்றாலும் அதைக் கொணர்ந்து நிரப்பிய இளையரின் பங்களிப்பே தன்னுடையதைவிட மேலானது என்பதை உணர்ந்தாள். மழை நாளில் ஆதியிடம் தான் பேசிய வார்த்தைகளுக்கு உடலும் உயிரும் கொடுத்த இளையரே தனது கனவின் வேர்கள் என மனதிற்குள் சொல்லிக்கொண்டாள்.

ஆனால் ஆதியிடம் அன்று பேசியதில் இன்று ஏதோ இடறுவதாக நினைத்தாள். கவின்மீதான தன் பிரியமும் ஆதி தன்மீது கொண்டிருந்த பிரியமும் ஒன்றோவெனத் தனக்குள் கேட்டுக்கொண்டாள்.

எழுந்து ஜன்னல்களைத் திறந்தாள். மழை நிற்காமல் பெய்துகொண்டிருந்தது. வெளியில் வந்து காரிடாரில் கிடந்த நாற்காலியில் அமர்ந்தாள். மழை மொக்குகள் பெரிதாக வளர்ந்து வெடித்துச் சிதறிய அழகை ரசித்தாள். எழுந்து தோட்டத்திற்குள் வந்து மழையில் முழுவதுமாக நனைந்துகொண்டிருந்தாள். உள்ளே, எங்கோ ஓரத்தில் கொஞ்சமே ஒட்டியிருந்த ஆதியை இப்போது பெய்யும் மழையில் கரைத்தாள். மனதில் 'அவன்' இருந்தால் இன்றான வாழ்வை அனுபவிக்க முடியாது என்பதை அறிவாள். அவளே அறியாமல் அவள் கண்கள் கவின் அறை மீது கவிந்தன. கவின் அங்கு இல்லை என்ற உண்மை மனதில் அறைந்தது. மனதில் பரவிய இருளைத் தடுக்க முடியவில்லை.

வேகமாக அறைக்குத் திரும்பிக் கதவுகளை மூடினாள். மழை ஓசை வலுத்தது. வளரும் வயதின் கரம் அவளை மெல்லத் தீண்டியது.

21

புற உலகம் எட்டிப் பார்க்க முடியாத இடத்தில் 'க'வின் வாழ்விடம். கனாவால் ஜனித்த புதிய பிரதேசம் வாசனையாக இளையரைத் தீண்டிக்கொண்டிருந்தது. அந்த நேரத்தில் மட்டுமே தோற்றம்கொள்ளும் தியானப் பாறை கனாவிற்காகக் காத்திருந்தது. காட்டையும் இளையரையும் அணைத்துக்கிடந்த நீள் இரவு ஒளிநீரில் கொஞ்சம் கொஞ்சமாகக் கரைந்தும் தாவரங்களின் மேல் கவிந்திருந்த பனிமேகம் விலக மறுத்தது. ஜன்னல் திறந்த கவின் வெளியின் வெண்பரப்பில் மூழ்கி அமிழ்ந்து குளிர்ந்தான். பனி மூடிய மலை ஆகாயத்தோடு கலந்திருப் பதாக மகிழ்ந்தான். கண்களைத் தொலைதூரம் நீட்டிப் பனியின் மென்மையில் கலந்தான். வெண்பரப்பில் வண்ணமேறி பூவின் உடல் தீண்டிப் பரவசமானான். அழியாதிருந்த நேற்றின் சுவை மனதில் பெருகவே பூவை நெருங்கி முத்தமிட்டான். அவள் கவினைத் தன் இரு கைகளில் வாங்கி மார்பில் கரைத்தாள். கனத்த மார்பு விம்மிப் புடைத்தது. மலையிருள் விருப்பமில்லாது தயங்கிச் சிறிதே வெளியேற அந்தரங்கம் தன் கதவு திறந்தது.

ஒவ்வொருவராக மெல்ல எழுந்து கனாவின் கனவு களைக் கேட்க எப்போதும்போலத் தியானப்பாறையில் காத்திருந்தார்கள். ஆதிரைதான் அன்று முதலில் வந்தாள். இந்த இடம் வந்தால் எல்லோரின் பார்வையும் கனா மீதுதான். அப்பொழுது காட்சியாகும் கனா, சூரியன் ஆகாயம் காற்று மாதிரி வியாபித்திருப்பாள். அவளின் இருப்பே எல்லாவற்றையும் கூட்டிவந்துவிடும். வெளிச்சத் தில் பொருள்கள் தெரிவதுபோலக் கனாவின் காலை வரவு இதுவரை அறியாதவற்றைத்தான் காட்டும். கனவு வார்த்தைகள் முடிந்து கனா கண்திறந்தால் முன்பு பார்த்த

பூவும் வேறொரு பூவாகத்தான் தோற்றமளிக்கும். மொழியில் ஏற்ற முடியாத அனுபவம் ஒவ்வொரு மணித்துளியும் உள் ளிறங்கும்.

இரவின் கனவுகளைக் கண்திறக்காது கனா சொல்லத் தொடங்கும் காலைப்பொழுதில் வனத்திற்கும் காதுகள் முளைக்கும். உயிர்களைப் பொதுவில் இணைக்கும் இழை கனா. ஆழமான மௌனத்தின் பின்புலத்தில் அவளது சொற்கள் ஆதிவார்த்தையின் வீரியத்தோடு ஒலிக்கும். வார்த்தைகளால் விரியும் பிரதேசம் பிரக்ஞையில் மோதுண்டு விரியும். ஒலிக்கும் சொல் தன் வார்த்தை உரு அழிந்து அப்பொழுது பிறந்த பிரதேசத்தின் அதிர்வுகளாகிவிடும். அவளது ஒவ்வொரு கனவும் ஆயிரம் ஆண்டு வாழ்ந்த ருசியை சுவையை மனதில் இறக்கும். மனிதர்களிடம் ஒருவகையான அதிர்வையும் மற்ற உயிர்களிடம் வேறுவகையான அதிர்வையும் தரும் ஒலியுரு யாரும் கேட்டிராத மொழியாகத்தானே இருக்க முடியும். குறைந்த நேரமே கனா தன் கனவைச் சொல்வாள். முன்கண்டிராத இடத்துக்கு இட்டுச் செல்லும் வாயில்களாக உருமாறும் வார்த்தைகள். கேட்கும் ஒலியோடு ஒன்றினால் போதும்.

மூடிய கண்களோடு உறக்கம் துறக்காது தியானப்பாறை யின் மீது சட்டெனத் தோற்றம்கொள்வாள். விரிந்த வனமே சுருண்டு மானாகப் பாய்ந்து கால்கள் மடக்கித் தலை உயர்த்தி அவளைப் பார்த்திருக்கும். மானின் உருவில் வனம். பின் எழுந்து ஓடும் அந்த மானோடு வனாவும் கலந்து திரிவாள்.

சூழல் பிரக்ஞை தீண்டிக் கண்திறந்தாள் ஆதிரை. வெறுமை வெளியாகக் கிடந்தது. ஆழமாக மூச்சிழுத்தாள். நிரந்தரம் கொண்டிருந்த வாசனை சிறிதும் இல்லை. கண்களில் தெரிந்த பிரதேசம் எளிய பூமியாக வசீகரம் அற்றுக் கிடந்தது. கனாவை முதன்முதலில் பார்த்த அந்தப் பிரதேசத்தின் சுவடு சிறிதுமில்லை. நிகழ் உலகம் இதுவரை கண்டிராத வாழ்க்கையைத் தந்த கனா காட்சியாகவில்லையே, ஏன்? தவிப்பே உடலாகக் கிடந்தாள் ஆதிரை. உள்ளே ஏதோ உடைந்து வலித்தது.

கனாவை யாரும் அழைத்துவர முடியாது. அவள்மீது யாரும் ஆளுமை செலுத்த முடியாது. அவள் விருப்பமின்றி அவளிடமிருந்து யாரும் எதையும் பெற முடியாது.

கனா இனி இல்லையோ என்ற எண்ணம் தோன்ற ஆதிரை பயந்தாள்.

கனா ஏன் வரவில்லை எனத் தனக்குள் கேட்டுக்கொண் டாள். அருகிலிருந்த வியனைப் பார்க்கத் திரும்பினாள். அவன் கண்மூடிச் செவியில் குவிந்திருந்தான். மற்றவர்களும் அப்படித்

தான் இருந்தார்கள். இப்போது அவர்கள் காதுகளில் கனாவின் வார்த்தைகள் மட்டுமே விழும். யாரோடும் பேச முடியாத சூழலை உணர்ந்தாள். மனதில் பெரும் அச்சம் கவிந்தது. இரவு கனா மீட்டிய வீணையின் இசையை மனதில் ஓட விட்டாள். மனதில் மோதிய ஒரு கடுமை உணர்ந்தும் தான் அதை ஒதுக்கியதை நினைத்தாள்.

கனாவால் விளைந்த எல்லாமும் ஆதிரையின் மனதில் ஓடின. 'க' என்ற பேருடலின் உயிர் அவள். உயிர் இல்லாத உடலை எப்படிப் பாதுகாக்க முடியும்? வாழும் இந்தக் கூட்டு வாழ்க்கை இனி இல்லையோ? கனா காணாமல் போக யார் காரணம்? இளையரின் சுட்டுவிரல்கள் நீளும் திசை கண்டு பயந்தாள். இளையரைப் பார்க்க அஞ்சினாள்.

வெறுமை அவளைப் பற்றி எரித்தது. அணைக்க வழிதேடி ஓடினாள். யாரிடமும் சொல்லாது பள்ளத்தாக்கின் சரிவில் இறங்கிக் காட்டின் அடர்பகுதிக்குள் நுழைந்தாள். நீரை ஒதுக்கி முன்னேறும் உடல்போல உள் ஓடிய எல்லாவற்றையும் ஒதுக்கிக் கனாவை மட்டுமே மனதில் இருத்திக் காட்டிற்குள் நடந்தாள்.

நீரில் இருந்துகொண்டே நீரை எப்படி விலக்குவது? கோப வெறி அவளை ஆட்கொண்டது. யார்மீதான கோபம்?

உடல் அவள் கட்டுக்குள் இல்லாது மதயானையாக அலைந்தது. உடைந்து சிதறும் மனதை ஒருமுகப்படுத்த முடிய வில்லை. பழக்கமான காடு அந்நிய முகம்கொண்டு விரட்டியது. மரங்களில் மோதிய உடலில் காயங்கள். வெப்பம் தாங்காது துணிகள் கலைந்து ஆற்றில் மூழ்கி வெகுதூரம் சென்று திரும்பி னாள். நீரில் மூழ்கி மூச்சுமுட்ட அமிழ்ந்திருந்தாள். ஏது செய்தும் மனம் அவள் பிடியில் இல்லாது திசையெங்கும் சிதறியது. வெறுமை புயலாக அலைக்கழித்தது. காலூன்ற முடியாதபடி வனமெங்கும் அவளைப் புரட்டிப்போட்டது. ஆதிரை என்ற ஆளுமை உடல், சக்தி அற்றுச் சருகுகளோடு சருகாய்க் கிடந்தது கண்டு கோபம் வெடித்தாள்.

"கனாதான் எல்லாமோ? எனக்கென்று தனி அடையாளம் இல்லையோ? கனா என் மனதின் பிரதி என்ற நினைப்பு அழிகிறதே! கூட்டுவாழ்க்கையில் ஜனித்த பொதுமனதின் பிரதியோ அவள். இளையர் எல்லாரும் என்னைத்தானே சொல்வார்கள். ஆதிரைதான் 'க'. அப்படியானால் நான் ஏன் கனாவைத் தேடுகிறேன். நான்தானே எல்லாமும். இல்லை . . . இல்லை கனாதான் எல்லாமும். கனா இல்லை என்றால் எதுவும் இல்லை. கவின் இல்லை. கதா – வியன் இல்லை. கதிர் – சுடர் இல்லை. வனா – ழ இல்லை. எனக்கு வாழ்க்கையே

இல்லை. தோற்றுப்போவேன். அதுவும் ஆதியிடம். அவன் இல்லாது வாழ முடியாதா? கனா இல்லை என்றால் அது முடியாதே. கனா வேண்டும். நான் தோற்காதிருக்கக் கனா வேண்டும்." ஆதிரை புலம்பினாள். ஓலமிட்டாள். வனத்தின் திசை எங்கும் கேட்குமாறு கனாவைக் கூவி அழைத்தாள்.

கனா மீண்டும் பிறப்பெடுக்கக் கதறினாள். "வனத்தில் கரைந்த கனாவே உயிர்த்தெழு . . . உயிர்த்தெழு" என்றாள்.

"எல்லாம் எதிராக நடக்கின்றனவே? ழ கவினிடம் உரிமையோடு இருக்கிறாள். வியன் கதாவின் அந்தரங்க இருப்பில் கரைந்துவிட்டான். கதிரும் சுடரும் வனாவை எவ்வளவு கவனமாகப் பார்த்துக்கொள்கிறார்கள். நான் கண்டடைந்த கூட்டு வாழ்க்கை 'க' தன் வீரியம் இழக்கிறதா?

"இளையருக்கு இப்பொழுது நான் யார்? என் வயது . . . எல்லைகளைக் குறுக்கும் வேலிகள் அமைக்கின்றனவோ? குடும்பம் என்ற கட்டமைப்பில் இளையர் மீண்டும் நுழைகிறார்களோ? அப்படி ஏன் எனக்குத் தோன்றுகிறது. 'க' இனி இல்லையோ? நான் வெறும் ஆதிரையாகத்தான் அழைக்கப்படுவேனோ?" தாங்கமாட்டாமல் ஆதிரை தவித்தாள்.

'க' பொருள் இழந்தால் கனா ஏது? நேற்றின் சுவை மடிகிறதா? ஒரு கணமும் அதைத் தாங்கிக்கொள்ள முடியாதே! ஆதி இப்படியான வலியில்தான் துடித்திருப்பானோ! இது ஏன் இப்போது ஞாபகத்தில் வருகிறது?

"என் பிரியமானவனே! ஆதியே! நீ என் மனதில் வராதே. நீ நினைவுக்கு வந்தால் இப்போதுள்ள எல்லாமும் அழிந்து போகும். நான் கேட்கும் எல்லாமும் நீ தருவாய். எப்பொழுதும் என்மீது பிரியமானவன் நீ. எனக்கு இந்த வாழ்க்கை வேண்டும். இளையரோடு கலந்திருக்கும் இந்த வாழ்க்கை வேண்டும். கொண்டாட்டமாய் வைத்திருக்கிறேன். வாழ்வின் எல்லாக் கணங்களும் ஆனந்தம் பெருகி வளர்கிறது. அன்று நீ என்னிடம் உச்சரித்த வார்த்தைகள் எல்லாமும் செயல்படும் இடத்தில் இப்போது நான்.

"மனதில் வளரும் அச்சத்தால் ஆதியின் பெயரை உச்சரிக்கிறேனோ! அவன் என் மனதில் வரக் கூடாது. மனதில் வேர்விட்டுக்கிடந்த அவனை அழிக்க என்னவெல்லாம் செய்தேன். என் மனதின் ரகசியம் அறிந்தால் ஒரு சிறுபொழுதும் அவனால் வாழ முடியாது. அவன் காதலாகிக் கசிந்து உருகுகிறான். 'உனக்கு நான் தாய் – தந்தை. நீ விரும்பும் எல்லா உறவும்' என்பான். தான் ஆசைப்படுவதைச் சொல்லி அடம் பிடிக்கிறான்.

"சிறு பிள்ளையாய் அன்று நான் காது கொடுத்த அதே இடத்திலிருந்து பிதற்றும் பித்தன் நீ. உன் முதிர்ந்த வார்த்தைகள் இனி இந்தக் காதில் இறங்கமாட்டா. ஆதியே வந்து பார் இளையரோடு நான் வாழ்கிற இந்த வாழ்க்கையை. இதன் ஒரு கண சுவையை உன்னோடு இறப்புவரை வாழ்ந்தாலும் உன்னால் எனக்குத் தர முடியாது. இது என் சாதனை. நான் அடைந்த வெற்றி. ஆண்கள் இங்கே பெண்ணின் தோள் சாய்ந்து கிடக்கிறார்கள். இளமை வனப்பேறிய பிரதேசத்தில் நான்தான் எல்லாமும்.

"ஐயோ! கனா இல்லையேல் இவை ஏது? மையப்புள்ளி இழந்த கோள்களாகச் சிதைந்து அழியுமே இளையர் கூட்டம். கனா மீட்டெடுக்கப்படாது என் 'க' ஏது?"

வெறுமை வெப்பமாக உள்வளரத் தாங்காது மீண்டும் மீண்டும் ஆற்றில் மூழ்கித் திரும்பினாள். கரை ஏறி நின்று ஆழ மூச்சிழுத்தாள். மார்பு புடைத்து விம்மி அடங்கியது. மணலில் உருண்டு புரண்டாள். அங்கும் இங்கும் ஓடி மீண்டும் மீண்டும் நீரில் மூழ்கி எழுந்தாள். பயந்தாள்.

"எதை இழந்த துக்கத்தில் இப்படி நீரில் மூழ்கி மூழ்கி எழுகிறேன். எதன் நினைப்பழிய நீரில் மூழ்குகிறேன்?"

நீர் அந்த மழைநாளை நினைவூட்டியது. ஆதியும் ஆதிரையும் பிரிந்த நாளின் மழை. ஆதி ஆசையாய் வைத்திருந்த எல்லாவற்றையும் அடித்துப்போன மழை. அந்த மழைநீரின் வெள்ளம்தான் இந்த ஆறோ? ஆதி இந்த நீரில் கரைந்திருக்கிறானோ? ஆதியை நினைவூட்டும் நீரை வெறுத்து வெளியேறி உடைகளை அணிந்து மீண்டும் காட்டில் நடக்கத் தொடங்கினாள். காடு அச்சம் தந்து விரிந்தது. அடர்ந்த மரங்களும் விலங்குகளும் மேலே கவிந்து மூடுவதாகப் பயந்தாள். கவின் இல்லாத காடு சர்ப்பங்களாகப் பெருகி அவள் கால்களைச் சுற்றிக்கொண்டது.

ஆறு தன் போக்கில் ஓடிக்கொண்டிருந்தது.

"கனா எங்கே நீ? நீ இல்லாது நான் ஏது? என்னை வந்து மீட்டுச் செல். இல்லையேல் எனக்கு மரணம் தந்து அழைத்துப் போ" காடு முழுக்கக் கேட்குமாறு ஆதிரை கதறினாள்.

க.வை. பழனிசாமி

22

மாலை நேரம் நெருங்கிக்கொண்டிருந்தது. வியன் மௌனமாகத் தோட்டத்தில் நடந்துகொண்டிருந்தான். மற்றவர்கள் பெரிய மரத்தின் கீழ் அமர்ந்திருந்தார்கள். வியன் பேசட்டும் எனக் காத்திருந்தார்கள். காலை நிகழ்வை வியன் மீண்டும் அசைபோட்டான். தியானப்பாறையில் கனா இல்லை என்றானதும் கண்கள் ஆதிரையைத் தேடின. அவளும் அந்த இடத்தில் இல்லை என்பதை அறிந்து அதிர்ந்தான். மற்ற இளையருக்கும் அதைக் கூறினான். உண்மை அறிந்து அனைவரும் பதறினார்கள். பொறுமையாக இருக்கும்படி வேண்டினான். அலுவலகம் சென்று முக்கிய வேலைகள் கவனித்துவிட்டே திரும்பினான். அவனைப் பார்த்து மற்றவர்களும் அதையே செய்தார்கள். பதற்றமில்லாதிருந்த அவனே அவர்களுக்கு நம்பிக்கையாக இருந்தான்.

"வாழும் இந்த வாழ்க்கை சத்தியமானது. இதற்கு அழிவில்லை. நம்பிக்கையானதை மட்டுமே இந்த நேரத்தில் மனதில் அசைபோட வேண்டும். ஆதிரையோடு கனா வெளியில் போயிருக்கலாம். சீக்கிரம் திரும்புவார்கள். மனதிற்கு இதை மட்டுமே சொல்ல வேண்டும். எண்ணம் எல்லாமும் செய்யும்" என்றான்.

"கனா எங்கே போனாள்? ஆதிரை ஏன் இன்னும் வரவில்லை? ஒரு நாளும் நடக்காத நிகழ்வு இன்று ஏன் 'க'வில் நடக்கிறது?" உள்ளுக்குள் எழுந்த கேள்விகளால் வனா துவண்டாள். வனாவைச் சமாதானப்படுத்த முடியவில்லை. ஒன்றும் பேசாமல் அவள் கதிரின் மடியில் உறைந்திருந்தாள். சுடர் அவள் அருகில் அமர்ந்து அவள் கைகளைப் பிடித்துக்கொண்டிருந்தான். நேரம் நீண்டது.

மௌனத்தில் உறைந்திருந்த வனாவைப் பேசச் சொல்லி வேண்டினான் வியன்.

"நாங்கள் எல்லோரும் உன்னோடுதானே இருக்கிறோம்? ஆதிரை சீக்கிரம் திரும்பிவிடுவாள். ஆதிரை வரும்போது கனாவும் வருவாள். எல்லோரையும் போல நாமும் வருந்தலாமா? வனா நீ எங்கள் செல்லம் அல்லவா?" வியனின் அன்பான வார்த்தைகளில் நெகிழ்ந்தாள். கண்ணீர் வழிந்தது. மரம் அன்று பேசியவற்றை நினைத்துப் பயந்தாள். கனாதானே மூச்சிழுக்கும் காற்று. அவள் இல்லாத 'க' துளியாகக் கடலில் கரையுமே? கால்கள் நிகழ் கணத்திலிருந்து வெளியேறுவதைத் தடுக்க முடியவில்லை.

கடல் அலைகள் பொங்கி எழுந்து ஆர்ப்பரித்து அவள்மீது மோதின. உறவுகள் கரைந்துபோன உப்புநீர் உமிழ்நீராகப் பெருக்கெடுத்தது. தம்பியின் சிறுவிரல் தன் கைகளில் இறுகுவதை உணர்ந்தாள். கடைசியாகப் பார்த்த அப்பாவின் முகம் தெரிந்து மறைந்தது. வனாவின் கிராமம் வெளியாக விரிந்தது. மண்ணில் வேர்விட்டிருந்த கால்களைப் பிடுங்கும் கைகளின் பிடியிலிருந்து விடுபட முடியாது தவித்தாள். கண்கள் வானம் பார்த்துப் பயந்தன.

வானில் உயிரைக் கொத்திப்போகும் எந்திரக் கழுகுகள். அவற்றின் வயிறு திறந்து விழும் குண்டுகள். மனிதர் வாழ்ந்த சுவடேதும் இல்லாமல் சிதிலமாகும் கிராமம். பயம் அப்பிய மனித முகங்கள். உரிமை இல்லாத மண்மீது ஓடும் கால்கள். வாழ்ந்த வீடு இல்லை. வாழ்ந்த ஊர் இல்லை. கூட்டிவந்த உறவுகள் இல்லை. பெயர் சொல்லத் தேசம் இல்லை. வானும் கடலும் மண்ணும் சேர்ந்து விரட்ட ஓடும் மனிதர்கள். மனதில் ஓடும் பிம்பங்களை அழிக்க முடியவில்லை.

வனா இப்பொழுது காட்டில் அலைந்தாள். காடு மெல்லக் கரைந்ததைப் பார்த்து அதிர்ந்தாள். மரங்களை நெருங்கித் தழுவ முயன்றாள். கைகளில் ஒரு மரமும் பிடிபடவில்லை. சட்டெனக் காடு பொருள் மாறித் தோன்றியது. நிகழ் கண வெறுமையில் மூழ்கித் திணறினாள். உயிரில்லாத தரை. கண்ணிற்கு எட்டிய தூரம் மணல் மட்டுமே தெரிந்தது. மரங்கள் எங்கே போயின? காட்டுயிர்கள் எல்லாமும் கனாவோடு கரைந்துபோயினவோ! தனிமையின் அச்சம் தீண்டி வனா பயந்திருந்தாள். நடுக்கடலில் மூழ்கிய குடும்பம் பாறையாக முகத்தில் மோதியது. யாருமற்ற ஊரில் இடிந்து சிதிலமான தன் வீட்டுத் திண்ணையில் பாட்டி உட்கார்ந்திருந்தாள். அச்சம் தரும் எண்ணங்கள் பெருகின.

கவினிடம் மரம் அன்று சொன்னதைக் கூற நினைத்தாள். மரம் இதை யாரிடமும் சொல்ல வேண்டாம் என்றதே? இப்போதும் அதை யாரும் நம்பமாட்டார்கள். யாரும் கவனிக் காத நேரம் பார்த்து வேகமாக அங்கிருந்து ஓடினாள். மரமிருந்த இடம் நோக்கி விரைந்தாள். அந்த இடமும் மரமும் அவளுக்கு நன்றாகத் தெரியும். பள்ளத்தாக்கில் இறங்கி அடர்ந்த வனப் பகுதிக்குள் நுழைந்தாள். வனக்கூரையிலிருந்து சிறிது தூரத்தில் அந்த மரம் இருந்தது. சரியாக அந்த இடத்திற்கு வந்தாள். மரங்களை ஊடுருவி அந்த மரத்தைத் தேடினாள்.

வனம் இப்போது வேறாகத் தோன்றியது. இளையரின் வனக்கூரையிலிருந்து விரிந்த வனம் அங்கே இல்லை. முருக னோடு அலைந்த, தன் தேசத்தின் வனத்தையே வனா பார்த்தாள். முருகனிடம் வனா அன்று பயந்து பேசிய எல்லாமும் இப்போது கண் எதிரில்.

மக்கள் ஓடிக்கொண்டிருந்தார்கள். மரணம் விரட்ட குருதி கொட்ட பயந்து நிற்காது ஓடிக்கொண்டிருந்தார்கள். பெரும் எண்ணிக்கையில் வனம் முழுவதும் சிங்கங்கள் அலைந்தன. சிங்க முகங்களில் வெறி நாயின் கண்கள். கர்ஜனை வெளியாக விரிந்துகொண்டிருந்தது. அச்சம் தீண்டிச் செத்த உடல்கள் மிதிபட ஓடிக்கொண்டிருந்தார்கள். மரித்த பிள்ளைகளைத் தூக்கிக்கொண்டு ஓடினார்கள். மனிதர்களுக்குப் பயந்து மனிதர்கள் ஓடினார்கள். பெண்மையைப் பாதுகாத்துக்கொள்ள ஓடினார்கள். சிங்கங்களே வேலியாக நிற்க அதில் மோதுண்டு விழுந்தார்கள்.

எரிந்த பனைமரங்களோடு கருகிய பிணங்கள். வள்ளியாக மின்சார வேலிக்குள் இளையரோடு அடைபட்டு ஓரத்தில் வனா சரிந்திருந்தாள். வள்ளியைப் பார்த்து வனா பயந்தாள். அவள் அவளையே பார்த்துக்கொண்டிருந்தாள். உடையெல்லாம் கிழிந்து காயங்களிலிருந்து ரத்தம் வழிந்தது. அவளைப் போல நூறு ஆயிரம் இளையர். பெருங்கால்கள் மிதிபடத் தரையில் கிடந்தார்கள். பழுத்த இரும்பின் சூடு உயிரின் சதைகளைத் தீய்த்து நகர்ந்தது. கதறக் கதற இளையரை எங்கோ இழுத்துச் சென்றார்கள். கதறும் குரல்கள் செவிகளற்ற பிரதேசத்தில் மங்கி மறைந்தன.

வனா பயத்தில் உறைந்து நிற்க, அந்த வெளி மறைந்து, முன்பு பார்த்த இடமும் மரமும் தோற்றம்கொண்டன. “மகளே . . . மனிதர்கள் இனி மனிதர்களுக்கு உதவமாட்டார்கள். இரக்கம் கருணை இரண்டையும் ஒதுக்கி வாழக் கற்றுக்கொண்டுவிட் டார்கள். அவர்களைக் கண்டு அச்சம்கொள்ளாதே. கனா

மீண்டும் வருவாள். நீ வனத்தின் செல்வம். இப்பொழுது நீ வாழும் உலகம் உனக்காகவே பிறந்த புதிய உலகம். வனம் விரித்த கனவுலகில் பிரக்ஞை தீண்டி வாழ்கிறாய். இப்பொழுது நீ வாழும் வாழ்க்கை உன் உயிருக்கான இன்னொரு வாழ்தல்." முன்பு பார்த்த மரம் அவள் உணரும்படியாகப் பேசியது.

"எது உண்மை? உண்மையில் எங்கு இருக்கிறேன்? என் மக்கள் எல்லோரும், வலியே காற்றாய், மண்ணாய், உணவாய் வாழ்ந்துகொண்டிருக்கும்போது நான் மட்டும் எங்கோ கனவில் வாழ்வது எப்படிச் சரியாகும். முருகனோடு பேசிய எல்லாமும் நேற்றின் வாழ்க்கை இல்லையா? இப்போது வாழும் இந்தக் கனவுதான் நிஜமோ? ஒன்றும் புரியவில்லை. வள்ளியா? வனாவா? இப்போது நான் யார்?"

கதிரோடு அனைத்தையும் பேச விரும்பி வேகமாக அங்கிருந்து திரும்பினாள். அவன் அவளைத் தேடி எதிரில் வந்துகொண்டிருந்தான். மெல்ல அணைத்துத் தோட்டத்திலிருக்கும் மரத்தின் கீழ் உட்காரவைத்தான். எல்லோரும் அந்த இடத்திற்கு வந்தார்கள். "நான் வள்ளி அல்ல வனாதான்" உரக்கத் தனக்குள் சொல்லிக்கொண்டாள். நிகழ் கணத்தில் கால்கள் படிந்ததை உணர்ந்தாள். இளையரைப் பார்த்த வனாவிற்கு முன் நிகழ்ந்த எல்லாம் பயத்தில் மனம் நினைத்ததாக எண்ணி ஒதுக்கினாள்.

"எதிரில் நிற்கிற வியன் எப்படி பொய்யாக முடியும்? அவன் கண்களில் வழியும் பிரியம் உடலைத் தீண்டுகிறதே! கதிர் சுடர் இருவரின் நெருக்கம் உணர்கிறேனே! இது நிஜம், கனவல்ல" வனா தனக்குள் சொல்லிக்கொண்டாள்.

கவின் அருகில் வந்து அவள் முகம் ஏந்தினான். அவளைத் தூக்கித் தன் தோள்மீது சாய்த்து ஓவியக்கூடத்துக்குள் நுழைந்தான். பெரிய கேன்வாஸ் முன் நிறுத்தினான். அதில் வனா விரும்பிப் பார்க்கும் ஓவியம். வனா மனம் திறந்து கவினிடம் ஒரு நாள் சொன்ன உள்மனதின் வண்ணம்தான் அந்த ஓவியம். தினமும் அதை ஆசையாய்ப் பார்ப்பாள். தன் அறையில் அன்றே மாட்டிய கவினைக் கடிந்துகொண்டாள். "உன் அறைக்கு வர வேண்டாம் என்கிறாயா?" என்று கூறி அதைத் திரும்பவும் அவன் கூடத்தில் வைத்தாள். தானே வண்ணமாக அதில் இருப்பதாகச் சொல்லிப் பூரித்தாள்.

கவின் இப்பொழுது அந்த ஓவியத்தின் முன்தான் வனாவை நிறுத்தினான். வனாவிடம் அந்த ஓவியம் என்ன பேசும் என்று கவின் அறிவான். வனாவின் கண்களில் மோதுண்டது வண்ணம். ஓவியம் தீண்டிய அவள் கவின் மார்பில் சரிந்து மலர்ந்தாள். மனதிலிருந்த பயம் கொஞ்சம் கொஞ்சமாக விலகியது. கவின் –

கதிர் இருவரும் வனாவைக் கைபிடித்துத் தோட்டம் நோக்கி நடந்தார்கள்.

வனாவின் கண்கள் காட்டையே பார்த்துக்கொண்டிருந் தன. கனா நிச்சயம் திரும்புவாள் என்று நம்பிக்கையோடிருந் தாள். வனா வேறு யாரைவிடவும் கனாவிற்கு நெருக்கமானவள். வனாவைக் கனா எப்படிப் பிரிவாள்? எல்லோருக்கும் அந்த நம்பிக்கை இருந்தது. கனாவின் இருப்பைக் காட்டிய ஆதிரை அவளை மீண்டும் அழைத்து வருவாள். கனாவோடு ஆதிரை திரும்புவாள் எனக் காத்திருந்தார்கள். நம்பிக்கை காற்றோடு கலந்து எல்லா இடமும் வியாபித்தது.

வியனின் குரல் "கஆஅ" என ஓங்கி ஒலித்ததைக் கேட்டு அந்தத் திசை நோக்கினார்கள். ஆச்சரியம் விழிகளில் மோதியது. ஆதிரை வந்துகொண்டிருந்தாள். வனாவின் பார்வை அந்த இடம் குவியக் கனா தோற்றம்கொண்டாள். எல்லோரும் அந்த இடத்தை நோக்கி ஓடினார்கள். இளையரிடம் உற்சாகம் வெடித்தது. திரும்பி வந்த அவர்களிடம் யாரும் எந்தக் கேள்வியை யும் கேட்கவில்லை. இப்படியான நேரங்களில் கேள்விகள் வலியைக் கூட்டும் என்பதை அவர்கள் அறிவார்கள்.

"வியன் ... இரவு வேகமாகக் கரைய விரும்புகிறேன். நீ விரும்பும் எதையும் செய்யலாம். வனாவின் கேள்விக்கு விடை தேடுவோம். அதற்கான எல்லாம் இன்று நடந்துவிட்டன. கவனப்படுத்திக்கொள்ள வேண்டிய சூழலை உணர்கிறேன்" என்று சொன்ன ஆதிரை வேகமாய்த் தன் அறைக்கு நகர்ந்தாள். ஆதிரை எதுவும் பேசாமல் நகர்ந்தது கவினைச் சங்கடப்படுத்தி யது. ஆதிரைதான் அவனுக்குப் பிரியமான முதல் நெருக்கம். ழவும் அதை அறிவாள். கவினை நெருங்கி மெல்லத் தீண்டி அணைத்தாள் ழ.

'க' மீண்டும் உயிர் கண்டு அதிர்ந்தது. இனி எல்லாம் முன்போல நடக்கும். கனா என்ற உயிர் ஓடாமல் 'க'வில் இயக்கம் ஏது? ஆதிரை இதை நன்றாகவே அறிந்திருந்தாள். கனாவை மீட்காது வீடு திரும்புவதில்லை என்ற வெறியோடு அலைந்தாள். தான் இல்லாமல் ஆதிரையால் ஒரு கணமும் 'க'வில் இருக்க முடியாது என்பதைக் கனா அறிவாள். காட்டில் சோர்ந்து மயங்கிக்கிடந்த ஆதிரையைப் பத்திரமாய் அழைத்து வந்தது கனாதான் என்பதை யாரும் அறிந்திருக்கமாட்டார்கள்.

வனம் தன் மகள் வனாவுக்காகக் கனாவை மீட்டதை யார் அறிவார்?

23

வானம் வேய்ந்த கூரையில் இளையர் தங்கள் படுக்கையின் மீதிருந்தனர். பூரண நிலவொளியில் கனா நிஜம் தீண்டிக்கிடந்தாள். வீணை ஒலி வனத்தின் சப்தத் தில் கரைந்து கேட்டிராத ராகம் கண்டு காதில் ஒலித்தது. மென்பொருள் நுட்பமேறிய ஹால் நவீன மெருகில் ஒளிர்ந்தது.

“காக்கவைக்காதே வியன். உயிரின் சாரம் எங்கே? கவின் வா இங்கே” ஆதிரை எப்போதுமான உரிமையோடு விளித்தாள். அப்படிப்பட்ட அழைப்பை எதிர்பாராத கவின் களிப்பில் வெடித்தான். பூ பார்க்கக் கண்கள் சிரித்து ஆதிரையின் அருகில் பணிவாக அமர்ந்தான். அவள் அணிந்திருந்த உடை உடலுக்கு வெப்பம் ஏற்றிக் கொண்டிருந்தது. தன் உடல் பார்க்கும் கவின் கண்டு மகிழ்ந்தாள். நெருங்கி அவன் நெற்றியில் அழுந்த முத்தம் பதித்தாள். “வியனிடமிருந்து உயிரின் சாரம் பெற்று எல்லோருக்கும் கொடு” என்றாள்.

“இதோ நொடியில்” என்றான்.

வியனின் தோளில் சாய்ந்திருந்த வனா அவன் தனக்காக வாங்கிவந்திருந்த விஷேச உடையிலிருந்தாள். அவளுக்கான பழச்சாறு கண்ணாடி ஜாடியில் இருந்தது. வியனுக்குச் சிறு உதவிகள் செய்வதில் கதா ஈடுபட்டிருந் தாள். இளையரின் உற்சாகம் கனாவை மேலும் வசீகரமாக் கியது. மெல்ல மேலும் மெல்ல என இறங்கிய மது, உயிரை நிலையான களிப்பில் ஆழ்த்தியது. அளவான மது அதை நீண்ட நேரம் பருக வற்புறுத்துவான் கவின். நெருங்கியும் நெருங்காமலும் இருக்கும் மதுவே ருசி யானது என்பாள் ஆதிரை. அளவான மது உணவுக்குச்

சுவையூட்டும். சூழலை வசீகரமாக்கும். பிறகு தொடரும் எல்லாமும் ஆனந்தம் என்பதை அனுபவத்தில் உணர்ந்திருந் தார்கள். வன ஓசையும் வீணை ஒலியும் செவியில் இன்னொரு மதுச்சாறாய் இறங்கியது.

வைரமாய் இறுகிச் சுடர்ந்த இளையர் சூழ மகிழ்ந்திருந் தாள் ஆதிரை. “இப்படிப்பட்ட அழகும் ஆற்றலும் பிரியமும் உள்ள இளையர் மத்தியில் வாழும் வாழ்க்கை யாருக்குக் கிடைக்கும்? நான் எதுவோ அதுவான வாழ்க்கை. இந்த அபூர்வ வாழ்தல் அழியாதிருக்க வேண்டியன எல்லாம் செய் வேன்” எனத் தனக்குள் சொல்லிக்கொண்டாள்.

ஆதிரை பூவின் அருகில் அமர்ந்து அவள் இளம் உடலை அணைத்தாள். தன் உடலைப் பற்றி எரிக்கும் இளம்தீயில் வெந்து மடியும் ஆசை வளர்த்தாள். தன் குப்பியிலிருந்து ஒரு மிடறு மது தந்தாள். அவளை அணைத்து நெற்றியில் முத்த மிட்டுத் தன் இடத்துக்கு நகர்ந்தாள். பூவுடனான ஆதிரையின் நெருக்கம் கவினை ஆச்சரியம் கொள்ளவைத்தது. தன்னிடமிருந்த கேள்விகளைத் தனது சிறிய நகர்தலில் அழித்துவிட்ட ஆதிரையை எண்ணிப் பிரமித்தான். ஆதிரையால் சட்டெனை எப்படி மாற முடிகிறது? கவின்போலவே பூவும் அதிர்ச்சியில் சற்றே உறைந்து மீண்டாள். வார்த்தைகளின் ஒலி காதில் விழ இருவரும் திரும்பி னார்கள்.

“நம் ‘க’ கால அளவினதா? நாம் விலகிவந்த சமூகத்தில் மனித உறவுகளை அப்படித்தானே உணர்ந்தோம். உறவை எந்தப் பெயரில் அழைத்தாலும் அவை நம் இறுதிவரை உடன் வருவதில்லையே. வசீகரமான காதலாக இருந்தாலும் கணவன் மனைவி உறவாக இருந்தாலும் நட்பாக இருந்தாலும் பொதுவாக மனங்கள் இணைந்து வாழ முயலும் எல்லா இடங்களிலும் அவை நிலைத்து நிற்கும் உறவாக இல்லையே. பிள்ளைமீதான அம்மாவின் பிரியம் நிலையானதாக இருக்கலாம். அதுவும் ஒரு பக்கமிருந்துதான். தன்னிடமிருந்து உதிர்ந்த உடல் என்ப தால் அந்தப் பிடிமானம். ‘க’வும் அப்படித்தானா?” வனா ஆதிரையின் முகம் பார்த்துக் கேட்டாள். வனா சீக்கிரமே இந்தக் கேள்வியை எழுப்பியதால் எல்லோரும் சூழல்மீது கவனம் குவித்தனர்.

“உண்மை அதுவானால் ஏற்கத்தானே வேண்டும். ஆனால் நீ கூறிய உண்மை நாம் விலகிவந்த சமூகத்திற்கானது. அதனால் தானே விலகினோம். அவர்களின் அன்பு எதிர்பார்ப்பால் கட்டப்பட்டது. ஒன்று கொடுத்தால் இன்னொன்று கிடைக்கும். கிடைக்காத இடத்தில் அன்பு கெடும். அல்லது ஒருவர் விட்டுக்

கொடுப்பவராகவே எப்பொழுதும் இருப்பார். குடும்பம் என்பது எல்லாக் காலமும் அப்படித்தான். வெளியிலிருக்கும் வாழ்த லோடு 'க'வின் வாழ்வை ஒப்பிட வேண்டியதில்லை" என்ற ஆதிரை கண்மூடிச் சற்றே மௌனமாய் இருந்தாள். இளையர் அவளையே பார்த்துக்கொண்டிருந்தார்கள். அன்பும் பிரியமும் கருணையும் காதலும் ஈரமாக அவள் கண்களில் தெரிந்தன. மனமே நாவாகிய மொழியின் வார்த்தைகள்.

"நம் 'க' தோற்றம்கொண்ட அடிப்படையைக் கொஞ்சம் யோசிப்போம். வாழும் உலகம் ஏதோ ஒரு கட்டத்தில் அதற்கான காரணங்களோடு பிடிக்காமல் போய்விடுகிறது. காரணங்கள் மனிதர்களிடம் வெவ்வேறாக இருக்கலாம். ஆனால் நாம் விரும்பும் உலகம் நாம் அறியாமலேயே நமது மனங்களில் தோற்றம்கொண்டுவிடுகிறது. நாம் படைத்துக்கொண்ட உலகத்தைத் தூக்கிக்கொண்டுதான் இந்த மண்ணில் நடமாடு கிறோம். கனம் தாங்காது மனம் முறியும் ஒரு கணத்தில் சுமப்பதை நிறுத்திவிட்டு அந்த உலகத்திற்குள் போய்விடுகிறோம். அப்படிப்பட்டதுதான் நாம் வாழும் இந்தக் 'க'. நாம் எல்லோ ரும் சுமக்கும் உலகம் ஒன்றே என்பதால்தான் இது சாத்தியமானது. கனா அதன் அடையாளம். நமது மனங்களின் உரு அவள்."

தனது கோப்பையில் கொஞ்சமே இருந்த மதுவை ஒரே மிடறில் குடித்துவிட்டு வனாவைப் பிரியமாகப் பார்த்து "நம் 'க'வில் எது இடறுகிறது? உன் அச்சம் எது? இந்தக் கேள்வியை எழுப்பிய அந்த மனநிலையிலிருந்து பேசு வனா. உனது கேள்வி யின் வேர்கள் பிடிபட்டால் மற்றவர்களும் கலந்துகொள்ள வசதியாக இருக்கும்" என்றாள்.

"எந்த மனம் நம் எல்லோரையும் இணைத்ததோ அது அழியாத ஒன்றா? சமூகத்திலிருந்து விலக நம்மை உந்திய காரணிகள் நாளையும் தொடருமா? இன்றைய இந்த வாழ்தலை விலக்கி யாரும் வெளியேறமாட்டார்களா? நாளை பிறக்கும் குழந்தைகள் யாருடைய பாதுகாப்பில் வளரும்?"

வனா சற்று நிறுத்தி "இதே அன்போடு நாளையும் இருப் போமா?" என்று மெல்லிய குரலில் கேட்டாள். சுடர் அவள் கைகளைப் பற்றி இறுக்கமாக வைத்துக்கொண்டான். ஆதிரை எழுந்துவந்து வனாவின் தோள்களைப் பற்றித் தான் அமர்ந் திருந்த இடத்துக்கு அழைத்துப்போனாள். வனாவின் மனம் முன்பு மரம் பேசியவை நினைத்துப் பயந்தது. இந்த நேரத்தில் அதை இவர்களிடம் கூறிவிடலாமா எனவும் யோசித்தாள். ஆனால் பிரக்ஞையின் இருப்பு அந்தப் பயம் தேவையற்றது என உணர்த்தியது.

க.வை. பழனிசாமி

வியன் வனாவிற்கான பழச்சாறை வழங்கி அவளைப் பார்த்துச் சொன்னான் "நீளும் இந்த இரவு மகிழ்ச்சியாக இருக்கிறது. உன்னோடு பேசும் இந்தப் பொழுதின் கணம் சுவையாக இறங்குகிறது. வாழும் ஒவ்வொரு கணத்தையும் அழகாக வைத்துக்கொள்ளவே முயல்கிறோம். வனாவின் மனம் எதை விரும்புகிறதோ அதைச் செய்ய முடியும் சுதந்திரம். அதுபோல 'க'வில் உள்ள எல்லோருக்கும் அப்படிப்பட்ட சுதந்திரம். இந்த வாழ்தல் நமக்குப் பிடித்திருக்கிறது. ஒவ்வொரு கணத்தையும் மனம் விரும்பிக் கடக்க விரும்புகிறோம். இந்தக் கணத்தை அழகாய் வாழ எல்லாமும் செய்கிறோம். 'க'வில் நாம் உச்சாடனம் செய்யும் மந்திரமொழி இதுதான். இந்தக் கணம்தான் அடுத்த கணத்தைக் கூட்டிவருகிறது. வாழும் இந்தக் கணத்தின் மீதான நம் அக்கறை எல்லாக் கணங்களையும் அப்படிப்பட்டதாக ஆக்கும். 'க'வில் கனா இருக்கும்படியாகப் பார்த்துக்கொண்டால் போதும். கனா இன்று அதை உணர்த்தி விட்டாள். கனாவை அழியாமல் எப்படிக் காப்பாற்றுவது என ஆதிரை அறிவாள். வனம்தான் பூமியின் செல்வம். வனா நீதான் 'க'வின் செல்வம்." வனா ஓடிவந்து வியனைக் கட்டிக் கொண்டாள். அவனும் அவளை இறுக அணைத்து மகிழ்ந்தான்.

"வனா உன் கேள்விகளை நீ வெளியில் சொல்லிவிட்டாய். நான் சொல்லவில்லை. எனக்கும் கேள்விகள் உண்டு. நம் ஒவ்வொரு கண வாழ்வும் பதிலாக இருப்பதால் அந்தக் கேள்விகளை அழிக்க முயல்கிறேன். முன்பு தோற்றம்கொண்ட கம்யூன் போன்றதல்ல நாம் வாழும் 'க'. குறிக்கோள்கள் என்று எதுவும் நம்மிடம் இல்லை. நம்மை அழகாய்க் கூட்டிப்போக மனதிற்குக் கற்றுத்தந்திருக்கிறோம். நாம் கண்டடைந்திருக்கும் மையப்புள்ளி நித்தியமானது. பொய்யில்லாத வாழ்வு. மனம் ஏற்காத எதையும் திணிக்காத வாழ்வு. நான் விரும்பாது நான் அனுமதிக்காது வியன் என்னைத் தீண்ட முடியாது. நான் விரும்பும் யாரோடும் பேசலாம். மனதில் இருப்பதைப் பகிர்ந்து கொள்ளலாம். யாரும் யாருக்கும் சொந்தமில்லை.

"உரிமைகொண்டாட, பத்திரப்படுத்திக்கொள்ள நாம் என்ன வஸ்துகளா? சொந்த விருப்பு வெறுப்புகொண்ட உயிருள்ள ஜீவன்கள் நாம். உடலுக்கும் உயிருக்குமான உணவு 'க'வில் நிலைத்துவிட்டது. இந்த உணவு நிச்சயம் வெளியில் இல்லை. இதை அறிந்த மனம் இடம்பெயராது. இந்த சுவையைத் தீண்டிய மனம் 'க'வை அழியாது காக்கும்." கதாவின் இந்த வார்த்தைகள் எதிர்ப்பின்றி உள்ளே இறங்கின.

"கதா அந்த உணவின் சுவையைக் கதையாக விரிக்காமல் நிறுத்திவிட்டாயே! விரிவாய்ச் சொல்வாய் எனக் காத்திருந்

தேன் ... ஏமாற்றிவிட்டாய்” என்றான் கவின். “கவலைப்படாதே கவின். வார்த்தைகளில் விவரிக்காது ஒரு நாள் நிஜம் தீண்டச் சொல்வேன்” என்று கண்களால் சிரித்தாள் கதா.

“கவின் அளவாய்ச் சாப்பிடு. உனக்கு மிகவும் பிரியமான உணவோடு மூ காத்திருக்கிறாள். என்னிடமும் உனக்கான உணவு கொஞ்சம் உண்டு” என்றாள் ஆதிரை. கவினும் மூவும் வியப்பில் மூழ்கினார்கள். தொடர்ந்த விவாதங்களில் ஆதிரை தான் பேசாமல் மற்றவர்களைப் பேசவைத்தாள். ஆனால் ஆதிரையின் இருப்பு யாரைவிடவும் அதிகமாகப் பேசியது. வனா எழுப்பிய கேள்விமீது வெவ்வேறு தளங்களில் நின்று பேசினார்கள். கதிர் இறுதியாகப் பேசக் காத்திருந்த ஆதிரை ஒரு கட்டத்தில் “விடைகளுக்கான மென்பொருளே பேசு” என்று கதிரைப் பார்த்துச் சொன்னாள்.

கதிர் வனாவின் அருகில் வந்தமர்ந்தான். மதுவை ஒரு வாய் சுவைத்துவிட்டுப் பிறகு பேசினான். “நாம் வாழும் அகம் ‘க’. தோற்றம்கொண்ட நமது பொதுமனதின் புறவெளி. இந்தப் பொதுமனம்தான் கனாவாக நெருக்கம் கொண்டிருக் கிறது. இந்த மனம் அழியாதிருந்தால் ‘க’வும் அழியாது. இப்போ திருக்கும் நாம் மட்டும் போதும். புதிதாக யாரின் வரவும் கூடாது. ‘க’ எப்பொழுதும் தன்னளவில் சிறிதாக இருக்க வேண்டும்.”

“பிரேசிலிய அழகி ஒருத்தி வருவதாக வியன் சொல்கிறான். வேண்டாமா கதிர்?” மூ தன் இடத்திலிருந்து கத்தினாள்.

“வேண்டாம் மூ. உலக அழகி நீ இருக்கையில் பிரேசிலிய அழகி வேண்டாமே” என்று கதிர் சொன்னதும் “அப்படியே கவிழ்த்துவிட்டாய் கதிர்” என்று கூறிய மூ, ஆதிரையிடம் குறுக்கிட்டதற்கு மன்னிப்பு வேண்டினாள். “உலக அழகி என்ற வசீகரம் ‘க’வில் சேர்ந்திருக்கிறதே மூ” என்றாள் ஆதிரை புன்னகையுடன். மூ வெட்கம்காட்டிக் கவின் மார்பில் சாய்ந்தாள்.

கதிர் மீண்டும் பேசினான். “ஒத்த அதிர்வில் ஓரிடத்தில் உள்ளோம். ஒத்த அதிர்வில் இருப்போர் யாரும் தங்களுக்குள் பொதுமனம் கண்டு புதிய பல ‘க’ உருவாக்கலாம். நூறு ஆயிரமாகக் ‘க’ போன்ற பெரும் குடும்பம் நாளை பெருகலாம். ‘க’ வளாகத்தில் இப்போதுள்ள நாம்தான் நாளையும் இருப் போம். இந்த வளாகம் நாளையின் நாளையில் நம்முடைய சந்ததிகளின் இடமாகும். பிறக்கும் பிள்ளைகள் இந்தக் ‘க’வின் பிள்ளைகள். நம் அனைவரின் குழந்தைகள். பிறந்த பிள்ளை யாரின் முகமெனத் தேடும் கீழ்மனம் நமக்கில்லை.”

வனா எழுந்து கதிரை இறுக்கமாக அணைத்தாள். அப்போது கதா ஆதிரையின் அருகில் அமர்ந்து "ஆதிக்கண்ணாடி உங்களிடம் ஒரு கதையைச் சொல்ல வருகிறது. கேளுங்கள்" என்றாள். ஆதிக்கண்ணாடி விரித்த கதையைக் கதா சொல்லத் தொடங்கினாள். வார்த்தைகள் அதிர்ந்தன. அதுவரை கதாவிடமிருந்து கேட்டிராத கதை ஒன்று விரிந்தது. வார்த்தைகளின் அர்த்தம் தீண்டி ஆதிரை பயந்தாள். ஆதிரையின் வாழ்க்கையைக் கண்ணாடி விரிக்கத் தொடங்கியது.

"மலைப்பாதையில் வண்டியைக் கவனமாக நிறுத்திவிட்டுக் கீழே இறங்கினாள். ஒரு நெருக்கம் தீண்டிப் பிரியமான காரைச் சற்றே நின்று பார்த்தாள்..." ஆதிக்கண்ணாடி இப்படியாக ஆதிரையின் மனதைப் பேசத் தொடங்கியது. கலக்கமடைந்த ஆதிரை சுற்றிலும் பார்வையை ஓடவிட்டாள். அங்கே யாரும் இல்லை. மழை... மழை மட்டுமே பெய்துகொண்டிருந்தது. திடுக்கிட்டுத் திரும்பிய ஆதிரையின் பார்வையில் ஆடுநாற்காலியில் ஆதி அமர்ந்திருந்தான்.

○○○